ആസ്ത്രേലിയൻ
ആദിവാസികളുടെ ചരിത്രം

australian adivasikalude charithram
charithrapadanam

●

dr v v kunhikrishnan

●

first edition
march 2018

●

published
chintha publishers, thiruvananthapuram

●

typesetting
star communications, thiruvananthapuram

●

cover
cover story

വിതരണം

ദേശാഭിമാനി ബുക്ക് ഹൗസ്
H O തിരുവനന്തപുരം–695 035
Ph: 0471-2303026, 6063020
www.chinthapublishers.com
chinthapublishers@gmail.com

ബ്രാഞ്ചുകൾ

ഹെഡ്ഡാഫീസ് ബ്രാഞ്ച് കുന്നുകുഴി • സ്റ്റാച്യു തിരുവനന്തപുരം • കെ എസ് ആർ ടി സി ബസ് സ്റ്റേഷൻ ആലപ്പുഴ • കെ എസ് ആർ ടി സി ബസ് സ്റ്റേഷൻ എറണാകുളം • മച്ചിങ്ങൽ ലെയ്ൻ തൃശൂർ • ഐ ജി റോഡ് കോഴിക്കോട് • മാവൂർ റോഡ് കോഴിക്കോട് • എൻ ജി ഒ യൂണിയൻ ബിൽഡിങ് കണ്ണൂർ • സെൻട്രൽ ബസ് ടെർമിനൽ കോംപ്ലക്സ് താവക്കര കണ്ണൂർ

CO - 2834 / 4575
ISBN - 978-93-87842-04-5

ആസ്ട്രേലിയൻ ആദിവാസികളുടെ ചരിത്രം

(ചരിത്രപഠനം)

ഡോ. വി വി കുഞ്ഞികൃഷ്ണൻ

ചിന്ത പബ്ലിഷേഴ്സ്
തിരുവനന്തപുരം-695 035

ഡോ. വി വി കുഞ്ഞികൃഷ്ണൻ

1948 ൽ കണ്ണൂർ ജില്ലയിലെ ചെറുതാഴം ഗ്രാമത്തിൽ ജനിച്ചു. തലശ്ശേരി ഗവൺമെന്റ് ബ്രണ്ണൻ കോളേജിൽനിന്ന് 1969 ൽ ചരിത്രത്തിൽ ഒന്നാം ക്ലാസോടെ എം എ ബിരുദം നേടി. അവിടെ അന്നെ ചരിത്രവിഭാഗത്തിൽ ട്യൂട്ടറായി ജോലിയിൽ പ്രവേശിച്ചു. കെ എ കേരളീയന്റെ ജീവചരിത്രം ഇംഗ്ലീഷിലും മലയാള ത്തിലും കേരളീയനും കർഷകപ്രസ്ഥാനവും എന്ന പേരിൽ പ്രസിദ്ധീകരിച്ചിട്ടുണ്ട്. (ചിന്ത പബ്ലിഷേഴ്സ്) മലബാറിലെ കുടിയായ്മ നിയമങ്ങളെക്കുറിച്ച് ഇംഗ്ലീഷിലെഴുതിയ ഗ്രന്ഥം 1993 ൽ (ഡൽഹി) പ്രസിദ്ധീകരിച്ചു. ത്യാഗധനനായ സുബ്ര ഹ്മണ്യഷേണായി, പറങ്കികളുടെ കഥ ടിപ്പുസുൽത്താൻ (ബാലസാഹിത്യം) അപ്പുവിന്റെ അത്ഭുതലോകം (ബാല സാഹിത്യം) തുടങ്ങിയവയാണ് മറ്റു കൃതികൾ.
വിജ്ഞാനകൈരളി, സാംസ്കാരിക കേരളം, ഇന്ത്യൻ ചരിത്ര കോൺഗ്രസ്, ദക്ഷിണേന്ത്യൻ ചരിത്ര കോൺഗ്രസ് എന്നിവ യുടെ പ്രൊസീഡിങ്സിൽ ചരിത്രസംബന്ധിയായ നിരവധി പ്രബന്ധങ്ങൾ പ്രസിദ്ധീകരിച്ചിട്ടുണ്ട്. 1987 ൽ കാലിക്കറ്റ് യൂണി വേഴ്സിറ്റിയിൽ നിന്ന് ചരിത്രത്തിൽ ഡോക്ടറേറ്റ് നേടി.
1997 ൽ കണ്ണൂർ യൂണിവേഴ്സിറ്റി മേഖലയിലെ ഏറ്റവും നല്ല കോളേജ് അദ്ധ്യാപകനുള്ള പ്രൊഫസർ എ കെ രാഘ വൻ നമ്പ്യാർ മെമ്മോറിയൽ അവാർഡ് ലഭിച്ചു. ബ്രണ്ണൻ കോളേജ്, കാസർഗോഡ് ഗവ: കോളേജ്, പട്ടാമ്പി ഗവ: സംസ്കൃത കോളേജ് എന്നിവിടങ്ങളിൽ ലക്ചററായും കാസർഗോഡ് ഗവ: കോളേജ് പ്രിൻസിപ്പൽ, പട്ടാമ്പി ഗവ: സംസ്കൃത കോളേജ് എന്നിവിടങ്ങളിൽ ലക്ചററായും കാസർഗോഡ് ഗവ:കോളേജ് പ്രിൻസിപ്പൽ, പട്ടാമ്പി ഗവ:സംസ്കൃതകോളേജിൽ സ്പെഷ്യൽ ഗ്രേഡ് പ്രിൻസി പ്പലായും സേവനമനുഷ്ഠിച്ചു. 2003 ജൂലൈയിൽ കോളേജ് വിദ്യാഭ്യാസ ഡെപ്യൂട്ടി ഡയറക്ടറായി വിരമിച്ചു. കണ്ണൂർ, കോഴിക്കോട് യൂണിവേഴ്സിറ്റികളിലെ അംഗീകൃത ഗവേഷണ ഗൈഡാണ്.

ഭാര്യ   : ലീല സി
മക്കൾ   : രശ്മി ജയരാജ്, രമ്യ പ്രശാന്ത്,
              ഐശ്വര്യാ ബിനീഷ്
വിലാസം : ഐശ്വര്യാ
              തായിനേരി റോഡ്
              പയ്യന്നൂർ
              കണ്ണൂർ ജില്ല.

ഉള്ളടക്കം

ചരിത്രം തേടി ഒരു യാത്ര	9
ആസ്ത്രേലിയൻ ചരിത്രത്തിലൂടെ	13
സാംസ്കാരിക പ്രതിരോധം –	
ദുരന്ത ചരിത്രത്തിലെ മറ്റൊരദ്ധ്യായം	30
വിവേചനങ്ങളിൽ പെട്ട് ഉഴലാൻ വിധിച്ചവർ	50
ആസ്ത്രേലിയൻ ജനാധിപത്യം	64
കോളനി നയം ബ്രിട്ടൻ കർശനമാക്കുന്നു	72
വോട്ടവകാശത്തിലേക്ക് (1850–1880)	80
ഭരണഘടനാനിർമ്മാണത്തിലേക്ക്	83
ഭൂപരിഷ്കരണത്തിനായി നീക്കം	88
ആസ്ത്രേലിയയിലെ കമ്യൂണിസം	94
പുതിയ അവകാശങ്ങളും പരിമിതികളും 1960–2000	104
സ്വതന്ത്രവും നീതിയുക്തവുമായ തിരഞ്ഞെടുപ്പ്	119
അബോറിജിൻസ് – ഇന്നത്തെ നില	124
റഫറൻസ്	128

പ്രസാധകക്കുറിപ്പ്

ഏറ്റവും ചെറിയ ഭൂഖണ്ഡമായ ആസ്ത്രേലിയയിലെ ആദിമ നിവാ സികളെ സംബന്ധിച്ച് നമുക്കുള്ള അറിവ് തീരെ പരിമിതവും അവ്യക്ത വുമാണ്. ആസ്ത്രേലിയയിൽ നടത്തിയിരുന്ന ദേശീയ സെൻസസിൽ 1967 വരെ ആദിമ നിവാസികളെ സംബന്ധിച്ച പരാമർശമേ ഉണ്ടായിരു ന്നില്ല എന്നത് എത്രയേറെ തമസ്കരിക്കപ്പെട്ട ജനതതിയായിരുന്നു ആസ്ത്രേലിയൻ ആദിവാസികൾ എന്നു വ്യക്തമാക്കുന്നു.

ക്യാപ്റ്റൻ കുക്ക് ആസ്ത്രേലിയ കണ്ടുപിടിക്കുന്നതിന് സഹസ്രാ ബ്ദങ്ങൾക്കു മുമ്പ് അവിടെ വാസമുറപ്പിച്ചവരാണ് ചോക്ലേറ്റ് നിറമുള്ള ആദിവാസികളുടെ പൂർവ്വികർ. സമുദ്രനിരപ്പ് വളരെ താഴ്ന്നിരുന്ന കാലത്ത് ദൃശ്യമായിരുന്ന ചെറിയ കരകൾ വഴി തെക്കുകിഴക്കൻ ഏഷ്യയിൽനിന്നും ഇവിടെ എത്തപ്പെട്ടവരായിരുന്നു ഇവർ. ബ്രിട്ടീഷ് അധിനിവേശകാലത്ത് അഞ്ഞൂറിലധികം ഗോത്രവിഭാഗങ്ങളായി അവർ ഇവിടെ ജീവിച്ചുവരിക യായിരുന്നു. ഭാഷാപരമായി 250 തിലേറെ ഗ്രൂപ്പുകളിൽപ്പെടുന്നവരായി രുന്നു ഇവർ. എതിർപ്പുകളെയും ചെറുത്തുനില്പുകളെയും നിഷ്കരുണം നേരിട്ട് കുടിയേറ്റക്കാർ ഇവരെ വംശനാശത്തിനടുത്തുവരെ എത്തിച്ചു.

ആസ്ത്രേലിയയിലെ താമസത്തിനിടെ ലഭ്യമായ രേഖകളുടെ അടി സ്ഥാനത്തിൽ ഇവരെക്കുറിച്ചു പഠിച്ചെടുത്ത ചരിത്രവസ്തുതകൾ ഒരു ലഘുഗ്രന്ഥമായി ഇവിടെ അവതരിപ്പിക്കുകയാണ് ഡോ. വി വി കുഞ്ഞി കൃഷ്ണൻ. പതിമൂന്ന് അദ്ധ്യായങ്ങളിലായി ആദിവാസികളനുഭവിക്കേണ്ടി വന്ന മർദ്ദനം, ചൂഷണം അവരുടെ പ്രതിരോധം, കൊളോണിയൽ അനു ഭവങ്ങൾ തുടങ്ങി ഇന്നത്തെ അവരുടെ അവസ്ഥവരെ ഡോ. കുഞ്ഞികൃ ഷ്ണൻ ഈ ഗ്രന്ഥത്തിൽ പ്രതിപാദിക്കുന്നു. ചരിത്ര ദുർഗ്ഗതിയുടെ ചെപ്പ്

തുറക്കുന്ന ഈ ഗ്രന്ഥം ഭാവി പഠിതാക്കൾക്ക് ഉത്തേജനം നല്കാൻ പോന്ന ഒരുത്തമഗ്രന്ഥമാണ്. മാനവികതയിലും ചരിത്രത്തിലും ഭാവിയിലും തല്പരരായ വായനക്കാർ സഹർഷം ഈ കൃതി സ്വീകരിക്കുമെന്ന് ഞങ്ങൾക്ക് ഉറപ്പുണ്ട്.

ചിന്ത പബ്ലിഷേഴ്സ്

1
ചരിത്രം തേടി ഒരു യാത്ര

ഏറ്റവും ചെറിയ വൻകരയായ ആസ്ത്രേലിയയിലേക്ക് ഒരു യാത്ര തരപ്പെട്ടപ്പോൾ മനസ്സിൽ വലിയ സന്തോഷം തോന്നി. നമ്മുടെ പാഠ പുസ്തകങ്ങളിൽനിന്നും മനസ്സിൽ ആലേഖനംചെയ്ത ആസ്ത്രേലിയ യുടെ ചിത്രം കംഗാരുവിന്റെയും എമുവിന്റെയും ആണ്. ആസ്ത്രേലി യൻ ചരിത്രഗ്രന്ഥങ്ങളിൽ പൊതുവെ ദീർഘകാലമായി അവഗണിക്ക പ്പെട്ട അല്ലെങ്കിൽ മിഴിവാർന്ന ഒരു ചിത്രം നല്കപ്പെടാത്ത വിഭാഗമായ ആദിമനിവാസികളെ (Aborigins) കുറിച്ച് ഇന്ത്യയടക്കമുള്ള രാജ്യങ്ങളിലും വിദ്യാർത്ഥികൾക്ക് ഒരു ലഘുചിത്രംമാത്രമേ നല്കപ്പെടുന്നുള്ളു. ആസ്ത്രേലിയയിൽ നടത്തപ്പെട്ട ദേശീയ സെൻസസ് കണക്കെടുപ്പിൽ 1967 വരെ ആദിമനിവാസികളെ ഉൾക്കൊള്ളിച്ചിരുന്നില്ല എന്ന വസ്തുത മാത്രം ആധാരമാക്കി ഭരണകൂടത്തിന് അവരോടുണ്ടായിരുന്ന അവഗണ നയുടെ ആഴം അളന്നെടുക്കാം.

മൂന്നുമാസക്കാലത്തെ വിസയുമായി ആസ്ത്രേലിയയിലെ വിക്ടോ റിയ സംസ്ഥാനത്തിലെ മെൽബൺ നഗരത്തിലേക്ക് യാത്ര തിരിക്കുന്ന തിന് മുൻപ് ഒരു ആരോഗ്യപരിശോധനയ്ക്കായി കുടുംബഡോക്ടറായ ഡോ. ആനന്ദകൃഷ്ണനെ സമീപിച്ചപ്പോൾ അദ്ദേഹമാണ് ആദ്യമായി ആസ്ത്രേലിയൻ ആദിമനിവാസികളെക്കുറിച്ച് എനിക്കൊരു പഠനമേഖല നിർദ്ദേശിച്ചത്.

മെൽബണിൽ എത്തിയശേഷം ലൈബ്രറികളിൽനിന്ന് എന്റെ മകൾ രമ്യയുടെ കാർഡ് ഉപയോഗിച്ച് പുസ്തകങ്ങൾ എടുക്കാറുണ്ടായിരുന്നു. വിദേശത്തെ പ്രതികൂല കാലാവസ്ഥയെയും അപരിചിതത്വത്തെയും മറി കടക്കാൻ ഞാൻ സ്വീകരിച്ച വഴി പുസ്തകവായനയായിരുന്നു. ആദിമ നിവാസികളെക്കുറിച്ച് കൂടുതൽ മനസ്സിലാക്കുന്നതിന് പ്രൊഫസർ മാരി

യൻ സാവറിന്റെ കൂട്ടെഴുത്തുകാരായ ഡോ. ഫിലിപ്പ് ലാർകിൻ, നേർമ്മൻ എന്നിവർ രചിച്ച ആസ്ത്രേലിയ -ദി സ്റ്റേറ്റ് ഓഫ് ഡെമോക്രസി എന്ന ഗ്രന്ഥം സഹായിച്ചു. അബോറിജിൻസിന്റെ സമീപകാലചരിത്രം മനസ്സി ലാക്കുന്നതിന്ന് ആസ്ത്രേലിയൻ ഇയർബുക്കുകളും ബ്യൂറോ സർവ്വേ കളും ഗുണപ്രദമായിരുന്നു.

ഇംഗ്ലീഷ് നാവികനായ ക്യാപ്റ്റൻ കുക്ക് ആസ്ത്രേലിയ കണ്ടുപിടി ക്കുന്നതിന്ന് എത്രയോ മുമ്പുതന്നെ ഈ ഉപഭൂഖണ്ഡത്തിൽ വാസമുറ പ്പിച്ചവരാണ്, ചോക്ലേറ്റ് നിറമുള്ള ആദിമനിവാസികൾ. അവസാനത്തെ ഹിമയുഗ (Ice age)ത്തിൽ സമുദ്രനിരപ്പ് താഴ്ന്ന നിലയിലായിരുന്നപ്പോൾ തെക്കുകിഴക്കൻ ഏഷ്യയിൽനിന്നും ദൃശ്യമായ ചെറിയ കരകളിൽ (Land Bridge) കൂടി ഉപഭൂഖണ്ഡത്തിൽ പ്രവേശിച്ചവരാണ് അബോറി ജിൻസിന്റെ പൂർവ്വികർ. കാലാന്തരത്തിൽ ഹിമപാളികൾ ഉരുകുകയും സമുദ്രനിരപ്പ് വളരെയധികം ഉയരുകയും ചെയ്തതിനാൽ ഭൂഖണ്ഡം ഒറ്റ പ്പെട്ട തുരുത്തായി മാറി. യൂറോപ്യന്മാരുടെ അധിനിവേശ സമയത്ത് ഏക ദേശം അഞ്ഞൂറിലധികം വ്യത്യസ്ത ഗോത്രവിഭാഗങ്ങളിലായി ജീവിച്ച് വരികയായിരുന്നു അബോറിജിൻസ്. ഭാഷാപരമായി ഇരുന്നൂറ്റമ്പതില ധികം വ്യത്യസ്ത ഭാഷാഗ്രൂപ്പുകൾ ഇക്കാലത്ത് ഉണ്ടായിരുന്നതായി ഗണി ക്കപ്പെടുന്നു.

ആദിമനിവാസികളുടെ ചരിത്രപ്രാധാന്യം, അവരുടെ എതിർപ്പുക ളെയും ചെറുത്തുനില്പിനെയും നിഷ്കരുണം നേരിട്ട് യൂറോപ്യൻ കുടി യേറ്റക്കാർ അവരെ വംശനാശത്തിന്ന് അടുത്തെത്തിച്ചു എന്നതിനാലാണ്. അധിനിവേശ ശക്തികളുടെ മുന്നിൽ ഏഷ്യയിലും ആഫ്രിക്കയിലും അമേ രിക്കയിലും എന്നു വേണ്ട ലോകത്തെല്ലായിടത്തും സമാന രീതിയിലുള്ള വംശീയ നിർമ്മാർജ്ജനചരിത്രം അരങ്ങേറിയതായി കാണാം. മറ്റ് രാജ്യ ങ്ങളിൽ കറുത്തവരെയും ആദിമനിവാസികളെയും അടിച്ചമർത്തിയതിലും കൂടുതൽ യൂറോപ്യൻ ക്രൂരത അനുഭവിക്കേണ്ടിവന്നവരാണ് ആസ്ത്രേ ലിയയിലെ അബോറിജിൻസ്. സമാനതകളില്ലാത്ത ഈ വംശീയ ഹത്യ യിൽക്കൂടി നൂറ്റാണ്ടുകളായി അതിജീവന ചരിത്രം രചിച്ച് മൊത്തം വംശ നാശത്തിന്റെ വക്കിൽനിന്നും ഉയിർത്തെഴുന്നേല്പിന്റെ വീരഗാഥകൾ അവർ വർത്തമാനചരിത്രത്തിൽ പുനർരചിച്ച് കൊണ്ടിരിക്കുന്നു എന്നും പറയാവുന്നതാണ്. അവരുടെ പ്രാക്തനസംസ്കാരവും ഭാഷയും കുറെ യൊക്കെ അവർക്ക് തിരിച്ചു പിടിക്കാനായി എന്നതും ആഹ്ലാദജനകമാണ്.

ആദിമനിവാസികൾ അവരുടെ വാസസ്ഥലത്തെ ''വിശുദ്ധ ഇടങ്ങ''ളായി പരിപാലിച്ചിരുന്നു. അവരുടെ കുന്തങ്ങൾക്കും ബൂമറാ ങ്ങിനും അധിനിവേശക്കാരുടെ തോക്കിൻ കുഴലിനു മുമ്പിൽ അടിയറവ് പറയേണ്ടി വന്ന കഥ ശരിക്കും മനസ്സിലാകണമെങ്കിൽ യൂറോപ്യൻ അധി നിവേശത്തിന്റെ നാൾവഴി പരിശോധിക്കേണ്ടി വരും. ആദിമനിവാസിക ളുടെ ഗോത്രസംസ്കൃതിയുടെ ഭാഗമായ "സ്വപ്ന സമയം" (Dream Time) കഥകൾ പറച്ചിലൂടെയും പാട്ടുകളിൽക്കൂടിയും അവർ പുനരാഖ്യാനം

ആദിവാസി ഗോത്ര സ്മൃതി ഉണർത്തുന്ന ഒരു ചടങ്ങ്

ചെയ്തുകൊണ്ടിരിക്കുന്നു. ഇത്തരം കഥകൾ അഭൗമ മനുഷ്യാനുഭവ ങ്ങളെയും പ്രകൃത്യാനുഭവങ്ങളെയും നമുക്ക് അനുഭവവേദ്യമാക്കുന്നു.

ആദിമനിവാസികളുടെ ചരിത്രം മാറ്റിമറിച്ചത് രണ്ട് ചരിത്രപരമായ കാരണങ്ങളായിരുന്നു. ജനിച്ച് ജീവിക്കുന്ന മണ്ണിൽനിന്നും ഇവരെ ആട്ടി യോടിക്കുന്നതിന് അധിനിവേശ യജമാനന്മാർ കണ്ടുപിടിച്ച ന്യായം ഇവർക്ക് ഭൂമിയുടെമേൽ അവകാശമില്ലാ എന്നതായിരുന്നു. നായാടിയും ഇരതേടിയും ജീവിച്ച ഇവർ കൃഷി ജീവിതായോധനത്തിന് സ്വീകരിച്ചി രുന്നില്ല എന്നത് ഭാഗിക സത്യം തന്നെ. ഇംഗ്ലീഷുകാർ കോളനിവല്ക്ക രണം നടത്തിയ ലോകത്തിന്റെ മറ്റുഭാഗങ്ങളിൽ ദേശവാസികളുമായി പേരിന് ഒരു കരാറെങ്കിലും ഉണ്ടാക്കിയിരുന്നു. അബോറിജിൻസിന്റെ കാര്യ ത്തിൽ അതുമുണ്ടായില്ല. ഇംഗ്ലീഷുകാർ ആധിപത്യം സ്ഥാപിച്ച രാജ്യ ങ്ങളിലെല്ലാം ഇംഗ്ലീഷ് മാതൃകയിലധിഷ്ഠിതമായ പൗരാവകാശങ്ങൾ ജന ങ്ങൾക്ക് വകവെച്ചു നല്കി എന്ന് മേനിനടിക്കാറുണ്ടെങ്കിലും ആദിമവാ സികൾക്ക് അത് പൊതുവായ അർത്ഥത്തിൽ കിട്ടാക്കനിയായി.

ചെറിയൊരു വിഭാഗം ഇംഗ്ലീഷുകാരും അധികാരികളും അബോറി ജിൻസിനോട് ദയ കാണിച്ചിരുന്നവരാണെങ്കിലും ബഹുഭൂരിപക്ഷത്തിന് മുമ്പിൽ അവർ നിസ്സഹായരോ നിസ്സംഗരോ ആയി മാറിയത് ചരിത്രം. അപരിചിതമായ ഭൂഖണ്ഡത്തിലേക്ക് കുടിയേറ്റം നടത്തിയ, കുടുംബങ്ങ ളില്ലാതെ വന്നവർക്ക്, കാമപൂരണത്തിന് അബോറിജിൻസിന്റെ സ്ത്രീകളെ ലക്ഷ്യമിട്ടവർ കുടിയേറ്റ വ്യാപനത്തിന് ഊർജ്ജം പകർന്നു

വെങ്കിലും ആദിമ നിവാസികളെ സംബന്ധിച്ചിടത്തോളം ചതിയുടെ ചതുപ്പുനിലത്തിൽ പതിച്ച സ്ഥിതിയായി.

അധിനിവേശക്കാരോടുള്ള ആദിമനിവാസികളുടെ ബന്ധങ്ങളും പഠനാർഹമാണ്. ഒരു പ്ലെയിറ്റ് നല്ല ഭക്ഷണത്തിനും മദ്യത്തിനും വേണ്ടി ചിലർ അടിമകളായി. ചരിത്രത്തിന്റെ ഏതോ ദശാസന്ധിയിൽ അവരിലുണ്ടായ മദ്യാസക്തി (Alcoholism) ഇന്നും അവരെ വിട്ടുമാറിയിട്ടില്ലെന്ന് ആധുനിക ചരിത്രകാരന്മാർ പറയുന്നു. മദ്യം നല്കി മയക്കിയെടുത്തത് കൊണ്ടായിരിക്കുമോ ഇതെന്നും പറയാനാകില്ല.

ഇവിടത്തെ ആദിമനിവാസികൾക്ക് ഉണ്ടായ ദുരന്തപൂർണ്ണമായ ചരിത്രം പരിശോധിക്കുമ്പോൾ ഉയർന്നുവരുന്ന വസ്തുത ഇംഗ്ലീഷുകാർ കോളനിവല്കരണം നടത്തിയ രാജ്യങ്ങളിലെല്ലാം തദ്ദേശവാസികളുടെ ഭൂ അവകാശം വകവെച്ചു നല്കിയിരുന്നു എന്നുള്ളതാണ്. അപ്പോൾ ആസ്ത്രേലിയയിൽ മാത്രം മറിച്ചായതെങ്ങനെ? വ്യവസായവിപ്ലവം സമ്പന്നമാക്കിയ ഇംഗ്ലണ്ടിനെ സംബന്ധിച്ചിടത്തോളം ആസ്ത്രേലിയയിൽ നിന്നും ഇറക്കുമതി ചെയ്യുന്ന വൂൾ (Wool) സാമ്പത്തിക സ്ഥിതിയുടെ നെടുംതൂൺ ആയിരുന്നു. കൂടുതൽ വൂൾ ഉണ്ടാക്കാൻ കൂടുതൽ പ്രദേശങ്ങൾ കൈവശപ്പെടുത്തി മൃഗങ്ങളെ വളർത്താൻ രാജ്യത്തെ കുടിയേറ്റക്കാർ മത്സരിച്ചുകൊണ്ടിരുന്നപ്പോൾ ആദിമനിവാസികളെ അവരുടെ കുടിലുകളിൽ നിന്നും ആട്ടിപ്പായിച്ചുകൊണ്ടേയിരുന്നു.

ജനാധിപത്യാവകാശങ്ങൾ പോയേടത്തെല്ലാം പറിച്ച് നട്ടിരുന്നുവെന്ന് അഭിമാനിക്കുന്ന ഇംഗ്ലീഷുകാർക്ക് ഇരുപതാം നൂറ്റാണ്ടിന്റെ തുടക്കത്തിൽ തന്നെ കോമൺ വെൽത്ത് രൂപീകരിച്ച് സ്വതന്ത്രമാകാൻ കഴിഞ്ഞെങ്കിലും ആദിമനിവാസികളോടുള്ള അടിസ്ഥാനസമീപനത്തിൽ എന്തുകൊണ്ട് മാറ്റങ്ങൾ ഉണ്ടായില്ല എന്ന് മനസ്സിലാക്കുന്നതിന് കോമൺ വെൽത്ത് ഓഫ് ആസ്ത്രേലിയയുടെ രാഷ്ട്രീയ ചരിത്രനാൾ വഴികളിലേക്ക് ഒരന്വേഷണം അനിവാര്യമാകുന്നു.

2

ആസ്ത്രേലിയൻ ചരിത്രത്തിലൂടെ

ക്യാപ്റ്റൻ ജെയിംസ് കുക്ക്

ആസ്ത്രേലിയൻ ചരിത്ര ത്തിൽ നിറഞ്ഞു നില്ക്കുന്ന പേരാണ് ക്യാപ്റ്റൻ ജെയിംസ് കുക്ക് എന്ന ഇംഗ്ലീഷ് കടൽ യാത്രക്കാരന്റേത്. ഇന്നത്തെ സിഡ്നി തുറമുഖം സ്ഥിതി ചെയ്യുന്ന സ്ഥലത്തിനടുത്താ ണ് 1770 ൽ ജെയിംസ് കുക്ക് വന്നെ ത്തിയത്. പുതിയ ഒരു സ്ഥലത്ത് എത്തിച്ചേർന്ന ഈ നാവികൻ ഈ സ്ഥലത്തിന് അദ്ദേഹത്തിന്റെ മാതൃരാജ്യത്തിന്റെ പേരിട്ടാണ് വിളിച്ചത്. ഇംഗ്ലണ്ടിലെ ന്യൂ സൗത്ത് വെ യിൽസിന്റെ പേരിൽ അങ്ങനെ ആസ്ത്രേലിയയിൽ ഒരു സ്ഥലനാമമുണ്ടായി.

ഇംഗ്ലീഷുകാരനായ ജെയിംസ് കുക്കിന്റെ ആഗമനം ആസ്ത്രേലി യൻ ഉപഭൂഖണ്ഡത്തിന്റെ തലക്കുറി മാറ്റിത്തീർത്ത സംഭവമായിരുന്നു. ദീർഘകാലം ബ്രിട്ടീഷ് കോളനിയായി മാറ്റുന്നതിനും ബ്രിട്ടീഷ് മാതൃക യിലുള്ള ഭരണ സ്ഥാപനങ്ങളും സംസ്കാരരൂപീകരണവും ആസ്ത്രേ ലിയയിൽ പടുത്തുയർത്തുന്നതിനും ഈ ചരിത്രസംഭവം വഴി വെച്ചു. മാത്രമല്ല ഇംഗ്ലീഷ് രാജ്ഞിയെ സ്വന്തം രാജ്ഞിയായി കണക്കാക്കുന്ന തിനും ഈ സംഭവം വഴിയൊരുക്കി.

ഇന്ന് ഇരുന്നൂറിലധികം രാജ്യങ്ങളിലെ ജനങ്ങൾ ആസ്ത്രേലിയയിൽ പൗരത്വം സ്വീകരിച്ച് താമസിക്കുന്നുണ്ടെങ്കിലും ഇംഗ്ലീഷ് സ്വാധീനം വെള്ളത്തിൽ പാടയെന്ന പോലെ ഉയർന്നു നില്ക്കുന്നതായി കാണാം.

യൂറോപ്യൻ അധിനിവേശത്തിന് മുൻപ് ഏകദേശം നാല്പതിനാ യിരം വർഷങ്ങൾക്കപ്പുറം ആസ്ത്രേലിയൻ ഉപഭൂഖണ്ഡത്തിൽ ജീവിച്ചി രുന്ന പ്രാചീന നിവാസികളെക്കുറിച്ച് ആധുനിക ചരിത്രകാരന്മാർ പഠന ങ്ങൾ നടത്തിയിട്ടുണ്ട്. പ്രാചീന കാലത്തെ പൊതുവായ 250 ഓളം വരുന്ന ഭാഷാവിഭാഗങ്ങളിൽപ്പെടുന്ന ഏതെങ്കിലും ഭാഷ അവർ സംസാരിച്ചി രിക്കും.

ഗോത്രസംസ്കാര സ്മൃതികൾ

അതിപ്രാചീനകാലത്ത് അതായത് ലോകം ഹിമയുഗത്തിലാണ്ടു കിടന്ന കാലത്ത് തന്നെ ആസ്ത്രേലിയയിൽ എത്തിച്ചേർന്ന് പ്രൗഢമായ ഒരു നാഗരികത പടുത്തുയർത്തിയ ഗോത്രവർഗ്ഗങ്ങളെക്കുറിച്ച് ചരിത്ര കാരന്മാർ രേഖപ്പെടുത്തിയിട്ടുണ്ട്. കടലിലെ ജലനിരപ്പ് വളരെ താഴ്ന്ന നിലയിലുള്ളപ്പോൾ തെക്കുകിഴക്കൻ ഏഷ്യൻ പ്രദേശങ്ങളിൽ നിന്നും കടലിൽ ഉയർന്നുവന്ന പാലത്തിന്റെ ആകൃതിയിലുള്ള സ്ഥലങ്ങളിൽ കൂടി കുറെ ആളുകൾ ആസ്ത്രേലിയൻ വൻകരയിൽ കടന്നു കൂടി. പിന്നീട് ഹിമങ്ങൾ ഉരുകിയൊലിച്ചപ്പോൾ കടൽനിരപ്പ് ക്രമാതീതമായി ഉയരു കയും ഈ വൻകര മറ്റുകരകളിൽ നിന്നും പാടെ അകറ്റപ്പെടുകയും ചെയ്തു. ആദ്യകാലത്ത് കടൽക്കരയിൽ ഒതുങ്ങിയ ഇവർ ക്രമേണ വൻക രയുടെ ഉൾഭാഗങ്ങളിലേക്ക് നീങ്ങി. യൂറോപ്യൻ ആഗമനസമയത്ത് ഏക ദേശം അഞ്ഞൂറോളം വ്യത്യസ്ത ഗോത്രവർഗ്ഗങ്ങളായി ഈ പ്രാചീന നിവാസികൾ ചരിത്രത്തിലിടം നേടി.

വളരെയധികം പ്രത്യേകതകളുള്ള ഒരു നാഗരികതയായിരുന്നു ഇവർ രൂപപ്പെടുത്തിയത്. ആസ്ത്രേലിയയുടെ ചില ഭാഗങ്ങളിൽ ഇന്നും നിലനില്ക്കുന്ന ചില സംസ്കാര സവിശേഷതകൾ സംഭാവന ചെയ്തത് ഗോത്രവർഗ്ഗജനതയാണ്. നായാട്ടിനായി അവർ ഉപയോഗിച്ച 'ബുമറാങ്' എന്നറിയപ്പെട്ട ആയുധം, വിശേഷാവസരങ്ങളിൽ നടത്തിവന്ന നൃത്ത ങ്ങളും പാട്ടുകളും പൂർവ്വകാല സ്മരണകളിരമ്പുന്ന കെട്ടുകഥകൾ തുട ങ്ങിയവ ഗോത്രവർഗ്ഗ സംസ്കാരത്തിന്റെ തിരുശേഷിപ്പുകളാണ്.

സമൂഹ ഉത്സവങ്ങൾക്കും മറ്റും ഇന്നും പാട്ടും ഡാൻസും വ്യാപക മായി ഉപയോഗിക്കുന്നവരാണ് ആസ്ത്രേലിയൻ ജനത.

ആസ്ത്രേലിയൻ വൻകരയിൽ ഏകദേശം അമ്പതിനായിരം വർഷ ങ്ങൾക്ക് മുൻപ് കുടിയേറി പാർക്കുകയും അവരുടേതായ സാംസ്കാ രികത്തനിമകൾ നിർമ്മിക്കുകയും ചെയ്ത ഈ ഗോത്രവർഗ്ഗവുമായി നിര ന്തരം ഏറ്റുമുട്ടിയ യൂറോപ്യൻ അധിനിവേശം ദുഃഖകരമായ ഒരു ദുരന്ത ചരിത്രമാണ് അനാവരണം ചെയ്യുന്നത്.

പ്രാചീന നിവാസികൾ ഒരൊറ്റ ഗോത്രത്തിൽ പെട്ടവരായിരുന്നില്ല.

വ്യത്യസ്ത ഗോത്രവിഭാഗത്തിൽ പെട്ട ഇവർ "നേഷൻസ്"(Nations) എന്നറിയപ്പെട്ടു. താമസസ്ഥലം മരപ്പൊത്തുകളോ മരത്തോലുകൊണ്ടുള്ള ടെന്റുകളോ ആയിരുന്നു. ലോകത്തിൽ മറ്റൊരിടത്തും കാണാൻ കഴി യാത്ത സസ്യലതാദികളും ജന്തുക്കളുമായി സഹവർത്തിച്ച് നൂറ്റാണ്ടുക ളോളം അവർ കഴിഞ്ഞു. സ്ഥിരതാമസത്തിന് കുടിലുകൾ നിർമ്മിച്ചില്ലെ ങ്കിലും അലഞ്ഞ് തിരിഞ്ഞ് നായാടികളായി പ്രകൃതിയിൽനിന്നും ഭക്ഷണം ശേഖരിച്ച് അവർ കഴിഞ്ഞു. ഓരോ ഗോത്രവും ഒരു പ്രത്യേക പ്രദേശത്ത് മാത്രം കഴിഞ്ഞു. ഓരോ കാലത്തും കടലിൽനിന്നും കര യിൽനിന്നും ലഭിക്കുന്ന ഭക്ഷ്യവസ്തുക്കൾ ശേഖരിക്കാനായി അവർ യാത്രകൾ നടത്തി.

ഇവരുടെ സാംസ്കാരിക ചരിത്രത്തിന്റെ തിളക്കം നമ്മെ ബോദ്ധ്യ പ്പെടുത്തുന്ന തെളിവ് ഇവരുടെയിടയിൽ 250 നും 300നും ഇടയിൽ പ്രാചീന വ്യത്യസ്ത ഭാഷകളും അറുനൂറിനടുത്ത് വ്യത്യസ്ത ഉപ ഭാഷകളും (Dialects) വിവിധ "നേഷനുകൾ"ക്കായി ഉണ്ടായിരുന്നു എന്ന താണ്. വ്യത്യസ്ത ഗോത്രവിഭാഗങ്ങളെല്ലാം അറിയപ്പെട്ടത് 'നേഷൻസ്' (Nations) എന്ന സംജ്ഞയിലാണ്. ഇവരിൽ പ്രധാനികൾ ടൊറസ് സെത്രയിറ്റ് ദ്വീപ് (Torrus Strait Island) നിവാസികളും ആസ്ത്രേലിയ യിലെ ആദിമനിവാസികളുമാണ്. ആസ്ത്രേലിയൻ വൻകരയിലെയും സമീപദ്വീപുകളിലേയും ആദ്യത്തെ തനതു (Original) നിവാസികൾ ഇവർ തന്നെ.

ചരിത്രകാരന്മാർ വിലയിരുത്തുന്നത് ഈ വിഭാഗം ആഫ്രിക്കയിൽ നിന്നും ഏഷ്യയിലേക്ക് ഏകദേശം 70,000 വർഷങ്ങൾക്ക് മുൻപ് കുടി യേറുകയും പിന്നീട് 50,000 വർഷങ്ങൾക്ക് മുൻപ് ആസ്ത്രേലിയയിൽ എത്തിച്ചേർന്നവരുമാണെന്നാണ്. യൂറോപ്യൻ അധിനിവേശത്തിന് മുൻപ്, സമൃദ്ധമായി വളരുന്ന പുൽപ്രദേശങ്ങൾ മുതൽ മരുഭൂമി വരെ ഇവർ വാസസ്ഥലമാക്കുകയും പരിസ്ഥിതിക്കും ചുറ്റുപാടിനുമനുസൃതമായി ജീവിതം ചിട്ടപ്പെടുത്തുകയും ചെയ്തു. തദ്ഫലമായി ഓരോ വ്യത്യസ്ത നിവാസികളും വ്യത്യസ്തങ്ങളായ പണിയുപകരണങ്ങളും, പണിയായു ധങ്ങളും വികസിപ്പിച്ചെടുക്കുകയുണ്ടായി. ഉദാഹരണമായി കടൽ തീര നിവാസികൾ വലിയ മത്സ്യങ്ങളുടെ എല്ലുകളും മരുഭൂമി നിവാസികൾ കല്ല് ചെത്തിമിനുക്കിയ ആയുധങ്ങളുമുണ്ടാക്കി. ആദിമവാസികളുടേതായി ഇന്നും നിലനില്ക്കുന്ന ഒരായുധം "ബൂമറാങ്" ആണ്. തൊടുത്തുവിട്ട ആളിന്റെ കൈയിൽ തന്നെ വന്നെത്തുന്ന ഈ ആയുധം അവർ വ്യാപക മായി ഉപയോഗിച്ചിരുന്നു. ഹാർഡ് വുഡ് മിസൈൽ എന്ന് വിളിക്കാവുന്ന ഈ ആയുധം ആദിമവാസികളുടെ ശക്തമായ ഒരു വിക്ഷേപായുധം ആയി രുന്നു.

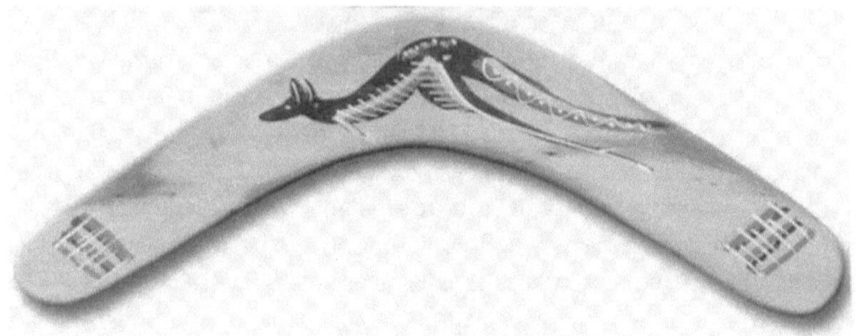

ആദിവാസികൾ കണ്ടുപിടിച്ച പ്രധാന ആയുധം

പ്രയോക്താവിന് തിരിച്ചടിയേല്ക്കുന്ന വാദം എന്ന നിലയിൽ നാം ഇന്ന് ഈ വാക്ക് ആംഗലേയത്തിൽ ഉപയോഗിക്കുന്നു.

യൂറോപ്യൻ അധിനിവേശകാലത്ത് പ്രാചീന നിവാസികൾ ധീരോ ദാത്തമായ ചെറുത്തുനില്പ് നടത്തി. പ്രാചീന നിവാസികളുടെ ആവാ സകേന്ദ്രങ്ങളും നായാട്ട് കേന്ദ്രങ്ങളും നശിപ്പിച്ച് അധിനിവേശക്കാർ അവരെ കൂട്ടത്തോടെ വധിക്കുകയും ഉണ്ടായി. അവരുടെ കുന്തങ്ങളും ബൂമറാങ്ങുകളും യൂറോപ്യന്മാരുടെ തോക്കുകൾക്കു മുമ്പിൽ ഒന്നുമാ യിരുന്നില്ല. മാത്രവുമല്ല, യൂറോപ്യന്മാർ അവരോടൊപ്പം കൊണ്ടുവന്ന രോഗബീജങ്ങളും പ്രതിരോധിക്കാൻ ആദിമവാസികൾക്കായില്ല. എങ്കിലും ഈ പ്രാചീന നിവാസികളുടെ സംസ്കാരരീതികൾ പിന്തുടരുന്ന ഗോത്ര വർഗ്ഗക്കാർ കുറെയൊക്കെ ഇപ്പോഴും ചില പ്രദേശങ്ങളിൽ ജീവിച്ചിരി ക്കുന്നു. തലമുറകളായി പകർന്നു കിട്ടിയ സവിശേഷതകളായ ആചാര നൃത്തങ്ങൾ, പാട്ടുകൾ, സംഗീതം എന്നിവ ഇന്നും താല്പര്യപൂർവ്വം ആച രിച്ചുവരുന്നു.

പ്രാചീനർ വികസിപ്പിച്ചെടുത്ത സിഡ്ജെറിഡൂ (Didgeridoo)എന്ന് വിളിക്കുന്ന സംഗീത ഉപകരണം ഇന്നും ഗോത്രവർഗ്ഗക്കാർ ഉപയോഗിച്ചു വരുന്നു.

പ്രാചീന നിവാസിക ളുടെ ജീവിതത്തിലെ അവിഭാജ്യഘടകങ്ങളാ യിരുന്നു സംഗീതവും നൃത്ത സദസ്സുകളും. കുടുംബങ്ങളിലെ സ്വകാ ര്യ ആഘോഷങ്ങളിലും പ്രായപൂർത്തി കൈവരി ക്കുന്ന അവസരങ്ങളിലെ ചടങ്ങുകളിലും നൃത്തം പ്രധാന ചടങ്ങായി

സിഡ്ജെറിഡു എന്ന സംഗീതോപകരണം

ആഘോഷിച്ചിരുന്നു. അത് തലമുറകൾ വഴി പകർന്നു നല്കുകയും ചെയ്തതായി കാണാം. ഇത്തരം നൃത്തങ്ങളുടെ ഇതിവൃത്തം നിരവധി പ്രേതജന്യകഥകളുടെയും വിശ്വാസങ്ങളുടെയും വിവരണങ്ങളാണ്. ആദി വാസി ജീവിതാരംഭകാലത്തെ അവർ വിശേഷിപ്പിച്ചത് "നിദ്രാവസരം" (Dream time) എന്ന കാലത്തെയാണ്.

ആദിമ നിവാസികൾ സൃഷ്ടിക്കപ്പെട്ടതിനെക്കുറിച്ചുള്ള രസകരമായ വിവരങ്ങളുടെ ഒരു ശേഖരമാണ് അവരുടെ നൃത്ത ഇതിവൃത്തങ്ങൾ. പൂർവ്വികരുടെ ഭൂതാവിഷ്ടവിവരങ്ങളുള്ള ഇത്തരം കഥകളിൽ, പൂർവ്വിക രുടെ ഭൂതാത്മാവ് ഭൂമിയിലേക്കിറങ്ങി മനുഷ്യരൂപം കൈവരിച്ച് ജീവി ക്കുകയും പാറകളും സസ്യ ജന്തുജീവജാലങ്ങളും സൃഷ്ടിക്കുകയും ചെയ്യുന്നു. ഭൂമിവാസികളായ ആളുകളോട് ബന്ധം സ്ഥാപിച്ച് കഴിയുന്നു. ഇത്തരം കഥകൾ ഗോത്രവർഗ്ഗക്കാർക്ക് ദിവ്യമായ കഥാസമാഹാരങ്ങളാ ണ്.

യൂറോപ്യൻ അധിനിവേശത്തിന് മുൻപ് ഇവർ വസ്ത്രങ്ങൾ ഉപ യോഗിച്ചിരുന്നില്ല. തണുപ്പ് കൂടുതലുള്ള പ്രദേശങ്ങളിൽ താമസിച്ചിരുന്ന വർ മൃഗങ്ങളുടെ തോലുകൾ നഗ്നത മറയ്ക്കാനായി ഉപയോഗിച്ചിരുന്നു. മരത്തോലോ മൃഗങ്ങളുടെ രോമങ്ങളോ ധരിച്ച പുരുഷന്മാർ ബെൽറ്റ് പോലെയുള്ള സാധനം ഉപയോഗിച്ചു. ഇലകളോ മൃഗചർമ്മമോ കൊണ്ട് ഏപ്രൺ പോലെയുള്ള വസ്തുക്കൾ നിർമ്മിച്ച് സ്ത്രീകൾ നഗ്നത മറച്ചു.

പ്രാചീന നിവാസികളുടെ ഭക്ഷണശേഖരണ രീതികൾ കൗതുക കരമായിരുന്നു. ഗോത്രത്തിലെ അംഗങ്ങൾക്ക് ഭക്ഷണം ശേഖരിക്കുന്ന തിൽ സ്ത്രീയും പുരുഷനും ഒരുപോലെ അദ്ധ്വാനിച്ചു. സ്ത്രീകളും കുട്ടി കളും ഫലങ്ങൾ, വിത്തുകൾ, കായ്കൾ, കുരുക്കൾ എന്നിവ ശേഖരി ക്കുന്നതിൽ വ്യാപൃതരായപ്പോൾ മറ്റു ചിലർ പാറ്റ, പാമ്പ്, പല്ലി എന്നി വയെ വേട്ടയാടി പിടിച്ചു. കടൽ വിഭവങ്ങളായ ഞണ്ട്, ചെമ്മീൻ, കല്ലുമ്മ ക്കായ എന്നിവ ശേഖരിച്ച് ഭക്ഷിച്ചിരുന്നു. കംഗാരു, എമു, താറാവ്, വലിയ മത്സ്യങ്ങൾ എന്നിവ പുരുഷന്മാർ വേട്ടയാടി. ഭക്ഷണം ഉല്പാദിപ്പിക്കുന്ന തിന് മുൻപുള്ള കാലഘട്ടത്തിലെ ഈ ഭക്ഷണശീലങ്ങൾ അവരുടെ പ്രാചീന ഗോത്രസ്മൃതികളിൽ ഇന്നും പരാമർശിക്കപ്പെടുന്നു. വാസപ്രദേ ശങ്ങളിൽ ചില പ്രത്യേക സ്ഥലങ്ങളെ അവർ "ദിവ്യസ്ഥല"ങ്ങളായി (Sacred Sites) കണക്കാക്കുകയും അവരുടെ പാട്ടുകളിലും നൃത്താഘോ ഷവേളകളിലും പ്രത്യേകം പരാമർശിക്കയും ചെയ്യുന്നു.

ഈ ദിവ്യപരിവേഷം കല്പിച്ച സ്ഥലങ്ങൾ അവർക്ക് തന്നെ പ്രക്ഷോഭഫലമായി ഇന്നത്തെ ആസ്ത്രേലിയൻ ഗവൺമെന്റ് വിട്ടു നല്കിയിട്ടുണ്ടെന്ന് അറിയുമ്പോഴാണ് ഗോത്രവർഗ്ഗക്കാർ ഇതിന് നല്കി യിരുന്ന പ്രാധാന്യം നമുക്ക് മനസ്സിലാവുക. ഇത്തരം ദിവ്യപരിവേഷം നല്കിയ സ്ഥലങ്ങൾ ഗോത്രവർഗ്ഗക്കാരുടെ പിൻഗാമികൾക്ക് തിരിച്ചു നല്കുമ്പോൾ പഴയ ഗോത്രനാമം തന്നെ പുനർനാമകരണം ചെയ്യുന്നതും വർത്തമാനകാലകാഴ്ചയാണ്. ഉദാഹരണമായി "അയർ റോക്ക്" (Ayer rock) എന്ന് ദീർഘകാലമായി അറിയപ്പെട്ടിരുന്ന ചരിത്രസ്മാരകം ഗോത്ര വംശജർക്ക് തന്നെ തിരിച്ചു നല്കിയപ്പോൾ അവർ പൂർവ്വനാമമായ "ഉള്ളുറു" (Ulrru) നല്കി.

വൈവിധ്യമാർന്ന ആസ്ത്രേലിയൻ സംസ്കാരരീതികളിൽ ഇന്നും അവരുടെ പ്രാചീന ഗോത്രവർഗ്ഗസ്മൃതിയുടെ ചില തെളിവുകളോ ഓർമ്മ പ്പെടുത്തലുകളോ കാണാവുന്നതാണ്. നിരവധി ദേശീയ പാർക്കുകളുള്ള ആസ്ത്രേലിയയിൽ ചിലതിൽ ആദിമ നിവാസികളുടേതായ ശിലാചിത്ര ങ്ങൾ, ശിലയിൽ അടയാളപ്പെടുത്തിയ പെയിന്റിങ്ങുകൾ, മൺകൂനകൾ എന്നിവ ഗതകാല ചരിത്ര സ്മാരകങ്ങളായി ഇന്നും ദർശിക്കാവുന്നതാണ്.

ആദിമ നിവാസികളുടെ സമ്പന്നമായ കലാ പാരമ്പര്യത്തെ ചരിത്ര കാരന്മാർ വിശദമായ പഠനങ്ങൾക്ക് വിധേയമാക്കിയിട്ടുണ്ട്. ഇവരുടെ കലാ പാരമ്പര്യത്തിൽ പ്രാമുഖ്യമേറിയത് പെയിന്റിങ്ങാണ്. രാജ്യത്തിന്റെ വിവിധ ഭാഗങ്ങളിൽ പാറകളിൽ കൊത്തിയെടുത്ത ചിത്രങ്ങൾക്ക് ചായ മടിച്ച് അലങ്കരിച്ച ദൃശ്യങ്ങൾ ആയിരമായിരം വർഷങ്ങളെ അതിജീവിച്ച് ഇന്നും നിലനില്ക്കുന്നത് ചരിത്രാത്ഭുതം തന്നെയാണ്. ഈ ചിത്രങ്ങ ളുടെ കാലപ്പഴക്കത്തിന്റെ ദൃഷ്ടാന്തമായി ചൂണ്ടിക്കാണിക്കുന്നത് ചിത്രീ കരിക്കപ്പെട്ട ചില മൃഗങ്ങൾ ഇന്ന് വംശനാശം സംഭവിച്ച വിഭാഗ ത്തിൽപ്പെടുന്നു. അതായത് ഭീമാകാര രൂപത്തിലുള്ള വോംബാറ്റ്സ്, കംഗാ രുകൾ തുടങ്ങിയവ.

പാറകളിൽ കൊത്തിയെടുത്ത രൂപങ്ങൾക്ക് ചായം പൂശി ഭംഗി നല്കുന്ന വിദ്യ നൂറ്റാണ്ടുകൾക്ക് മുൻപ് തന്നെ ആദിവാസികൾ കരഗത മാക്കിയെന്നു വേണം അനുമാനിക്കാൻ. ആസ്ത്രേലിയയുടെ വിവിധ ഭാഗ ങ്ങളിൽ കാണപ്പെടുന്ന കലാരൂപങ്ങളിൽ ഏറ്റവും കാലപ്പഴക്കമുള്ളവ യാണ് പടിഞ്ഞാറൻ ആസ്ത്രേലിയയിലെ പിൽബര പ്രദേശത്തും ഒലാരി എന്ന സ്ഥലത്തും കണ്ടെത്തിയതെന്ന് അനുമാനിക്കുന്നു. ഏകദേശം നാല്പതിനായിരം വർഷങ്ങൾക്കു മുമ്പ് കൊത്തിയെടുത്ത ശിലാശിലക ളിൽ വിവിധ മൃഗങ്ങൾ, തിമിംഗലം, വൻസ്രാവുകൾ, ആമകൾ, കംഗാരു കൾ എന്നിവ ഉൾപ്പെടുന്നു.

ചായംതേച്ച ശിലാശില്പങ്ങൾ പോലെ തന്നെ വിസ്മയമു ണർത്തുന്ന മറ്റൊരു കലാവിഷ്കരണം "ഡോട്ട്" പെയിന്റിങ് എന്നറിയ പ്പെടുന്നു. ശരീരങ്ങളിൽ ചായക്കുത്തുകൾ നല്കുകയോ നൃത്തങ്ങൾക്കു മുമ്പ് ശരീരം മുഴുവൻ ചായമടിക്കുകയോ അവരുടെ രീതിയായിരുന്നു. ആദിവാസികലയുടെ പരമ്പരാഗത രീതി ഡോട്ട് പെയിന്റിങ് ആണെന്ന് പറയാം. ജീവികളുടെ വലിയ രൂപം കുത്തുകൾ കൊണ്ട് നിർമ്മിച്ച് ചായം നല്കുന്ന സമ്പ്രദായം ദീർഘകാലം നിലനിന്നിരുന്നു. ആദിവാസി ജനത വികസിപ്പിച്ചെടുത്ത ഈ കലാരൂപം തുടർന്ന് 1970 കളിൽ വൻ പ്രചാരം നേടുകയും മരത്തൊലികളിൽ ഡോട്ട് പെയിന്റിങ് നടത്തുന്നതിൽ വലിയ ഭ്രമം കലാശേഖരണക്കാർ പ്രകടിപ്പിക്കുകയുമുണ്ടായി. ആദിവാസി ജനത അവരുടെ കെട്ടിയ മേൽക്കൂരയിലും കുടിലുകളുടെ ചുമരുകളിലും ചായ

മടിച്ച് മോടി കൂട്ടിയിരുന്നു.

"വിശുദ്ധസ്ഥലങ്ങളായി" (Sacred Sites) ആദിവാസി ജനത കണ ക്കാക്കിയിരുന്ന ഇടങ്ങൾ പൊതുജനങ്ങൾ സന്ദർശിക്കുന്നതിന് വിലക്കു ണ്ടായിരുന്നു. ആദിവാസി വിഭാഗത്തിൽ ഇന്നും ശേഷിക്കുന്നവർ ഇത്തരം ഇടങ്ങൾ സന്ദർശിക്കുന്നതിന് വലിയ പ്രാമുഖ്യം നല്കിവരുന്നു എന്ന തിൽനിന്നും പഴയകാലത്ത് അവർ നല്കിയ പ്രാധാന്യം ഊഹിക്കാവു ന്നതേയുള്ളൂ.

യൂറോപ്യൻ അധിനിവേശകാലത്ത് തദ്ദേശീയരായ പ്രാചീന ജനത നടത്തിയ ധീരോദാത്തമായ ചെറുത്തുനില്പിന്റെ മൂലാധാരം "വിശുദ്ധ ഇടങ്ങളുടെ" സംരക്ഷണദൗത്യം തന്നെയാണ്. ആദിമ നിവാസികളുടെ ചരിത്രം പരിശോധിക്കുമ്പോൾ ചരിത്രവിദ്യാർത്ഥികളുടെ മുന്നിൽ പ്രത്യ ക്ഷപ്പെടുന്ന രണ്ട് വസ്തുതകൾ "സ്വപ്നസമയം" (Dream time) എന്നതും "വിശുദ്ധഇടം" (Sacred Site) എന്നതുമാണ്. "സ്വപ്നസമയ" മാണ് ഭാവനാപൂർണ്ണമായ ഒരു ചരിത്രം മെനഞ്ഞെടുക്കുന്നതിന് അവരെ പ്രാപ്തരാക്കിയത്. അതുപോലെ "വിശുദ്ധഇടം" എന്ന സാമാന്യ സങ്കല്പം അഥവാ പ്രത്യയഭാവന അവരുടെ സാംസ്കാരം വ്യതിരിക്ത മായി സംരക്ഷിക്കുന്നതിനുള്ള ഊർജ്ജം നല്കിയിരിക്കാം.

ആദിവാസി ജനതയുടെ ഗതകാല സംസ്കൃതിയുടെ ഓർമ്മപ്പെടു ത്തലുകൾ ഇന്നത്തെ ആസ്ത്രേലിയയിലെ സ്ഥലനാമങ്ങളിൽ പോലും ദർശിക്കാം. നിരവധി പ്രാന്തപ്രദേശങ്ങളിൽ അവരുടെ സ്ഥലനാമങ്ങ ളിൽക്കൂടി നിരവധി ചരിത്രം പുനർജ്ജനിപ്പിക്കുന്നുമുണ്ട്. അവർ ഉപയോ ഗിച്ച വാക്കുകളും അധിവസിച്ച സ്ഥലങ്ങൾക്ക് അവരുടെ ഭാഷയിൽ നല്കിയ പേരുകൾ ഇന്നത്തെ പട്ടണങ്ങളും തെരുവുകളും സ്ഥലനാമ മെന്ന കവചത്തോടെ നെഞ്ചിലേറ്റുന്നു.

യാത്രാവേളകളിൽ എന്റെ ശ്രദ്ധയിൽ പെട്ടതും അർത്ഥം മനസ്സിലാ ക്കാൻ ചില പുസ്തകങ്ങളിലെ വിവരണങ്ങൾ വഴി സാധിച്ചതുമായ ചില ഉദാഹരണങ്ങൾ ഇവയാണ്. സ്ഥലനാമങ്ങൾ ഇപ്രകാരം.

1. Wagga Wagga - കാക്കകളുടെ വാസസ്ഥലം
   വിരാഡ്ജൂറി ട്രൈബ് അധിവസിച്ച സ്ഥലം
2. Cronnalla - ഇളം ചുവപ്പ് കടൽ ഷെല്ലുകൾ
   ധരാവൽ ട്രൈബ്സ് അധിവസിച്ച സ്ഥലം.
3. Tullar marine മെൽബണിൽ ജീവിച്ച ആദിമ നിവാസിയായ ഒരു മനുഷ്യന്റെ പേരിൽനിന്നും ഉണ്ടായ സ്ഥലനാമം വുറുൺഡ് ജെറി ട്രൈബ്സ് അധിവസിച്ച സ്ഥലം.

ആസ്ത്രേലിയയിൽ ഇന്നും ഉപയോഗിക്കുന്ന കുറെയധികം വാക്കു കൾ ആദിമനിവാസികൾ പ്രചാരത്തിൽ വരുത്തിയതാണ്. ഉദാഹരണ മായി, ബൂമറാങ് (Boomarang), കംഗാരു (Kangaroo), ഡ്രീം ടൈം, ബുനിപ്, ഗിഡ്ജി, കുരാര, വോംബാറ്റ്, Ulrun, Thukeri, Billa Bong, Kookabarra തുടങ്ങിയവ. ഇതിൽ ബൂമറാങ്, കംഗാരു എന്നീ വാക്കു

കൾ ആഗോളതലത്തിൽ തന്നെ പ്രചാരത്തിലുണ്ട്.

ആദിമനിവാസികളെ "എബോറി" എന്ന ചുരുക്കപ്പേരിൽ (Aborigines ന്റെ ചുരുക്കം) വിളിക്കാം എന്നതാണ് എനിക്ക് തോന്നുന്നത്. ദീർഘമായ ഒരു ചരിത്രം ഇവർക്കുള്ളതുകൊണ്ട് ഇനിയും കുറെ എഴുതുവാനുണ്ട്. വർത്തമാനകാലത്തും ഇംഗ്ലീഷ് ഭാഷ പഠിക്കുന്നതിന് മുമ്പ് ഗോത്ര ഭാഷ ഇവർ കുട്ടികളെ പഠിപ്പിച്ചിരിക്കുന്നുണ്ട്. ദേശീയ ജനസംഖ്യാകണക്കെടുപ്പിൽ (സെൻസസ്) 1967 വരെ അബോറികളെ പെടുത്തിയിരുന്നില്ല എന്ന വസ്തുതയിൽനിന്നും ഭരണകൂടമനഃസ്ഥിതി വ്യക്തമാക്കാമല്ലോ.

കളങ്കിത ചരിത്രം

റിച്ചാർഡ് ബ്രൂം (Richard Broome) എന്ന വിഖ്യാത ആസ്ത്രേലിയൻ ചരിത്രകാരൻ 1982 ൽ രചിച്ച് അഫ്ളേൻ ആൻഡ് അൺവിൻ പബ്ലിഷേഴ്സ്, *ബ്ലാക്ക് റെസ്പോൺസസ് വൈറ്റ് ഡോമിനൻസ്* എന്ന ചരിത്ര ഗ്രന്ഥം പ്രസിദ്ധീകരിക്കുന്നതോടുകൂടിയാണ് ബാഹ്യലോകം ആസ്ത്രേലിയായിലെ ആദിമ നിവാസികളെക്കുറിച്ച് സംഭ്രാന്തജനകമായ വിവരങ്ങൾ ലഭിക്കുന്നത്.

മേലുദ്ധരിച്ച പുസ്തകത്തിന്റെ ആമുഖത്തിൽ ഗ്രന്ഥകാരൻ ഏതാണ്ടൊരു കുറ്റസമ്മതരൂപത്തിൽ പറയുന്നത് ആസ്ത്രേലിയയുടെ എഴുതപ്പെട്ട ചരിത്രത്തിൽ ആദിമവാസികളെക്കുറിച്ച് കൂടുതലൊന്നും എഴുതാത്തതുകൊണ്ട് ആസ്ത്രേലിയയുടെ ഭാഗികമായ ചരിത്രം മാത്രമേ പുറംലോകം അറിയുന്നുള്ളൂ എന്നാണ്. അതായത്, ആസ്ത്രേലിയൻ അനുഭവങ്ങളുടെ പകുതി അനാവൃതമാക്കപ്പെട്ടിട്ടില്ല.

യൂറോപ്യൻ അധിനിവേശത്തെക്കുറിച്ചും തദ്ദേശവാസികളുടെ മേൽ ആൾബലം കൊണ്ടും, വിഭവസമൃദ്ധികൊണ്ടും സർവ്വോപരി തോക്കിന്റെ ശക്തികൊണ്ടും ജയിച്ച കേവലസംഭവമായി മാത്രമേ ചരിത്രം വിലയിരുത്തുകയുണ്ടായുള്ളൂ. ദീർഘമായ അധിനിവേശ സംഘർഷങ്ങളിൽ രണ്ടു വിഭാഗം ജനങ്ങൾക്കും വലിയ മാറ്റങ്ങൾ ഉണ്ടായെങ്കിലും അവയെ കോളനിവല്ക്കരണത്തിന്റെ അനിവാര്യതയുമായി മാത്രം ചിത്രീകരിക്കപ്പെട്ടു എന്ന ന്യൂനതയും ചില ചരിത്രകാരന്മാർ ഉന്നയിക്കുന്നുണ്ട്.

അധിനിവേശ ചരിത്രത്തിന്റെ വിശകലനങ്ങളിൽ അബോറികളെ "കൊച്ചാക്കി കാണിച്ച്" അവരുടെ ചെറുത്തുനില്പിനെ അവകാശധ്വംസനമായി കാണാതെ വികലമാക്കി എന്ന കുറ്റവും ചരിത്രകാരന്മാരിൽ ആരോപിക്കാവുന്നതാണ്. പീഡിതരും ജേതാക്കളും തമ്മിലുള്ള ഇടപെടലുകളുടെ മാത്രം വിവരണമായി ചരിത്രത്തെ പാർശ്വവല്കരിച്ചവർ കണ്ണടച്ചത് നൂറ്റണ്ടുകളായി ആദിമ ജനത രൂപപ്പെടുത്തിയ ഒരു സംസ്കാരവും ഭാഷയും തിരസ്കരിക്കപ്പെടുകയും ആ ജനവിഭാഗം തന്നെ നിർമാർജ്ജനം ചെയ്യപ്പെടുകയും ചെയ്തു എന്ന ചരിത്രദുരന്തത്തെ തന്നെയാണ്.

റിച്ചാർഡ് ബ്രൂമെയെപ്പോലുള്ള ചരിത്രകാരന്മാർ ഇപ്പോൾ ഉദ്ബോധിപ്പിക്കുന്നത്, എല്ലാ ആസ്ത്രേലിയക്കാരും അവരുടെ ചരിത്രം, കോളനി

സുന്ദരമായ ഒരു കലാസൃഷ്ടി - കംഗാരു.

വല്കരണ പ്രക്രിയ നേരിട്ട ഇരുണ്ട കാലചരിത്രം മുതൽ ആധുനിക കാലത്തെ സ്തുത്യർഹമായ വികസിത ജനാധിപത്യത്തിന്റെ വളർച്ചവരെ മനസ്സിലാക്കണമെന്നാണ്. ചരിത്രപരമായ തുടർച്ച ഭൂതകാലം മുതൽ വർത്തമാനകാലം വരെ ഒരു ചരടിൽ കോർത്ത രീതിയിൽ കാണാൻ കഴിയുന്നവർക്ക് മാത്രമേ എല്ലാ ആസ്ത്രേലിയക്കാർക്കും തുല്യനീതിയും സമത്വവും ദർശിക്കാൻ സാധിക്കുവെന്ന് ബ്രൂമെ വിശ്വസിക്കുന്നു.

കഴിഞ്ഞകാല ചെയ്തികളെ വിശ്വാസയോഗ്യമായി വീക്ഷിക്കുന്ന ഒരു ജനതയ്ക്കു മാത്രമേ വംശീയ മേധാവിത്വത്തിന്റെയും കീഴ്പ്പെടു ത്തലുകളുടെയും ദുഷ്കരമായ ചട്ടക്കൂടിൽനിന്നും സ്വയം വിമുക്തരാവൻ കഴിയുകയയുള്ളൂ.

അധിനിവേശത്തിന്റെ ഇരുമ്പു ചക്രത്തിൽ പെട്ട് തുടച്ചുമാറ്റപ്പെട്ട ഒരു വംശത്തിന്റെ ഇന്നത്തെ പിന്മുറക്കാർ അനുഭവിക്കേണ്ടിവന്ന അവമതിപ്പും അവഹേളനങ്ങളും അറിയുന്നവർക്ക് മാത്രമെ മേലുദ്ധരിച്ച പുതിയ ചരിത്ര ബോധത്തിന്റെ നീതിശാസ്ത്രം അനുഭവപ്പെടുകയയുള്ളൂ.

ചരിത്രത്തിൽനിന്നും ദീർഘകാലം മാറ്റി നിർത്തപ്പെട്ട ഒരു ജനവിഭാ ഗത്തിന് ഇന്ന്, നിഷേധിക്കപ്പെട്ട പൗരാവകാശങ്ങളും ഭൂഅവകാശങ്ങളും ജനാധിപത്യഅവകാശങ്ങളും പുനഃസ്ഥാപിച്ചു നല്കുന്നതിനുള്ള ശ്രമ ങ്ങളും തുടങ്ങിയതായി കാണാം. ആധുനികകാലഭരണാധികാരികളും പുരോഗമനാശയങ്ങളുടെ വക്താക്കളായ രാഷ്ട്രീയപാർട്ടികളും ഈ മാറ്റ ത്തിന് തയ്യാറാവുന്നതും ചരിത്രത്തിന്റെ പുനർവായനയിലെ ഊർജ്ജം ഉൾക്കൊണ്ടതിനാൽ എന്ന് നിസ്സംശയം പറയാം. അബോറികളെ പുന

രുദ്ധരിക്കുന്നതിനുള്ള നവീന പദ്ധതികൾ പരിശോധിക്കുന്നതിന് മുമ്പ് അല്പം കൂടി അവരുടെ ചെറുത്തുനില്പിന്റെ കഥകൾ അയവിറക്കാം.

യൂറോപ്യൻ അധിനിവേശത്തിന് ഒരു സാർവത്രികമാനമുണ്ട്. അമേ രിക്കയിലായാലും ആഫ്രിക്കയിലായാലും ഇന്ത്യപോലുള്ള ഏഷ്യൻ രാജ്യ ങ്ങളിലായാലും അധിനിവേശനാടകത്തിന് ഒരു സമാനതയും പൊതു സ്വഭാവവുമുണ്ട്. ആയുധ ബലവും അംഗസംഖ്യയുംകൊണ്ട് കീഴ്പ്പെടു ത്തിയവരെ അധമസ്വരൂപത്തിൽ കണ്ട് ജേതാക്കൾ കാഹളം മുഴക്കി അട്ട ഹസിക്കുക എന്നത് ഒരു സാമാന്യ ക്രിയമാത്രം. സാമനരൂപത്തിലുള്ള മറ്റ് അധിനിവേശങ്ങളിൽനിന്നും ആസ്ത്രേലിയയിലെ അബോറിജിൻസിന്റെ കദനകഥകൾക്ക് ആഴം കൂടുന്നത് സ്വന്തം ഭൂമിയിലുള്ള അവരുടെ അവകാശം യൂറോപ്യൻ യജമാനന്മാർ വകവെച്ചു കൊടുത്തില്ല എന്നതി നാലാണ്. കാർഷികവൃത്തി ചെയ്തു ഉപജീവനം കഴിക്കുന്നവരായിരു ന്നില്ല ആസ്ത്രേലിയയിലെ അധിനിവേശ കാലത്തെ ആദിവാസികൾ.

അതിനാൽ സ്വന്തം വാസസ്ഥലത്തുനിന്നും തുരത്തപ്പെട്ട ഈ ജനത ഓരോ സ്ഥലത്തുനിന്നും പലായനം ചെയ്തുകൊണ്ടയിരുന്നു. 1992 ൽ ഒരു കോടതി വിധിയാൽ കൂടിയാണ് ആദിമനിവാസികൾക്ക് ഭൂമിയിൽ അവകാശം ലഭിക്കുന്നത് എന്നതോർക്കുമ്പോൾ 18-ാം നൂറ്റാണ്ടിലാരം ഭിച്ച യൂറോപ്യൻ അധിനിവേശം മുതൽ ഭൂമിയിൽ ഒരു അവകാശവുമി ല്ലാത്ത പൊങ്ങുതടികളോ അപ്പൂപ്പൻ താടികളോ ആയി ആദിവാസികൾ നടത്തിയ ചെറുത്തുനില്പ് ഒരു ഇതിഹാസമായി മാറുന്നു.

നൂറ്റാണ്ടുകളായി അവമാനവും അവഹേളനങ്ങളും മാത്രം ഏറ്റു വാങ്ങാൻ വിധിക്കപ്പെട്ട അബോറിജിൻസിനോട് ഭരണകൂടവും ചരിത്രവും കാണിച്ചത് മാപ്പ് അർഹിക്കാത്ത കുറ്റമാണെന്ന് ഇന്ന് ചിലരെങ്കിലും വിശ്വ സിക്കുന്നു. 1982 ൽ പ്രസിദ്ധീകരിച്ച റിച്ചാർഡ് ബ്രൂമെയുടെ ഗ്രന്ഥത്തിന് 1994 ലും 2001 ലും ഓരോ പതിപ്പുകൂടി ഇറങ്ങിയ വസ്തുത സൂചിപ്പിക്കുന്നത് കൂടുതൽ ആളുകൾ അബോറിജിൻസിനെക്കുറിച്ച് അറിയാൻ താല്പര്യ മെടുക്കുന്നു എന്നുള്ളതാണ്. ദേശീയ ചരിത്രത്തിൽ അവർക്കും അർഹിക്കുന്ന സ്ഥാനം ഉണ്ടാകണമെന്ന് ചിന്തിക്കുന്നവരുടെ എണ്ണം വർദ്ധിച്ച് വരുന്ന തിന്റെ പ്രതിഫലനം ആധുനിക രാഷ്ട്രീയ സംഭവവികാസങ്ങളിൽ നിഴ ലിക്കുന്നുമുണ്ട്. ഭരണവർഗ്ഗം അബോറിജിൻസുമായി അനുരഞ്ജന പാത യിലേക്ക് പ്രവേശിച്ച് കഴിഞ്ഞ ആധുനിക ചരിത്രം വിവരിക്കുന്നതിന് മുൻപ് അധിനിവേശ കാലഘട്ടങ്ങളിൽ ഇവർ പൊതു സമൂഹത്തിൽ നിന്നും അകന്നു നില്ക്കാനുള്ള സാഹചര്യവും കണക്കിലെടുക്കേണ്ടുണ്ട്.

ലോകത്തിൽ വെച്ച് ആദ്യത്തെ വിജിഗീഷുക്കളായ സമുദ്രയാത്രിക രായിരുന്നു ഈ ആദിമനിവാസികൾ. തെക്ക് കിഴക്കൻ ഏഷ്യയിൽനിന്നും ആസ്ത്രേലിയൻ ഉപഭൂഖണ്ഡത്തിൽ പ്രവേശിച്ച കാര്യം നേരത്തെ സൂചി പ്പിച്ചിട്ടുണ്ട്. ചരിത്രപഠനത്തിന് ആശ്രയിക്കാവുന്ന നവീന സാങ്കേതിക വിദ്യയായ റേഡിയോകാർബൺ ഡേറ്റിങ് വഴി അനുമാനിക്കുന്നത് മുപ്പ തിനായിരം വർഷങ്ങൾക്ക് മുൻപ് ഇവരുടെ പൂർവ്വികർ ന്യൂ സൗത്ത്

വെയിൽസിലെ മങ്കോ (Mango) തടാകതീരത്ത് വാസമുറപ്പിച്ചതായും നാല്പത്തിഅയ്യായിരം വർഷങ്ങൾക്ക് മുൻപ് മെൽബണിന് സമീപത്തെ കെയ്ലോറിലും എത്തിച്ചേർന്നിരുന്നു എന്നതാണ്.

ആദ്യം കടൽക്കരയിൽ വാസമുറപ്പിച്ച ഇവർ ക്രമേണ ഉൾഭാഗങ്ങ ളിലേക്ക് കനാൽ, പുഴകൾ വഴി പ്രയാണം നടത്തി. നായാടികൾ ഭക്ഷണം ശേഖരിക്കുന്നവരുമായി. തുടർന്ന് പ്രാചീനജനത കാലാവസ്ഥമാറ്റങ്ങ ളെയും കടൽ നിരപ്പ് മാറിവന്നതും അഗ്നിപർവ്വതങ്ങൾ ഉരുകിയൊലിച്ച തുമെല്ലാം അതിജീവിച്ച് 1788 ൽ യൂറോപ്യന്മാർ ആസ്ത്രേലിയയിലേക്ക് പ്രവേശിക്കുമ്പോൾ ഇവർ ഏകദേശം 300,000ത്തിനടുത്ത് ഉണ്ടായിരിക്കാ മെന്നാണ് ചരിത്രമതം. അഞ്ഞൂറോളം വ്യത്യസ്ത ഗോത്രങ്ങളിലായി കഴിഞ്ഞ ഇവർക്ക് ചരിത്രവും സംസ്കാരവും വൈവിധ്യം പുലർത്തി. ഈ ഗോത്രങ്ങളുടെ ഭാഷയിലും ഭാഷാഭേദം പ്രകടമായിരുന്നു.

നായാട്ടുകാർക്ക് ആവശ്യമായ സാങ്കേതിക അറിവ് മാത്രമാണിവർ സ്വായത്തമാക്കിയത്. കമ്മഴു, മരംകൊണ്ടുള്ള കുന്തം, മണ്ണിൽ കുഴിക്കാനുള്ള വടി, പാത്രങ്ങൾ എന്നിവയും അത്യാവശ്യം കടൽയാത്രയ്ക്കായി മരം കുഴി ച്ചുണ്ടാക്കുന്ന തോണിയും മത്സ്യബന്ധനവും പരിചിതമായ ജനത യൂറോപ്യൻ അധിനിവേശത്തിൽ പതറിപ്പോയില്ലെങ്കിലല്ലേ അത്ഭുതപ്പെടേണ്ടതുള്ളൂ.

ആദ്യകാല യൂറോപ്യന്മാരെ അത്ഭുതപ്പെടുത്തിയ കാര്യം അബോ ജിനുകൾ എന്തുകൊണ്ട് സ്ഥിരവാസികളോ കൃഷിക്കാരോ ആയില്ല എന്ന താണ്. ലോകത്തിന്റെ മിക്കഭാഗങ്ങളിലുമുണ്ടായിരുന്ന പ്രാചീനർ, നായാ ടികളുടെ അവസ്ഥയിൽനിന്നും ഭക്ഷ്യോല്പാദകരായി മാറിയതായി ചരിത്രം നമ്മെ ഓർമ്മിപ്പിക്കുന്നു. ആസ്ത്രേലിയയിലെ പ്രവചനാതീത മായ കാലാവസ്ഥയാൽ, പരിസ്ഥിതിയിൽ കൂടി സഞ്ചരിച്ച്, ഒരർത്ഥത്തിൽ അതിജീവിച്ച് മുന്നേറിയ ഇവരുടെ സാമ്പത്തിക ജീവിതം പരിസ്ഥിതി യുടെയും കാലാവസ്ഥയുടെയും സൃഷ്ടിയായിരുന്നു.

യൂറോപ്യൻവിത്തുകളും വീട്ടുമൃഗങ്ങളും എത്തുന്നതിന്ന് മുൻപ് അനുയോജ്യമായ സസ്യമൃഗാദികൾ കുറവായിരുന്നു എന്ന വസ്തുതയും നിസ്സാരമല്ല, മാത്രമല്ല വിരുദ്ധകാലാവസ്ഥ സൃഷ്ടിച്ച പ്രതികൂലാവസ്ഥ തരണം ചെയ്യാൻ ഇവർക്ക് കഴിയുമായിരുന്നില്ല. സമീപകാല പഠനങ്ങൾ സൂചിപ്പിക്കുന്നത് ഇവർ അർദ്ധനാടോടികൾ തന്നെ എന്നുള്ളതാണ്. ചില സ്ഥലങ്ങളിൽ വസിച്ചിരുന്നവർ യാം (Yam) എന്ന ധാന്യം കൃഷി ചെയ്യാ നറിയുന്നവരായിരുന്നുവെങ്കിലും അപൂർവ്വമായി മാത്രമേ അവർ അതി ലേർപ്പെട്ടിരുന്നുള്ളൂ. സ്വന്തം തോട്ടങ്ങളുണ്ടാക്കുന്നതിനു പകരം അവർ പ്രകൃതിയുടെ തോട്ടങ്ങളിൽ ചുറ്റിക്കറങ്ങിക്കൊണ്ടിരുന്നു.

കടൽ ജീവികളായ ആമ, മുതല എന്നിവയെ പുരുഷന്മാർ വേട്ട യാടി. സാമർത്ഥ്യവും കഴിവും ആവശ്യമായ ഇത്തരം ജോലികൾ അവർ എപ്പോഴും ചെയ്തിരുന്നുമില്ല. പകരം സ്ത്രീകൾ, വടികൾ ഉപയോഗിച്ച് കാട്ടുകുഴികൾ മാന്തിയോ, കിളച്ചോ ശേഖരിക്കുന്ന വെജിറ്റബിൾ, വിത്തു കൾ, ചെറുമൃഗങ്ങൾ, യാം എന്നിവ ആഹരിച്ച് പുരുഷന്മാർ കാലയാ

പനം ചെയ്തു. സ്ത്രീകളും കുട്ടികളും പുരുഷന്മാരും ഒരുപോലെ അദ്ധ്വാ നിച്ചാണ് ജീവിച്ചത്. സ്ത്രീകളെ അലസരാക്കി പുരുഷന്മാർ മാത്രം അദ്ധ്വാ നിച്ച് ഭക്ഷണം സമ്പാദിക്കുന്ന ഒരു രീതിയായിരുന്നില്ല നിലവിലിരുന്നത്.

വെള്ളക്കാരും കറുത്തവരും നേർക്കുനേർ

ആസ്ത്രേലിയൻ ഉപഭൂഖണ്ഡത്തിന്റെ ചരിത്രം തിരുത്തിയെഴുതിയ ചരിത്രസംഭവം അരങ്ങേറിയത് 1788 ജനുവരി 26 ന് ആയിരുന്നു. നാവി കരും, സൈനികരും ഉദ്യോഗസ്ഥരുമടങ്ങുന്ന 290 പേരും 717 കുറ്റവാളി കളെയും വഹിച്ച് ന്യൂസൗത്ത് വെയിൽസിലെ സിഡ്നി പ്രദേശത്തെ ജാക്സൺ തുറമുഖത്ത് ഒരു ബ്രിട്ടീഷ് കപ്പൽ നങ്കൂരമിട്ടതായിരുന്നു ആ ചരിത്ര സംഭവം.

തോക്കുകളും ആയുധങ്ങളും ഉപയോഗിക്കാനറിയുന്ന ഈ പുതിയ കുടിയേറ്റക്കാരെ ആദ്യമൊക്കെ ആദിവാസി ജനത ഒഴിവാക്കി നടന്നു. യൂറോപ്യന്മാരായ പുതിയ കുടിയേറ്റക്കാരാവട്ടെ ഇവരെ അപരിഷ്കൃത രായ കറുമ്പരായി മാത്രം കണക്കാക്കി.

പതിനെട്ടാം നൂറ്റാണ്ടിന്റെ മദ്ധ്യത്തോടെ ഇംഗ്ലണ്ടിലുണ്ടായ സാമൂഹ്യസാമ്പത്തിക മാറ്റങ്ങൾ ആ രാജ്യത്തിന്റെ ചരിത്രത്തിലും വലിയ ചലനങ്ങൾക്കിടയാക്കി. ലോകചരിത്രത്തിൽ തന്നെ സ്ഥാനം പിടിച്ച സംഭ വമായിരുന്നു ഇംഗ്ലണ്ടിലെ വ്യാവസായിക വിപ്ലവം. യന്ത്രങ്ങളുടെ കണ്ടുപിടിത്തത്തോടെ വൻ വ്യാവസായിക സംരംഭങ്ങൾ ഉയർന്നുവരി കയും ജനജീവിതത്തിൽ മാറ്റങ്ങളുടെ കൊടുങ്കാറ്റഴിച്ച് വിട്ട് ഫാക്ടറി സമ്പ്രദായം ഉടലെടുക്കുകയുമുണ്ടായി.

ഉൾനാടുകളിൽ കൃഷിയും കൈത്തൊഴിലും ചെയ്ത് ജീവിച്ചിരുന്ന ജനത പുതിയ അവസരത്തിലാകൃഷ്ടരായി നഗരങ്ങളിലേക്ക് ഒഴുകി എത്തി. ജനസംഖ്യാ വർദ്ധനവും വ്യവസായ നഗരങ്ങളിലേക്കുള്ള കുടി യേറ്റവും പല പുതിയ പ്രശ്നങ്ങൾക്കും കാരണമായി. ജനസംഖ്യാവർദ്ധ നവും നഗരങ്ങളിലേക്കുള്ള ഒഴുക്കും തൊഴിലില്ലായ്മയ്ക്കും സാമൂഹ്യ അരക്ഷിതാവസ്ഥയ്ക്കും വഴി വെച്ചു.

നഗരങ്ങളിലെ ജീവിതം മിക്കവർക്കും നരകതുല്യമായി. കാരണം ആസൂത്രിതമായി വളർന്ന നഗരങ്ങളല്ലാത്തതുകൊണ്ട് തന്നെ ജീവിത സൗകര്യങ്ങളും ശുചിത്വപൂർണ്ണമായ ഭൗതികസാഹചര്യങ്ങളും നിഷേ ധിക്കപ്പെട്ട ജനത വലിയ മാനസികസംഘർഷങ്ങൾക്ക് അടിപ്പെട്ടു. കുറ്റ കൃത്യങ്ങളും അമിത മദ്യപാനവും വലിയ സാമൂഹ്യ തകർച്ചയ്ക്കിട യാക്കി. കുടുംബന്ധങ്ങൾ ശിഥിലമായി. കുറ്റകൃത്യങ്ങൾ വർദ്ധിച്ചുവന്ന തോടുകൂടി ചെറിയ ദ്വീപ് രാജ്യമായ ഇംഗ്ലണ്ടിൽ ശിക്ഷിക്കപ്പെട്ട കുറ്റവാ ളികളെ പാർപ്പിക്കാൻ ജയിലിൽ സ്ഥലം മതിയാവാതെ വന്നു. ചുരുക്ക ത്തിൽ ശോകാവഹമായ സാമൂഹ്യസാമ്പത്തിക പശ്ചാത്തലമാണ് ഇംഗ്ല ണ്ടിൽ ഇത്തരമൊരവസ്ഥയുണ്ടാക്കിയത്.

ആസ്ത്രേലിയൻ ഉപഭൂഖണ്ഡത്തിൽ ആദ്യകാലങ്ങളിൽ എത്തി

ചേർന്ന ഇംഗ്ലണ്ടിലെ ശിക്ഷിക്കപ്പെട്ട കുറ്റവാളികളെക്കുറിച്ചും റിച്ചാർഡ് ബ്രൂമെ വിശദമാക്കുന്നുണ്ട്. പുതിയ കോളനികളിലേക്ക് കയറ്റി അയയ്ക്കപ്പെട്ട കുറ്റവാളികൾ രണ്ടാംതരം ഇംഗ്ലീഷുകാരായിരുന്നുവത്രേ. അതായത് ഇംഗ്ലണ്ടിലുള്ള ഡീസന്റ് പ്രജകളായിരുന്നില്ല. അവർക്ക് അബോറിജിനുകളുടെ സങ്കീർണ്ണമായ സംസ്കാര രീതികളോ മതപരമായ സങ്കല്പങ്ങളോ മനസ്സിലാകുമായിരുന്നില്ല. അബോറിജിനുകളുടെ സർവ്വനാശത്തിന് ഇടയാക്കിയത് അവരെ യഥാരൂപത്തിൽ മനസ്സിലാക്കാൻ കഴിയാത്ത അപരിഷ്കൃതരായി മാത്രം കണക്കാക്കാൻ മനസ്സുള്ള കുടിയേറ്റക്കാരുടെ മേധാവിത്വബോധം ആയിരുന്നു.

ഇംഗ്ലീഷുകാരായ ചില ആളുകൾ തന്നെ അബോറിജിൻസിന് എതിരായി നടന്ന വംശീയകലാപങ്ങൾക്ക് കാരണക്കാർ ഇവിടെ എത്തിച്ചേർന്ന "കുറ്റവാളികൾ" തന്നെ എന്നഭിപ്രായപ്പെട്ടിരുന്നു.

വ്യാപകമായി കൃഷി ചെയ്യാതിരുന്നതുകൊണ്ട് യൂറോപ്യന്മാർ ദേശവാസികളായ അബോറിജിൻസിന്റെ ഭൂമിയിൽനിന്നും അവരെ ആട്ടിപ്പായിക്കുന്നതിൽ തെറ്റ് കണ്ടില്ല. ഇംഗ്ലീഷുകാർ തന്നെ മറ്റിതര ഭൂഖണ്ഡങ്ങളിലെ കുടിയേറ്റ അവസരങ്ങളിൽ ദേശവാസികളുടെ ഭൂമി സംബന്ധിയായ ഉടമ്പടികൾ ഉണ്ടാക്കിയിരിക്കുന്നത് ചരിത്രത്തിന്റെ ഭാഗം. ഇങ്ങനെയുള്ള ഉടമ്പടി വിശേഷിപ്പിച്ചത് "Terra Nullius" എന്ന പദം കൊണ്ടാണ്.

ഇത്തരത്തിലുള്ള ഒരു ഉടമ്പടി ഉണ്ടാക്കാത്തതുകൊണ്ട് അമ്പോറിജിൻസിനുണ്ടായ നഷ്ടം വിവരണാതീതമാണ്. നൂറ്റാണ്ടുകളായി അവർ വസിച്ചിരുന്ന, പൂർവ്വികരുടെ അന്ത്യനിദ്രയ്ക്കായി നീക്കിവെച്ചിരുന്ന സർവ്വോപരി "Sacred Site" എന്ന് കല്പിച്ച് ഹൃദയത്തിലും മനസ്സിലും ഉന്നതമായ സ്ഥാനം നല്കിയ ഭൂമികളിൽനിന്നും അവർ തന്നെ നിഷ്കരുണം ആട്ടിപ്പായിക്കപ്പെട്ടു.

യൂറോപ്യൻ സെറ്റിൽമെന്റ്സ് വ്യാപിക്കുന്നതോടൊപ്പം അബോറിജിൻസിനെതിരായ ആക്രമണങ്ങളും വർദ്ധിച്ചു വന്നു. നേർക്കുനേർ അവർ ചെറുത്തുനിന്നെങ്കിലും തോക്കുകൾ അവർക്കില്ലാത്തതിനാൽ പരാജയം സുനിശ്ചിതമായിരുന്നു. ഗറില്ല യുദ്ധമുറയാണവർ സ്വീകരിച്ചമാർഗ്ഗം. ഓരോ ഏറ്റുമുട്ടലുകളും പരാജയത്തിന്റെ പുത്തൻ അദ്ധ്യായങ്ങൾ രചിച്ചുകൊണ്ട് അബോറിജിനുകളെ അവരുടെ വാസസ്ഥലങ്ങളിൽനിന്നും കാതങ്ങൾക്കകലേക്ക് ആട്ടിപ്പായിച്ചുകൊണ്ടിരുന്നു.

ഒടുവിൽ അബോറിജിനുകൾക്ക് 1992 ലെ മാബോവിധിന്യായം (Mabo Judgement) ആസ്ത്രേലിയൻ കോടതി പ്രഖ്യാപിച്ചതോടുകൂടി അവരുടെ ഭൂ അവകാശം നിയമപരമായി അംഗീകരിച്ചുകിട്ടി. മാത്രവുമല്ല പ്രസ്തുതവിധിന്യായം അവരെ പൊതുനിയമത്തിന്റെ പരിധിയിൽപ്പെടുത്തുകയും ചെയ്തു.

ലക്ഷ്യം കാണാത്ത അനുരഞ്ജനം

തീപാറുന്ന മത്സരങ്ങൾ ആദിമനിവാസികളുമായി നടത്തിക്കൊണ്ടിരിക്കുമ്പോഴും ഇംഗ്ലീഷ് ഉദ്യോഗസ്ഥന്മാരിൽ ചിലർ മുന്നോട്ടു വെച്ച ആശ

യമായിരുന്നു ഒരനുരഞ്ജനത്തിന്റെ പാലം പണിയുക എന്നത്. ആദ്യ കാലത്ത് ചില പ്രദേശങ്ങളിലെ അബോറിജിനുകൾക്ക് ഇംഗ്ലീഷ് കുടിയേറ്റക്കാർ സൗജന്യമായി കമ്പിളിയും നല്ല ഭക്ഷണവും നല്കി വശത്താക്കാൻ ഒരു ശ്രമം നടത്തി. ഇംഗ്ലീഷുകാരുടെ ഭക്ഷണം എന്താണെന്നറിയുവാനുള്ള കൗതുകം ചിലരെ അവരുടെ അടുത്തെത്തിച്ചു.

അടുത്ത പടിയായി ഇവർക്ക് ആൽക്കഹോളും പുകയിലയും വില്പന നടത്തി. ഇംഗ്ലീഷ് കോളനികളിൽ അക്കാലത്ത് ആരംഭിച്ച വ്യാപകമായ മദ്യനിർമ്മാണത്തിന് മാർക്കറ്റ് ഉണ്ടാക്കുകയായിരുന്നു ഒരു ലക്ഷ്യം. ക്രമേണ മദ്യവും പുകയിലയും വില്ക്കുന്നത് നിർത്തലാക്കി. ഇതും അബോറിജിനുകളെ സംഘർഷത്തിലാക്കി. കാരണം മദ്യത്തിനും പുകയിലയ്ക്കും അടിമകളായവർക്ക് അത് കിട്ടാതിരിക്കുമ്പോഴുള്ള സംഭ്രമാവസ്ഥ പല പ്രശ്നങ്ങളും ഉണ്ടാക്കി.

ഇംഗ്ലീഷ് കുറ്റവാളികളെയും കുടിയേറ്റക്കാരെയും നിയന്ത്രിക്കുന്നതിനുള്ള ഒരു ഭരണസംവിധാനവും അവർ ആവിഷ്കരിച്ചിരുന്നു. ഇംഗ്ലീഷുകാരെ ഗവർണ്ണർമാരായി നിയമിക്കുന്ന പതിവ് ഇവിടെയും ഉണ്ടായി. ചില ഗവർണ്ണർമാരുടെ തലയിൽ നവീന ആശയങ്ങൾ ഉടലെടുക്കുകയും അത് അബോറിജിനുകളുടെ മേൽ അടിച്ചേല്പിക്കാനുള്ള ശ്രമങ്ങളും തുടങ്ങിവെച്ചു. അത്തരത്തിലൊന്നായിരുന്നു 1816 ൽ ഗവർണ്ണർ മക്വാറി (Maequari) പുറപ്പെടുവിച്ച കല്പന. എല്ലാ അബോറിജിനുകളുടെ വീടുകളുടെയോ ടൗണിന്റെയോ രണ്ടു കി.മീ. ചുറ്റളവിൽ ആയുധം കൊണ്ടുനടക്കുന്നത് നിരോധിച്ചുകൊണ്ടുള്ള കല്പനയായിരുന്നു അത്. ആയുധമില്ലെങ്കിലും ആറുപേരിലധികം ഒത്തുകൂടുന്നത് നിരോധിച്ചു. കുടിയേറ്റക്കാർക്ക് വിജിലന്റ് ഗ്രൂപ്പുകളുണ്ടാക്കി സൈന്യസഹായം നല്കി. അബോറിജിനുകളായ പത്തുപേരെ കൊലയാളികളായി പ്രഖ്യാപിച്ച് നാടുകടത്തി. അവരെ കണ്ടാൽ ഉടൻ വെടിവെക്കാനും ഉത്തരവിട്ടു.

കർശനമായ മേൽ നടപടികൾക്കുശേഷം ഗവർണ്ണർ അവരെ സംസ്കൃതചിത്തരാക്കാൻ ഒരു ദ്വിമുഖ പരിപാടി ആവിഷ്കരിക്കുകയുണ്ടായി. മുൻമിഷ്യനറിയായ വില്യം ഷെല്ലിയുടെ ഉപദേശപ്രകാരം ഇവർക്ക് ക്രിസ്തീയ വിദ്യാഭ്യാസം നല്കാനും എന്തെങ്കിലും തൊഴിൽ പരിശീലനം നല്കാൻ ഒരു സ്ഥാപനവും ഉണ്ടാക്കി. ഡോർമിറ്ററി മാതൃകയിൽ മൂന്ന് ആൺകുട്ടികളെയും മൂന്നു പെൺകുട്ടികളെയും ചേർത്തു ഒരു സ്കൂൾ ആരംഭിച്ചു. മൂന്നുകൊല്ലത്തിനുള്ളിൽ കുട്ടികളുടെ എണ്ണം പതിനേഴ് ആയി ഉയർന്നു.

1819 ൽ പതിനാല് വയസ്സ് പ്രായമായ ഒരു അബോറിജിൻ പെൺകുട്ടി ആനിവേഴ്സറി സ്കൂൾ പരീക്ഷയിൽ ഒന്നാം സ്ഥാനം നേടി. ഇരുപത് അബോറിജിൻ കുട്ടികളെയും നൂറ് യുറോപ്യൻ കുട്ടികളെയും പിന്തള്ളിക്കൊണ്ടുള്ള വിജയമായിരുന്നു അത്. എങ്കിലും 1823 ൽ സ്ഥാപനം അടച്ചുപൂട്ടി.

ഗവർണ്ണറുടെ രണ്ടാമത്തെ പരിപാടി അവർക്ക് ഭൂമി നല്കി സ്ഥിര വാസികളാക്കി മാറ്റുവാനുദ്ദേശിച്ചായിരുന്നു. പക്ഷേ, മറ്റ് നടപടികളെ

പ്പോലെ ഇതും വിജയപ്രദമായില്ല.

അബോറിജിനുകളുടെ ചരിത്രപഥത്തിലെ ഒരു വഴിത്താവളമായി കാണാവുന്നത് മിഷ്യനറിപ്രവർത്തനമാണ്. ക്രിസ്തീയമതത്തിലേക്ക് ഇവരെ ആകർഷിക്കുന്നതിനുള്ള ശ്രമങ്ങൾ മിഷ്യനറിമാർ നടത്തിക്കൊ ണ്ടിരുന്നപ്പോൾ അബോറിജിനുകളുടെയിടയിൽ നിന്നും വലിയ എതിർപ്പു കൾ അവർക്ക് നേരിടേണ്ടിവന്നു. എതിർപ്പിന്റെ പ്രത്യക്ഷ കാരണങ്ങളി ലൊന്ന് അവർക്ക് ക്രിസ്ത്യാനികളാവാൻ താല്പര്യമില്ലായിരുന്നു എന്ന താണ്. അബോറിജിനുകളുടെ കുട്ടികളെ തട്ടിക്കൊണ്ടു പോവുക, അവ രുടെ സ്ത്രീകളെ തട്ടിക്കൊണ്ടുപോയി ലൈംഗികവേഴ്ചകളിലേർപ്പെടുക തുടങ്ങിയ പ്രവൃത്തികൾ അബോറിജിനുകളെ രൂക്ഷമായ സംഘർഷ ങ്ങളിലേക്ക് തള്ളിയിടുതായി കാണാം.

അബോറിജിൻസുകളും ചില കുഴപ്പങ്ങൾക്ക് വഴിമരുന്നിട്ടിരുന്നു. ഇംഗ്ലണ്ടിൽനിന്നും കുറ്റവാളികളായി നാടുകടത്തപ്പെട്ട ചിലർ ധാരാളം ആടുകളെ പരിപാലിക്കുന്ന ആട്ടിടയന്മാരായി തീർന്നു. അതിരുകളില്ലാത്ത ക്രൂരത പ്രദർശിപ്പിച്ച ഈ ആട്ടിടയന്മാർ ടാസ്മാനിയ എന്ന പ്രദേശത്ത് ആടുകളെ മോഷ്ടിക്കാൻ ശ്രമിച്ച അബോറിജിനുകളെ ചാട്ടവാറടിച്ച്, മർദ്ദിച്ച് അംഗഭംഗം പോലും വരുത്തിയിരുന്നുവത്രെ. ചില കേസുക ളിൽ പ്രതികളെ ഷണ്ഡന്മാരാക്കുകയും ചെയ്തു. ആടുകളെ ബലമായി അറുത്ത് മോഷ്ടിച്ചുകൊണ്ടുപോവുക എന്ന കൃത്യത്തിൽ അബോറിജി നുകൾ ഏർപ്പെട്ടിരുന്നതാണ് ഇത്തരം സംഭവങ്ങളിലേക്ക് നയിച്ചത്.

മുൻ കുറ്റവാളികളായ പുതിയ യജമാനന്മാർക്ക് തോക്കും മറ്റ് ആയു ധങ്ങളും ഉണ്ടായിട്ടുണ്ട്. കുന്തം മാത്രം ഉപയോഗിച്ചിരുന്ന ദേശവാസി കൾക്ക് പരാജയം ഏറ്റുവാങ്ങുക മാത്രമേ നിവൃത്തിയുള്ളൂ. എങ്കിലും ക്വീൻസ്ലാൻഡ് തുടങ്ങിയ പ്രദേശങ്ങളിൽ അവർ ശക്തമായ പ്രത്യാ ക്രമണം നടത്തി. പക്ഷേ താമസംവിനാ അബോറിജിനുകളെ അവരുടെ "ദിവ്യ ഇടങ്ങളിൽ" നിന്നും പരിപൂർണ്ണമായും തുരത്തി.

ശക്തമായ ആക്രമണങ്ങൾ അംബോറിജിൻസ് നടത്തിയെങ്കിലും വിജയപ്രാപ്തിയിലെത്താതിരിക്കാനുള്ള കാരണങ്ങളിലൊന്ന് അവരെല്ലാവരും യോജിച്ചുകൊണ്ട് നടത്തിയതായിരുന്നില്ല അവ എന്ന താണ്. വിവിധ ഗോത്രങ്ങൾ തമ്മിൽ ഐക്യമോ താല്ക്കാലികമായ യോജിപ്പ് പോലുമോ ഉണ്ടായിരുന്നില്ല.

19-ാം നൂറ്റാണ്ടിൽ തുടർച്ചയായി നടന്നുകൊണ്ടിരുന്ന ആക്രമണ പ്രത്യാക്രമണങ്ങളിൽ നൂറുകണക്കിന് തദ്ദേശീയരായ സ്ത്രീകളും കുട്ടി കളും വൃദ്ധരും ചത്തൊടുങ്ങി. കുറച്ചൊക്കെ വെള്ളക്കാരും ആടുകളും നശിപ്പിക്കപ്പെട്ടു. ദേശവാസികളുടെ എതിർപ്പും ആക്രമണങ്ങളും എങ്ങനെ നേരിടണമെന്ന് ആലോചിച്ച വെള്ളക്കാരായ കുടിയേറ്റക്കാർ ഒടുവിൽ ഒരു പോംവഴി കണ്ടെത്തി. ദേശവാസികളുടെ ഒരു പൊലീസ് സേന രൂപീകരിക്കാൻ (Native Police) തീരുമാനിക്കുകയും അതിൽ ദേശവാസികളായ ചെറുപ്പക്കാരെയും ഉൾപ്പെടുത്തി. മുള്ളിനെ മുള്ള്

കൊണ്ട് എടുക്കാനുള്ള സൂത്രമായിരുന്നു അത്. കുടിയേറ്റക്കാരുടെ ദിനം പ്രതി വർദ്ധിച്ചുകൊണ്ടിരിക്കുന്ന അതിർത്തിയിലെ ദേശവാസികളുടെ എതിർപ്പ് അവസാനിപ്പിക്കുന്നതിനും സേനയുടെ ഭാഗമാക്കി അവരെ പരി ഷ്കൃതരാക്കാമെന്ന ചിന്തയും ഇതിന്റെ പിന്നിലുമുണ്ടായി. സേനയിൽ ചേർന്നവർക്ക് യൂണിഫോം, തോക്ക്, ശമ്പളം എന്നിവയ്ക്കൊപ്പം കുറച്ചുവിദ്യാഭ്യാസവും ലഭിച്ചു. പോർട്ട് ഫിലിപ്പ് കോളനിയിൽ 1842 ലും ന്യൂസൗത്ത് വെയിൽസിൽ 1848 ലും ക്വീൻസ് ലാൻഡ് പ്രദേശത്ത് 1859 ലും "നേറ്റീവ് പൊലീസ് ഫോർസ്" രൂപീകരിച്ചു പ്രവർത്തനമാരംഭിച്ചു.

കുറച്ചുകാലത്തെ ശ്രമഫലമായി ഈ സേനയ്ക്ക് വെള്ളക്കാരോ ടുള്ള കറുത്ത വർഗ്ഗത്തിന്റെ യുദ്ധം (Black War) അവസാനിപ്പിക്കുവാൻ കഴിഞ്ഞു. അബോറിജിൻസ് അടങ്ങിയ സൈന്യം ഓരോ പ്രദേശ ത്തിന്റെയും മുക്കും മൂലയും അരിച്ചുപെറുക്കി ആക്രമണകാരികളെ നിർമ്മാർജ്ജനം ചെയ്തു. അവരെക്കൊണ്ടുതന്നെ അവരുടെ ആൾക്കാരെ ഉന്മൂലനം ചെയ്യുക എന്ന കുടിലതന്ത്രം വിജയിച്ചു. വളരെ കുറച്ചു ദേശ വാസികൾമാത്രമേ സേനയിൽ നിന്നും ഒളിച്ചോടി അവരുടെ ആൾക്കാ രൊടൊപ്പം ചേർന്ന് വെള്ളക്കാരെ എതിർക്കാൻ തയ്യാറായുള്ളൂ.

നേറ്റീവ് പൊലീസ് ഫോർസ് രൂപീകരണം പോലെ മറ്റൊരു തന്ത്രം രൂപപ്പെടുത്തിയത് ദേശവാസികളുടെ വലിയ എതിർപ്പ് നേരിട്ടുകൊണ്ടി രുന്ന ടാസ്മാനിയ പ്രദേശത്തായിരുന്നു. കറുത്ത വർഗ്ഗക്കാരായ ദേശവാ സികളെ പ്രത്യേകമായി വേർതിരിച്ച് ഒരു പ്രത്യേക സ്ഥലത്ത് അവരെ താമസിക്കുവാൻ നിർബ്ബന്ധിക്കുക എന്ന തന്ത്രം കറുത്തവരുടെ ഈ സെറ്റിൽമെന്റിൽ അവരെ ഇംഗ്ലീഷുകാരുടെ രീതികൾ പരിശീലിപ്പിക്കാനും ശ്രമിച്ചു. ഇംഗ്ലീഷുകാരെപ്പോലെ വസ്ത്രം ധരിക്കാനും ഇംഗ്ലീഷ്ഭാഷ സംസാരിക്കാനും അവരെ നിർബ്ബന്ധിച്ചു.

ഇവർക്ക് റേഷനും കമ്പിളിവസ്ത്രങ്ങളും മറ്റും നല്കി സെറ്റിൽ മെന്റിൽ സ്ഥിരവാസികളാകാൻ ഉദ്ദേശിച്ച് നടത്തിയ ശ്രമങ്ങളൊന്നും വിജയം കണ്ടില്ല. നിർബ്ബന്ധിത സെറ്റിൽമെന്റിൽനിന്നും ക്രമേണ ആളു കൾ കൊഴിഞ്ഞുപൊയ്ക്കൊണ്ടിരുന്നു.

കറുത്ത വർഗ്ഗക്കാരായ ദേശവാസികളെ ഇംഗ്ലീഷുകാരെപ്പോലെ രൂപാന്തരപ്പെടുത്തിയെടുക്കാൻ നടത്തിയ ശ്രമങ്ങൾ പരിപൂർണ്ണമായി വിജ യിക്കാതിരിക്കാൻ ചില കാരണങ്ങളുണ്ടായിരുന്നു. ഒന്നാമത്തേത് കൃഷി ക്കാരാകാൻ ദേശവാസികൾക്ക് തീരെ താല്പര്യമുണ്ടായിരുന്നില്ല. രണ്ടാ മതായി പടിഞ്ഞാറൻ രീതിയിലുള്ള വിദ്യാഭ്യാസത്തിലും അവർക്ക് താല്പര്യം ജനിച്ചില്ല. മൂന്നാമതായി ക്രൈസ്തവ മതാനുയായികളാകാനും ദേശവാസികൾക്ക് കഴിഞ്ഞില്ല. സർവ്വോപരി, കറുത്ത വർഗ്ഗക്കാർക്ക് പ്രത്യേക സെറ്റിൽമെന്റ് ഉണ്ടാക്കി അവരെ അവിടെ തളച്ചിടാനുള്ള ശ്രമ ങ്ങൾക്ക് തിരിച്ചടിയായത് ഫണ്ടിന്റെ അപര്യാപ്തതയായിരുന്നു. ആരംഭ ശൂരത്വത്തോടെ ആരംഭിച്ച സെറ്റിൽമെന്റ് പദ്ധതി ആവശ്യമായ ഫണ്ട് ലഭിക്കാത്തതിനാൽ പാതിവഴിയിലായി. അത്യാവശ്യം റേഷനും ഓരോ

ഒരു ആദിവാസി കലാ ചിത്രീകരണം

കമ്പിളി വസ്ത്രവും നല്കി കുറച്ചാളുകളെ കുറച്ചുകാലത്തേക്ക് ഒതുക്കി നിർത്തി എന്നതാണ് സെറ്റിൽമെന്റ് പദ്ധതിയുടെ ബാക്കിപത്രം.

വെള്ളക്കാരായ കുടിയേറ്റക്കാർ എല്ലാവരും ഒരേപോലെ കറുത്ത വർഗ്ഗക്കാരായ ദേശവാസികളെ എതിർക്കുകയും വെറുക്കുകയും ചെയ്തി രുന്നില്ല. രണ്ടു ഭാഗത്തും ചില അപവാദങ്ങൾ ഉണ്ടായിരുന്നു. ചില ഇംഗ്ലീഷുകാർ ആദിമ ജനതയോട് കാരുണ്യം ഉള്ളവരായിരുന്നു. അതു പോലെ ചില ദേശവാസികൾ ഇംഗ്ലീഷുകാരോട് അടുപ്പവും വിശ്വാസ്യ തയും പുലർത്തി. ദേശവാസികളുടെ യുവാക്കളാകട്ടെ രണ്ടുലോകത്തിൽ കഴിഞ്ഞു. ഭൂരിഭാഗംപേരും ന്യൂറോപ്യൻ രീതികൾ അനുകരിക്കുകയും ആൽക്കഹോൾ ഉപഭോക്താകളാവുകയും ചെയ്തു. ദേശവാസികളുടെ ആരോഗ്യം നശിക്കുന്നതിനും അലസത കൂടിവരുന്നതിനും കാരണമായി. ചില എഴുത്തുകാർ ചൂണ്ടിക്കാട്ടുന്നത് മദ്യത്തോടുള്ള അവരുടെ ആസ ക്തിയാണ്. മദ്യം അവരെ നശിപ്പിച്ചു.

3

സാംസ്കാരിക പ്രതിരോധം – ദുരന്ത ചരിത്രത്തിലെ മറ്റൊരദ്ധ്യായം

വെള്ളക്കാരായ കുടിയേറ്റക്കാർ ആസ്ത്രേലിയൻ ഉപഭൂഖ ണ്ഡത്തിൽ പ്രവേശിച്ച് ദശകങ്ങൾ കഴിഞ്ഞപ്പോഴേക്കും വലിയ ഫാമു കളും യന്ത്രനിർമ്മാണശാലകളും പടുത്തുയർത്തി. ഇംഗ്ലണ്ടിൽനിന്നും വന്ന മുൻ കുറ്റവാളികൾക്കൊപ്പം മറ്റ് യൂറോപ്യൻ രാജ്യങ്ങളിൽനിന്നും വന്ന ഭാഗ്യാന്വേഷികളായ ചിലരുമുണ്ടായിരുന്നു. കറുത്ത വർഗ്ഗക്കാരുടെ എതിർപ്പുകളെ പ്രതിരോധിച്ച് മുന്നോട്ടു നീങ്ങിയ വെള്ളക്കാർ ആവശ്യ മായ സാമ്പത്തിക സുരക്ഷയും കൈവരിച്ചു. അവരുടെ ഭക്ഷണരീതി കളും ഗൃഹനിർമ്മാണവും വിനോദോപാധികളും സമ്പന്നർക്ക് ചേരുന്ന രീതിയിലായിരുന്നു. മദ്യനിർമ്മാണശാലകളും അവർക്ക് ആവശ്യമായി രുന്നതിനാൽ സ്ഥാപിക്കപ്പെട്ടിരുന്നു.

വെള്ളക്കാരുടെ കുടിയേറ്റം ഒരു യാഥാർത്ഥ്യമായിത്തീർന്നു എന്നു തോന്നലുണ്ടായപ്പോൾ കറുത്തവർഗ്ഗക്കാരായ ദേശവാസികളിൽ വലി യൊരു ഭാഗത്തിന് യൂറോപ്യൻ ജീവിതരീതികളിലും മറ്റും കൗതുകം ജനിച്ചു. ഈ കൗതുകം അവരെ വെള്ളക്കാരെ ഭയന്ന് അകന്ന് നില്ക്കു ന്നതിനുപകരം അവരുടെ വാസസ്ഥലങ്ങൾക്കരികെ ചെല്ലുന്നതിനും അവ രുടെ ജീവിതം അടുത്ത് നിന്ന് വീക്ഷിക്കുന്നതിനുമുള്ള ഒരുൾപ്രേരണ നല്കി. പ്രത്യേകിച്ചും വെള്ളക്കാരുടെ ഭക്ഷണം എന്താണെന്നറിയാൻ, നായാടികളുടെ ഭക്ഷണവും മറ്റ് ജീവിത സൗകര്യങ്ങളും വെള്ളക്കാരു ടേതുമായി അവർ മനസ്സിൽ താരതമ്യം ചെയ്തിരിക്കും.

വെള്ളക്കാരുടെ ഭക്ഷണത്തിനുപുറമെ ഉത്തേജകവസ്തുക്കളായ പുകയില, ചായ, പഞ്ചസാര എന്നിവയും അവരെ പ്രലോഭിപ്പിച്ചു. നായാ ടികളുടെ ജീവിതം എന്തിന്? എന്ന് ചിലർക്കെങ്കിലും തോന്നിക്കാണണം. വെള്ളക്കാരൊടൊപ്പം ചേർന്നാൽ ബുദ്ധിമുട്ടില്ലാതെ ഭക്ഷണം ലഭിക്കു

മെങ്കിൽ നായാടി ജീവിതം ഉപേക്ഷിക്കാൻ അവർ മാനസികമായി തയ്യാറെടുത്തു. അങ്ങനെ അവരെ പ്രലോഭിപ്പിച്ചുകൊണ്ടിരുന്ന ഉത്തേ ജകവസ്തുകൾക്കായി ഭൂമിയിൽ അവരുടെ കാലുകൾ ഉറപ്പിച്ചു നിർത്തിയ ഭൂമി ഉപേക്ഷിച്ച് അവർ യൂറോപ്യന്മാരുടെ കോട്ടേജുകൾക്കു മുന്നിൽ ഭിക്ഷാംദേഹികളായി എത്തി.

ഈ ദുരന്തനാടകത്തിൽ ആദ്യവേഷക്കാർ കറുത്ത വർഗ്ഗക്കാർ തന്നെ. ഇംഗ്ലീഷുകാരെ അവരുടെ ചാർച്ചക്കാരാ(Kinship)ക്കുന്നതിന് ഉപ യോഗിക്കും എന്ന് ധരിച്ച് അവരുടെ സ്ത്രീകളെ യൂറോപ്യന്മാർക്ക് നല്കി. പരമ്പരാഗത രീതിയിൽ സൗഹൃദം ഉറപ്പിക്കാൻ ചിലർ ഈ മാർഗ്ഗമാണ് സ്വീകരിച്ചിരുന്നത്. തൊഴിൽ സേവനം വേണ്ട യൂറോപ്യന്മാർക്ക് കീഴിൽ അവർ അത് നല്കി. ഈ പുതിയ ബാന്ധവം രണ്ടു തരത്തിൽ പ്രവർത്തിച്ചു. തൊഴിൽ സേവനം നല്കുന്ന കറുത്തവരുടെ ഗ്രൂപ്പിന് മുഴുവൻ ഭക്ഷണം ലഭിക്കും എന്നതിൽ കറുത്തവർഗ്ഗക്കാർ സന്തോഷിച്ചു. വലിയ മുതൽ മുടക്കില്ലാതെ, പുകയില, ചായ, പഞ്ചസാര എന്നിവ കുറേശ്ശെ നല്കി യാൽ കറുത്തവരുടെ തൊഴിൽ സേവനം ലഭിക്കും എന്നതിനാൽ വെള്ള ക്കാരും സന്തോഷിച്ചു.

പരസ്പരം അനുരഞ്ജനത്തിന്റെ ദിശയിൽ നീങ്ങിക്കൊണ്ടിരിക്കു മ്പോൾ മറ്റൊന്നുകൂടി സംഭവിക്കുന്നുണ്ടായിരുന്നു. കറുത്തവർഗ്ഗക്കാരുടെ പേരുകൾ ആചാരപരമായ, ഗോത്രവർഗ്ഗചാർച്ചയുടെ പ്രാധാന്യം സൂചി പ്പിക്കുന്നതായിരുന്നു. കേവലം ഒരു നാമകരണം മാത്രമായിരുന്നില്ല അത്. വെള്ളക്കാരുമായുള്ള പുതിയ ബാന്ധവത്തിന്റെ ഫലമായി യൂറോപ്യ ന്മാരാൽ പേരിട്ടുകിട്ടാൻ അവർ മത്സരിച്ചു. യൂറോപ്യൻ പേരുകൾ ലഭിച്ചു കഴിഞ്ഞാൽ അവരുമായി ഒരു തുല്യതാ ബന്ധം ഉണ്ടാകുമെന്ന് വ്യർത്ഥ മായി അവർ ചിന്തിച്ചിരിക്കണം. കറുത്തവർഗ്ഗക്കാരെ സംബന്ധിച്ചിട ത്തോളം ഇതൊരനുരഞ്ജനത്തിന്റെ പാലം നിർമ്മിക്കലായിരുന്നു.

ഇംഗ്ലീഷുകാരുടെ ജീവിതത്തിലേക്ക് പ്രവേശിക്കുക (Coming in) എന്ന് വിശേഷിപ്പിക്കപ്പെട്ട ഈ ദൃശ്യപ്രവർത്തനങ്ങൾ കുറെ മാറ്റ ങ്ങളുണ്ടാക്കി. ഭക്ഷണത്തിനു വേണ്ടി ഭൂമി നല്കുക എന്നതിലെ ധാർമ്മി കത ചുരുക്കം ചില യൂറോപ്യന്മാരുടെ മനസ്സിലേയുണ്ടായിരുന്നുള്ളൂ.

ചെറുപ്പക്കാരായ കറുത്ത വർഗ്ഗക്കാർ പെട്ടെന്ന് തന്നെ വെള്ളക്കാ രുടെ രീതികൾ അനുകരിച്ചു. വേഷത്തിലും ഭാഷയിലും ഭാവത്തിലും അവർ ഇംഗ്ലീഷുകാരായി. കറുത്തവർഗ്ഗ സ്ത്രീകൾ ഇംഗ്ലീഷുകാരായ പുരു ഷന്മാരോടൊപ്പം തൊഴിലിലും ഏർപ്പെട്ടു.

അന്തിമവിശകലനത്തിൽ ഈ ബാന്ധവം കറുത്തവർഗ്ഗക്കാരുടെ നാശത്തിനു ഹേതുവായി തീർന്നു. രോഗം, മദ്യം, ഗോത്രവർഗ്ഗങ്ങൾക്കി ടയിലെ മത്സരം എന്നിവയിൽ കുറേപേർ നാമാവശേഷരായി. കറുത്ത വർഗ്ഗക്കാരുടെ പരമ്പരാഗത ഭക്ഷണക്രമത്തിൽ, വെജിറ്റബിൾ, പഴങ്ങൾ, മൃഗഇറച്ചി എന്നിവ അടങ്ങിയിരുന്നു. നായാടികളെന്ന നിലയിൽ അഞ്ചോ ആറോ മണിക്കൂർ അദ്ധ്വാനിച്ചാണ് അവർ ഭക്ഷണം ശേഖരിച്ചിരുന്നത്.

ആദിവാസികൾ കലാപ്രകടനത്തിന് ഒരുങ്ങുന്നു

യൂറോപ്യന്മാർ നല്കിയതാകട്ടെ ധാന്യമാവ്, ചായ, പഞ്ചസാര എന്നി വയും വല്ലപ്പോഴും കുറച്ച് ഇറച്ചിക്കഷണങ്ങളും ആയിരുന്നു. യൂറോപ്യൻ ഭക്ഷണത്തിൽ കൗതുകം പൂണ്ട് ഭിക്ഷാംദേഹികളായി എത്തിയ കറുത്ത വർഗ്ഗക്കാരുടെ തദ്ദേശീയ ഭക്ഷണം ഇപ്പോൾ ഇംഗ്ലീഷുകാരിൽ നിന്നും ലഭിച്ചുകൊണ്ടിരിക്കുന്നതിനേക്കാൾ പോഷകമൂല്യം ഉള്ളതായിരുന്നു. വ്യായാമരാഹിത്യവും അവരുടെ ആരോഗ്യത്തെ പ്രതികൂലമായി ബാധിച്ചു.

വെള്ളക്കാരുമായി ചങ്ങാത്തം സ്ഥാപിച്ചവർക്ക് അവരുടെ ഭക്ഷണം ലഭിച്ചിരുന്ന മുൻകാല സ്ഥലങ്ങൾ നഷ്ടപ്പെട്ടിരുന്നു. അതിനാൽ അവ രുടെ ഭക്ഷ്യ സ്വയംപര്യാപ്തതയും നഷ്ടമായി. പുതിയ ജീവിതചുറ്റു പാടിൽ അലസത അവരെ ബാധിച്ചിരുന്നു. മദ്യം, പുകയില എന്നിവ യ്ക്കായി അവരുടെ മനസ്സ് കൊതിച്ചു. മദ്യം പണ്ടും കറുത്തവർഗ്ഗക്കാർ ഉപയോഗിച്ചിരുന്നുവെങ്കിലും ഇളംതലമുറക്കാർ ഇത്രമാത്രം മദ്യത്തിന്ന് അടിമകളായിരുന്നില്ല. പരമ്പരാഗതമായി മദ്യം ഉണ്ടാക്കുന്ന വിദ്യ മുതിർന്ന വർക്ക് മാത്രമേ അറിയുമായിരുന്നുള്ളൂ. പിച്ചരി (Pitcheri) മരത്തിൽ നിന്നും മയക്കംവരുത്തുന്ന ഭാഗം (Narcotics) എടുത്ത് ചാരവുമായി മിക്സ് ചെയ്തു കഴിക്കുകയാണ് പതിവ്. മദ്യം കിട്ടാത്തവർ പുകവലി സാമഗ്രി കൾക്കായി ഇരന്നു നടന്നു.

കാര്യങ്ങൾ ഇങ്ങനെ വഷളായികൊണ്ടിരിക്കെ കറുത്തവർഗ്ഗക്കാരുടെ മദ്യപാനം നിയമംമൂലം നിരോധിക്കാനും ശ്രമമുണ്ടായി. 1838 ൽ ന്യൂസൗത്ത് വെയിൽസിലും 1839 ൽ സരോൺ ആസ്ത്രേലിയയിലും 1843 ൽ വെസ്റ്റേൺ ആസ്ത്രേലിയയിലും കറുത്ത വർഗ്ഗക്കാരുടെ മദ്യ

പാനം നിരോധിച്ചു. എങ്കിലും ലഹരിക്ക് അടിമകളായവർ രഹസ്യമായി മദ്യം സംഘടിപ്പിച്ച് ഉപയോഗിച്ചു. വെള്ളക്കാരുടെ ഉച്ഛിഷ്ടം പോലും ഉപയോഗിക്കാനിവർ തയ്യാറായി.

അമിതമായ മദ്യലപയോഗം കറുത്തവർഗ്ഗക്കാരുടെ അനാരോഗ്യ ത്തിനും മരണത്തിനും ഇടയാക്കി. പോർട്ട് ഫിലിപ്പിലെ "നേറ്റീവ് പൊലി സിൽ" അംഗങ്ങളായ കറുത്തവർഗ്ഗക്കാരുടെ മൂന്നിലൊന്ന് ഇങ്ങനെ മരി ച്ചതായി യൂറോപ്യൻ നിരീക്ഷകർ രേഖപ്പെടുത്തിയിട്ടുണ്ട്.

അവിവാഹിതരായ യൂറോപ്യൻ ഉദ്യോഗസ്ഥർക്കും കുടിയേറ്റ കാർക്കും അവരുടെ കാമപൂരണത്തിനും വീട്ടുജോലിക്കും സ്ത്രീകളെ ആവശ്യമായിരുന്നു. ഇതു മനസ്സിലാക്കി കറുത്തവർഗ്ഗക്കാർ മുതലെടുത്തു. ഭർത്താക്കന്മാർ തന്നെ അവരുടെ സ്ത്രീകളെ യൂറോപ്യന്മാർക്ക് കാഴ്ച വെച്ചു. (റിച്ചാർഡ് ബ്രൂമെ, പേജ് 59) സ്ത്രീകളും ഒട്ടും പിന്നിലായിരു ന്നില്ല. മറിച്ച് പരമ്പരാഗത രീതിയിൽ ചാർച്ച (Kinship) സ്ഥാപിക്കുക മാത്രം. ഭക്ഷണം ലഭിക്കുന്നതിന് അബോറിജിൻസ് ഇതൊരവസരമായി കണ്ടു. കുട്ടികൾക്ക് സംരക്ഷണം, ഭക്ഷണം, വസ്ത്രം തുടങ്ങിയവ ലഭി ക്കുമെന്ന് കരുതി ധാരാളം സ്ത്രീകളും വെള്ളക്കാരുമായി ബന്ധപ്പെടു ന്നതിന് തുനിഞ്ഞിറങ്ങി.

കുറച്ചു യൂറോപ്യന്മാർ മാത്രം ഇത്തരം ബന്ധങ്ങൾ സ്ഥിരമായും തൃപ്തികരമായും കണക്കാക്കി സന്തതികൾക്ക് സംരക്ഷണം നല്കി. നിയമദൃഷ്ടിയിൽ അന്യവംശബാന്ധവങ്ങൾ "ഡിഫാക്ടോ" ആയി മാത്രം ഗണിക്കപ്പെട്ടു. കറുത്തവർഗ്ഗക്കാരുടെ ആഗ്രഹങ്ങൾക്കോ കണക്കു കൂട്ട ലുകൾക്കോ അനുസരിച്ചല്ല കാര്യങ്ങൾ നടന്നത്. യൂറോപ്യന്മാരിൽ നിന്നും അവരുടെ സ്ത്രീകൾക്ക് സംരക്ഷണവും അവർക്ക് പണവും വേണമെന്നാഗ്രഹിച്ചവർക്ക് നിരാശയായിരുന്നു ഫലം. ഇത് വലിയ സംഘർഷങ്ങൾക്കും ഇടയാക്കി. മുറെ വംശജരായ കറുത്ത വർഗ്ഗക്കാർ യൂറോപ്യന്മാരെ വെറും "കാമവെറിയന്മാരായി" ചിത്രീകരിച്ചു. അനുഭവ ത്തിന്റെ വെളിച്ചത്തിലായിരുന്നു ഈ നിഗമനം.

യൂറോപ്യന്മാർ കൈയടക്കിയ പ്രദേശങ്ങളുടെ അതിർത്തികളിൽ ഭൂരി പക്ഷം വെള്ളക്കാരും കറുത്തവർഗ്ഗ സ്ത്രീകളെ ബലാൽക്കാരം ചെയ്തു തടവുകാരാക്കി. ഇവർ രക്ഷപ്പെടാതിരിക്കാൻ ചങ്ങലയ്ക്കിടുകയായിരുന്നു പതിവ്.

ഗവർണ്ണർ ബൂർക്കിന് (Bourke) ലഭിച്ച ഇത്തരം റിപ്പോർട്ടുകൾ അദ്ദേ ഹത്തെ അസ്വസ്ഥനാക്കുകയും 1837 ൽ കറുത്തവർഗ്ഗ സ്ത്രീകളെ വെള്ള ക്കാർ തടവിലിടുന്നത് നിയമപ്രകാരം നിരോധിക്കുകയുണ്ടായി. ചിലരാ കട്ടെ ഇത്തരം സ്ത്രീകളെ വില കൊടുത്തു വാങ്ങുകയും മർദ്ദിച്ചൊതുക്കി കൂടെ നിർത്തി ഒടുവിൽ ഗുഹ്യരോഗങ്ങൾ ബാധിച്ചുവെന്ന് മനസ്സിലാക്കി യാൽ ഉപേക്ഷിക്കുകയും ചെയ്തു. (പേജ് 60 മേൽച്ചൊന്ന പുസ്തകം) ചില യൂറോപ്യന്മാർക്ക് ഉണ്ടായിരുന്ന തെറ്റായ വിശ്വാസവും വലിയ കുഴ പ്പങ്ങളുണ്ടാക്കി. ഗുഹ്യരോഗ ബാധിതരായ ചിലർ വിശ്വസിച്ചത് കറുത്ത

വർഗ്ഗ സ്ത്രീകളുമായി വേഴ്ച നടത്തിയാൽ അവരുടെ രോഗം ഭേദമാകും എന്നത്രേ. ഇതിന്റെ അടിസ്ഥാനത്തിൽ കറുത്തവേർഗ്ഗ സ്ത്രീകളെ തേടി പ്പിടിച്ച് വേഴ്ച നടത്തുകയും ഒടുവിൽ രോഗം അവർക്ക് കൂടി സമ്മാനി ക്കുന്ന പതിവും അരങ്ങേറി. വംശീയ വെറിയന്മാരും പുരുഷാധിപത്യ പ്രേമികളുമായ യൂറോപ്യന്മാരിൽനിന്നും കറുത്തവർഗ്ഗ സ്ത്രീകൾക്ക് വലിയ കഷ്ടപ്പാടുകൾ നേരിടേണ്ടിവന്നു.

ആദ്യകാലത്ത് കറുത്ത വർഗ്ഗക്കാരെ സന്തോഷിപ്പിച്ച് കൂടെ നിർത്താൻ വെള്ളക്കാർ ഉത്സാഹം കാണിച്ചിരുന്നുവെങ്കിലും അവരെ ജോലിചെയ്യാൻ നിർബ്ബന്ധിച്ചിരുന്നു. റേഷൻ ലഭിക്കുമെന്ന് കരുതി വെള്ള ക്കാരുടെ കൂടെക്കൂടിയ കറുത്തവർഗ്ഗക്കാരിൽ മിക്കവരും ജോലിയിൽ താല്പര്യം കാണിച്ചില്ല. അവരുടെ പൊതുകാഴ്ചപ്പാട് വിശക്കുമ്പോൾ മാത്രം ഭക്ഷണം ശേഖരിക്കുക എന്നതായിരുന്നുവല്ലോ? കാഷ്ടൽ തൊഴി ലാളികളിൽ മിക്കവരും നന്നായി ജോലി ചെയ്തു. ആടുകളെ മേയ്ക്കുക, അതിന്റെ രോമം മുറിച്ചെടുക്കുക, കെട്ടിടാവശ്യത്തിന് മരം മുറിച്ച് നല്കുക തുടങ്ങിയ ജോലികൾ ബാംഗിരാംഗ് ട്രൈബിൽ പെട്ടവർ നന്നായി ചെയ്തു.

1850 കളിൽ സ്വർണ്ണഖനികൾ പ്രവർത്തനമാരംഭിച്ചതോടെ സ്വർണ്ണ ഖനിയുടെ സമീപത്തേക്ക് ഒരു ജനപ്രവാഹം തന്നെയുണ്ടായി. എല്ലാ വരും അങ്ങോട്ടേക്ക് ഒഴുകിയപ്പോൾ നാട്ടിൽ കാഷ്ടൽ ജോലിക്കാരുടെ അഭാവം അനുഭവപ്പെട്ടു. തദവസരത്തിൽ സ്റ്റോക്ക് വർക്കേർസ് ആയി കറുത്തവർഗ്ഗക്കാർ മൃഗപരിപാലന പ്രവൃത്തികളിൽ ഏർപ്പെട്ടു. ഈ മേഖ ലയിൽ ഇവർ നന്നായി ജോലി ചെയ്തു. വെള്ളം കോരൽ, മെസ്സ ഞ്ചർമാർ, ബോട്ട്മാൻ, മത്സ്യബന്ധനം, തിമിംഗല വേട്ട സഹായികൾ എന്നീ നിലകളിൽ ഇവർ വെള്ളക്കാരെ സേവിച്ചു. വെള്ളക്കാരുമായി സഹ വർത്തിച്ച് പ്രവർത്തിക്കാൻ തുടങ്ങിയതിനുശേഷം കറുത്തവർഗ്ഗ തൊഴി ലാളികൾക്കിടയിൽ രോഗങ്ങളുടെ പെരുമഴക്കാലമായി. ഇതിൽപെട്ട് നിര വധിപേർ മരിക്കാനിടയായി. വസൂരിരോഗം പിടിപെട്ട് 1789 ൽ സിഡ്നി ക്കടുത്ത് ഗാമ തരൈഗൾ ട്രൈബിലെ പകുതി പേരും ഒടുങ്ങി. ഇൻഫ്ളൂ വൻസ, മീസിൽസ് എന്നീ രോഗങ്ങൾക്കടിപ്പെട്ടു നിരവധിപേർ മരിച്ചു. മറ്റൊരു പ്രധാനവില്ലൻ ഗുഹ്യരോഗങ്ങളായിരുന്നു. കുറെപേർ മരിക്കു കയും ഗുഹ്യരോഗബാധിതരായ ഒട്ടനവധി പേർക്ക് വന്ധ്യത ഉണ്ടാവു കയും ചെയ്തു. പക്ഷേ, അന്ധവിശ്വാസികളായ കറുത്തവർഗ്ഗക്കാർ രോഗ ബാധയെ ശത്രുക്കളുടെ ആഭിചാരം കൊണ്ടാണെന്ന് വിശ്വസിച്ചു. യാര, (Yarra) വെസ്റ്റേൺ പോർട്ട് എന്നിവിടങ്ങളിലെ നിവാസികൾ വിശ്വസി ച്ചത് മിൻഡി (Mindi) എന്നവർ വിളിക്കുന്ന വലിയ പാമ്പ് രോഗം വിതച്ചു എന്നാണ്.

കറുത്തവർഗ്ഗക്കാരായ ആദിമനിവാസികൾക്കിടയിൽ നിരവധി ഗോത്ര ങ്ങൾ ഉണ്ടായിരുന്നുവെന്ന് പറഞ്ഞുവല്ലോ. ഗോത്രങ്ങൾ തമ്മിലുള്ള സംഘട്ടനങ്ങൾ ഇവരുടെ ചരിത്രത്തിന്റെ ഒരു ഭാഗമാണ്. രോഗങ്ങളും

വെള്ളക്കാരായ കുടിയേറ്റക്കാരുടെ ആക്രമണങ്ങളും മാത്രമല്ല ഇവരുടെ അംഗസംഖ്യയിൽ കുറവുണ്ടാക്കിയത്. ഗോത്രവിദ്വേഷങ്ങൾക്ക് അടിസ്ഥാനമില്ലാത്ത കാരണങ്ങളാണുണ്ടായിരുന്നത്.

വോൺ യരാഗര (Wornyara gera) എന്ന ഗോത്രം മറ്റൊരു ഗോത്രമായ ലെയ്ക് ബോളോക് പീപ്പിൾ (Lake Boloke people) എന്നവരെ വിദേശികളായി കണ്ട് വെറുത്തിരുന്നു. കറുത്തവർഗ്ഗക്കാരിൽ ഇടയ്ക്കിടെയുണ്ടാകുന്ന മരണം മറ്റേ ഗോത്രത്തിന്റെ ആഭിചാരക്രിയയുടെ ഫലമാണെന്ന് കണ്ട് അവരെ വധിക്കണമെന്ന് എതിർഗോത്രക്കാർ വിശ്വസിച്ചു.

"A life for a life" (ഒരു ജീവന് പകരം മറ്റൊരു ജീവൻ) എന്നതായിരുന്നു ഗോത്രപകയുടെ മുദ്രാവാക്യം. ഒരു ഗോത്രത്തിന്റെ വാസപരിധിയിൽ മറ്റൊരു ഗോത്രവാസികൾ കടന്നുവന്നാൽ അവരെ കൊല്ലുക തന്നെ ചെയ്യുമായിരുന്നു. ഓരോ ഗോത്രത്തിനും അവരുടെ വാസപരിധി (Territory) എന്ന സങ്കല്പം ഉണ്ടായിരുന്നു. പരമ്പരാഗത ട്രൈബൽ അതിർത്തിക്ക് മാറ്റങ്ങൾ സംഭവിച്ചത് യൂറോപ്യന്മാർ ഭൂമി പിടിച്ചടക്കിയതോടെയായിരുന്നു. ഇത് ഗോത്രങ്ങൾ തമ്മിൽ നിരന്തര സംഘട്ടനങ്ങൾക്ക് വഴി തെളിച്ചു. വെള്ളക്കാരുടെ ആക്രമണത്തിൽ മരിച്ചാലും അവർ വിശ്വസിച്ചത് വിരുദ്ധ ഗോത്രക്കാരുടെ ആഭിചാരം മൂലമെന്നാണ്.

ഗോത്രസംഘട്ടനങ്ങൾക്കും നിഷ്ഠൂരമായ കൊലപാതകങ്ങൾക്കും ആക്കംകൂട്ടിയ പശ്ചാത്തലം മുൻപെ പോലെ ഗോത്രമുഖ്യന്മാരുടെ കല്പനകൾക്കും അധീശത്വത്തിനും വില കല്പിക്കാതിരുന്നതാണ്. യൂറോപ്യൻ അധിനിവേശവും തുടർന്നുണ്ടായ സംഭവപരമ്പരകളും ഗോത്ര തലവന്മാരുടെ അധീശത്വത്തെ നിഷ്പ്രഭമാക്കി. ഈ അവസ്ഥ അവിരാമമായ ഗോത്രസംഘട്ടനങ്ങൾക്കും കൊലയ്ക്കും ഇടയാക്കി. നൂറു കണക്കിനാളുകൾ ഇങ്ങനെ ശത്രുതയുടെ ബലിയാടുകളായി. ചില ചരിത്രകാരന്മാർ രേഖപ്പെടുത്തിയതുപോലെ, വെസ്റ്റേൺ പോർട്ടും ഗിപ്സ് ലാൻഡ് ഗ്രൂപ്പും ജജേറോങ്ങും ഗൗൾബേണും അവോകളും മുറെ ഗോത്രവും തമ്മിൽ നിരന്തരം ഏറ്റുമുട്ടലുകളും കൊലപാതകങ്ങളും നടന്നു. വിക്ടോറിയ സംസ്ഥാനത്തിൽ മാത്രം അഞ്ഞൂറിലധികം പേർക്ക് ജീവഹാനി നേരിട്ടു. ഇതിന്റെയൊക്കെ ഫലമായി ചില ഗോത്രങ്ങൾ വംശനാശത്തിന്റെ വക്കിലെത്തി.

പ്രാചീന നിവാസികളായ ഗോത്രവംശജരുടെ അംഗസംഖ്യ കുറഞ്ഞു വരുന്നതിന് മറ്റൊരു കാരണം കൂടിയുണ്ടായിരുന്നു. അവരുടെ മരണനിരക്ക് എൺപതു ശതമാനത്തിൽ കുറച്ചധികവും ജനനനിരക്ക് വളരെ കുറവുമായിരുന്നു. സ്ത്രീകളും പുരുഷന്മാരും ഒരേപോലെ ഉത്സാഹരഹിതരും മോഹഭംഗം ബാധിച്ചവരുമായി. നായാടിയും മറ്റുമായി സ്വന്തം ഭക്ഷണം അദ്ധ്വാനിച്ചുണ്ടാക്കിയ കാലത്ത് അവർ സന്തുഷ്ടരും പ്രൗഢമായ നിലപാടിൽ ജീവിതം കണ്ടവരുമായിരുന്നു. പാവനമായ വംശീയാചാരങ്ങളുടെ സൂക്ഷിപ്പുകാരെന്ന നിലയിൽ കൃതഹസ്തരായ അവർ

വെള്ളക്കാരുടെ വസതിക്കുമുന്നിൽ ഭിക്ഷാടനത്തിനായി നില്ക്കുന്ന അവ സ്ഥയുണ്ടായി.

ഒരു കാലത്ത് കന്മഴു മാത്രം ഉപയോഗിക്കാനറിയുന്നവർ ഉരുക്ക് കൊണ്ടുള്ള മഴുവും ഉപയോഗിച്ചു. യൂറോപ്യൻ സമ്പ്രദായങ്ങളെല്ലാം വശ ത്താക്കിയിട്ടും വെള്ളക്കാരുടെ വർഗ്ഗം അവരെ നികൃഷ്ടരായി മാത്രം കണക്കാക്കി. കുറെക്കാലം യൂറോപ്യന്മാരെ സേവിച്ചതിനുശേഷം തിരിച്ച് പഴയരീതിയിലേക്ക് പോയവരുമുണ്ട്. വനാന്തരങ്ങളിൽ ആടുമാടുകളെ മേയ്ക്കുന്നതിൽ യൂറോപ്യന്മാരേക്കാൾ കഴിവുള്ളവരാണെന്ന് ചിലരെങ്കിലും മേനിനടിച്ചു.

ആസ്ത്രേലിയൻ ഉപഭൂഖണ്ഡത്തിൽ പലപ്പോഴായി കുടിയേറിയ വെളുത്ത വർഗ്ഗക്കാരുടെ അധിനിവേശത്തിന്റെ ആകത്തുക എന്നു പറ യാവുന്നത് അബോറിജിൻസിന്റെ നൂറ്റാണ്ടുകളായി ഉരുത്തിരിഞ്ഞു വന്ന സംസ്കാരത്തിന്റെ നശീകരണമോ നിഷേധമോ ആയിരുന്നു. ദേശവാസി കളുടെ നായാടി ജീവിതവും തദനുസൃതമായ സാമ്പത്തികവും ഗോത്ര വർഗ്ഗ നിയമാവലികളുടെ അധീശത്വത്തിൻ കീഴിലുള്ള ജീവിതവും എങ്ങോ പോയ്മറയുകയും ചെയ്തു. ഭൂമിയുമായുള്ള അനിർവ്വചനീയ മായ അവരുടെ പൊക്കിൾക്കൊടി ബന്ധം ഒരുപാട് കിനാവ് മാത്രമായി ചുരുങ്ങി. ആഭിചാരക്രിയകളിലുള്ള വിശ്വാസം, രക്തബന്ധത്തിന്റെ ചാർച്ച എന്നിവ അവരെ വിട്ടുപിരിഞ്ഞിരുന്നില്ല.

വെള്ളക്കാരുടെ കുടിയേറ്റം നൂറ്റാണ്ടുകൾ തികച്ചപ്പോൾ അബോറി ജിനുകളുടെ ആദിമസംസ്കാരം ഒരു മിശ്രിത സംസ്കാരമായി. യാതൊരു പ്രതീക്ഷയ്ക്കും വകയില്ലാത്ത അവശിഷ്ടരൂപത്തിലുള്ള മനുഷ്യക്കോ ലങ്ങളായി അവർ അധിവസിക്കുന്നു. മത്സ്യബന്ധനം, നായാട്ട് എന്നിവ യോടൊപ്പം ഗവൺമെന്റ് റേഷനും അവർക്കിടയിലെ താല്ക്കാലിക തൊഴിലാളികൾ കൊണ്ടുവരുന്ന ഭക്ഷണവും ഇന്നവരെ നിലനിർത്തുന്നു. മദ്യപാനാസക്തി പഴയപോലെ അവരോടൊപ്പമുണ്ട്.

കറുത്തവർക്ക് പ്രവർത്തന വിലക്ക്

അബോറിജിനുകളുടെ പൊതുസ്വഭാവം അലസതയുടേതാണെന്ന് പറഞ്ഞുവല്ലോ. എങ്കിലും ചില ഗോത്രവിഭാഗക്കാർ ചില പ്രദേശങ്ങളിൽ ചില പ്രവൃത്തികളിൽ അവരുടെ മിടുക്ക് കാട്ടി. വെള്ളക്കാരുടെ പൊതു വായുള്ള നീരസത്തിന്റെ ഫലമായി ഇവർ മുൻകൈയെടുത്ത് നടത്തിയ ചില പ്രവൃത്തികളുടെ മേന്മ അംഗീകാരം കിട്ടാതെ പോയതായും കാണാം.

ഇവർ പ്രാഗത്ഭ്യം തെളിയിച്ച ഒരു രംഗം സ്പോർട്സിന്റേതാണ്. യൂറോപ്യന്മാരുടെ സാമാർത്ഥ്യം ഇവരും ക്രിക്കറ്റ് കളിയിൽ പ്രകടിപ്പി ക്കുകയുണ്ടായി. 1860 കളിലാണ് ക്രിക്കറ്റ് കളി തുടങ്ങിയത്. അന്തർസംസ്ഥാന മത്സരങ്ങളിലും ഒടുവിൽ 1868 ൽ ഇംഗ്ലണ്ടിലേക്കയച്ച ക്രിക്കറ്റ് ടീമിൽ അബോറിജിനുകളും ഉൾപ്പെട്ടിരുന്നു. പത്ത് മാച്ച് നിശ്ചയിച്ചി

രുന്ന ഈ മത്സരത്തിൽ ഇംഗ്ലണ്ടിൽ വെച്ച് 47 മാച്ച് വരെ കളിച്ചാണവർ മടങ്ങിയത്.

ഇംഗ്ലീഷുകാരുടെ കൃഷിയും സ്ഥിരവാസവും പരിശീലിച്ചുനോക്കാൻ പത്തൊമ്പതാം നൂറ്റാണ്ടിൽ ഇവർ ശ്രമിച്ചു. സ്വന്തമായി സ്ഥലമില്ലാത്തതിനാൽ 1859 ൽ പ്രൊട്ടക്റ്റർ തോമസ് എന്ന ഉദ്യോഗസ്ഥന് ഇവർ നല്കിയ നിവേദനത്തിൽ അവർക്ക് കൃഷി ചെയ്തു താമസിക്കുവാൻ സ്ഥലം ആവശ്യപ്പെട്ടു. എക്കിറോൺ നദീതീരത്ത് 1820 ഹെക്ടർ ഭൂമി ഇതിനായി അനുവദിച്ചു. "ദൈവിക ഇട" മായി അവർ വിശുദ്ധി കല്പിച്ച സ്ഥലം തന്നെയായിരുന്നു ഇത്. എൺപതോളം പേർ ചേർന്ന് കാട് വെട്ടിത്തെളിച്ച് കൃഷി ആരംഭിച്ചു. പക്ഷേ, കൃഷിപ്പണിക്കുപയോഗിക്കാൻ വേണ്ടത്ര പണം ഇല്ലാത്തതിനാൽ ഈ സംരംഭത്തിന് മങ്ങലേറ്റു. മാത്രവുമല്ല കൃഷിക്കുപയുക്തമാക്കിയ ഭൂമിയിൽ വെള്ളക്കാർക്ക് താല്പര്യവും ജനിച്ചു. 'വെള്ളക്കാരുടെ സമ്മർദ്ദ' ഫലമായി ഇവർക്ക് അനുവദിച്ച കൃഷിസ്ഥലം 1860 ൽ എട്ട് കി മീ അകലെ മോഹികാൻ (Mohican) സ്റ്റേഷനിലേക്ക് മാറ്റി നല്കി. ഇവർ കാട് വെട്ടി തെളിച്ചു കൃഷിയോഗ്യമാക്കിയ 1820 ഹെക്ടർ ഭൂമി വെള്ളക്കാർ കൈയടക്കി. എന്തായാലും പുതിയ സ്ഥലത്തേക്ക് മുപ്പത്തഞ്ച് കറുത്തവർഗ്ഗക്കാർ കടന്ന് ചെന്ന് കൃഷി ആരംഭിച്ചു. വെള്ളക്കാരായ കുടിയേറ്റക്കാരെ സംബന്ധിച്ചിടത്തോളം കറുത്തവർഗ്ഗക്കാരുടെ ഇത്തരം മുൻകൈയെടുത്തുകൊണ്ടുള്ള പ്രവർത്തനത്തിൽ സന്തോഷം ഉണ്ടായിരുന്നില്ല.

കറുത്തവർഗ്ഗക്കാരെ സംബന്ധിച്ചിടത്തോളം പ്രധാനപ്പെട്ട ഒരു നടപടി അധികാരികളുടെ ഭാഗത്തുനിന്നും 1860 ജൂണിൽ ഉണ്ടായി. കറുത്ത വർഗ്ഗക്കാരെ നിയന്ത്രണത്തിൽ കൊണ്ടുവരുവാനുദ്ദേശിച്ച ഒരു സെൻട്രൽ ബോർഡുണ്ടാക്കി. ആറ് റിസർവ്വ് പ്രദേശങ്ങൾ നിലവിൽ വരുത്തി ഇവരെ നിയന്ത്രിക്കാൻ ഒരു മാനേജരെയും കുറച്ചു ഇൻസ്പെക്ടർമാരെയും നിയമിച്ചു.

പ്രെസ്ബിറ്റീരിയൻ മതപ്രചാരകനായ ജോൺഗ്രീൻ എന്ന വ്യക്തിയെ 'ജനറൽ ഇൻസ്പെക്ടർ' പദവിയിലിരുത്തി. ജോൺഗ്രീൻ താമസം വിനാ എടുത്ത തീരുമാനം മോഹികാൻ സ്റ്റേഷൻ എന്ന ഈ പ്രദേശം സെറ്റിൽമെന്റിന് ഉചിതമായതല്ല എന്നാണ്. അതിനാൽ മറ്റൊരു പ്രദേശമായ കോരൻ ഡെർക് (Corranderrk) സെറ്റിൽമെന്റിലേക്ക് ഇവരെ പറിച്ചു നട്ടു. അവിടെ അല്പം പുരോഗതി ഉണ്ടായി.

1874 ആയപ്പോഴേക്കും കറുത്തവർഗ്ഗക്കാരുടേതായി മുപ്പത്തിരണ്ട് കോട്ടേജുകളുണ്ടായി. ക്രമേണ ഈ സെറ്റിൽമെന്റ് സ്വയം പര്യാപ്ത മായി. യൂറോപ്യന്മാരെ അനുകരിച്ച് അവർ കോട്ടേജുകളുണ്ടാക്കി. യൂറോപ്യൻഭവനങ്ങളിലേതുപോലെ പൂന്തോട്ടം, റഗ്സ്, സോഫ, റോക്കിങ് ചെയർ, ക്ലോക്ക്, പെയിന്റിങ്, വാൾപേപ്പർ തുടങ്ങിയവ കറുത്തവർഗ്ഗക്കാരും ഇവിടെ സംഘടിപ്പിച്ചു. ചിലർ ഹാർമോണിയംവരെ സമ്പാദിച്ച് ഉപയോഗിക്കാൻ തുടങ്ങി.

കറുത്തവർഗ്ഗക്കാരുടെ സ്ത്രീകൾക്കിടയിലും ഈ സെറ്റിൽമെന്റ് ജീവിതം വലിയ മാറ്റം വരുത്തി. അവർ പാർട്ട് ടൈം ജോലികൾ ചെയ്തു. ഇംഗ്ലീഷു ജീവിതം അനുകരിക്കുന്നതിൽ അവരും പുരുഷന്മാർക്ക് പിന്നി ലായിരുന്നില്ല. ഇവിടെ സ്ത്രീകൾക്കിടയിൽ മാറ്റങ്ങൾക്ക് ഇടയാക്കിയത് മിഷണറിമാരുടെ ഭാര്യമാരുമായുള്ള സംസർഗ്ഗം ആയിരുന്നു. ഇംഗ്ലണ്ടിൽ പ്രചാരത്തിൽ വന്ന വിക്ടോറിയൻ സ്ത്രീമാതൃകയും ഹെയർ സ്റ്റൈലു മടക്കം ആസ്ത്രേലിയയിലെ കറുത്ത വർഗ്ഗക്കാരുടെ സെറ്റിൽമെന്റിലും എത്തി.

റിസർവ്വ് പ്രദേശങ്ങളിൽ കഴിഞ്ഞ കറുത്തവർഗ്ഗക്കാരുടെ ആരോഗ്യ സ്ഥിതി തൃപ്തികരമായിരുന്നില്ല. ക്ഷയരോഗം പിടിപെട്ട് സെറ്റിൽമെന്റിലെ കുട്ടികളിൽ പകുതിയും ബാല്യകാലത്തു തന്നെ മരിച്ചു. റിസർവ്വ് ഭൂമി യിൽ കറുത്തവർഗ്ഗക്കാർക്ക് ഉടമാവകാശം നല്കിയില്ല. നേരത്തെ സൂചി പ്പിച്ച കോരൻഡെർക് റിസർവ്വ് സെറ്റിൽമെന്റിൽ ഒടുവിൽ കൂലി മുഴുവ നായി നല്കിയില്ലെങ്കിലും $\frac{1}{3}$ ഭാഗം മാത്രം കൊടുത്തു. മറ്റ് സെറ്റിൽമെന്റു കളിൽ ഇത്രയും പുരോഗതി ഉണ്ടായില്ല.

ചുരുക്കത്തിൽ ഭൂമിയോ കൂലിയോ ഒന്നും ലഭിക്കാതെ അവരുടെ കൃഷിയിലുള്ള താല്പര്യം നശിക്കുന്നയാൾ ഗ്രാമീണതൊഴിലാളികളായി അവർ ജീവിതം തള്ളി നീക്കി. മിഷണറിപ്രവർത്തനങ്ങൾ എല്ലാ റിസർവ്വ് പ്രദേശങ്ങളിലുമുണ്ടായിരുന്നെങ്കിലും ഉദ്ദേശിച്ച മാറ്റങ്ങളുണ്ടായില്ല. കുട്ടി കളുടെയും വൃദ്ധജനങ്ങളുടെയും കാര്യം മിഷണറിമാർ ശ്രദ്ധിച്ചിരുന്നു. ഉപരിപ്ലവമായ ചില മാറ്റങ്ങൾ ഉണ്ടായി എന്നല്ലാതെ "ഫുൾക്രിസ്ത്യാ നികളായി" കറുത്ത വർഗ്ഗക്കാർ മാറിയില്ല. പഴയ ഗോത്രവർഗ്ഗ സ്മൃതി കളുടെ ഹാങ് ഓവറിലായിരുന്നു അവർ.

ഫലപ്രാപ്തിയിലെത്താത്ത വേറെയും പരീക്ഷണങ്ങൾ സെറ്റിൽമെന്റുകളിൽ അരങ്ങേറിയിരുന്നു. വെള്ളക്കാർക്ക് കറുത്ത സ്ത്രീകളിൽ ജനിച്ച ആൺ, പെൺ വിഭാഗത്തിനായി പരിശീലനകേന്ദ്ര ങ്ങൾ തുടങ്ങി. അവിടെ അപ്രന്റീസ് ഷിപ്പ് നടത്തി ഗൃഹജോലിക്കാരായി (Domestic help) നിയമിക്കാൻ ശ്രമിച്ചു. അമ്മമാർക്കിത് വലിയ മാന സിക ആഘാതം തന്നെ ഏല്പിച്ചതായി പറയപ്പെടുന്നു.

കാർഷികപ്രവൃത്തികളിൽ താല്പര്യമെടുക്കാതെ കറുത്ത വർഗ്ഗക്കാർ ആഴ്ചയിലൊരു ദിവസം റേഷൻ കടകൾക്കു മുന്നിൽ നീണ്ടുനില്ക്കുന്ന ക്യൂവിൽ സ്ഥാനം പിടിച്ചു.

കറുത്തവർഗ്ഗക്കാരെ കൃഷിക്കാരും സ്ഥിരവാസികളുമാക്കാനുദ്ദേശിച്ച് നടപ്പിലാക്കിയ റിസർവ്വ് പ്രദേശങ്ങളിലെ പരിഷ്കാരങ്ങൾക്ക് സംഭവിച്ച തെന്താണെന്ന് പരിശോധിക്കേണ്ടതുണ്ട്. ചരിത്രകാരന്മാർ രേഖപ്പെടുത്തി യത് ഇപ്രകാരം.

ഗവൺമെന്റു നിയന്ത്രണത്തിൽ റിസർവ്വുകൾ വന്നെങ്കിലും കറു ത്തവർഗ്ഗക്കാരോടുള്ള പെരുമാറ്റത്തിൽ മാനുഷിക പരിഗണനകൾ

ഉണ്ടായിരുന്നില്ല. വ്യക്തിസ്വാതന്ത്ര്യം അവർക്ക് നഷ്ടപ്പെട്ടു. അദ്ധ്യാ പകർ കറുത്ത കുട്ടികളെ മർദ്ദിക്കുകയും അപമാനിക്കുകയും ചെയ്തു. സെറ്റിൽമെന്റിലെ അംഗങ്ങൾ ചീട്ടുകളി, മദ്യപാനം എന്നി വയിൽ മുഴുകിയും സ്പോർട്സിൽ ഉള്ള താല്പര്യവും കൊണ്ട് റിസർവ്വിലെ ജീവിതവിരസത മാറ്റാൻ ശ്രമിച്ചു. (ബ്രൂമെ)

റിസർവ്വ് പ്രദേശങ്ങളിൽ കുടിപാർപ്പിച്ചതുകൊണ്ട് കറുത്തവർഗ്ഗക്കാ രുടെ കാഴ്ചപ്പാട് ജീവിതസമീപനത്തിലും മാറ്റമുണ്ടാക്കാൻ കഴിഞ്ഞി ല്ലെന്ന് കണ്ടുവല്ലോ. 1788 ൽ വെള്ളക്കാർ കുടിയേറ്റം ആരംഭിച്ച കാല ത്തുണ്ടായിരുന്ന കറുത്ത വർഗ്ഗക്കാരുടെ നാലിലൊന്നു മാത്രമേ ഇരു പതാം നൂറ്റാണ്ട് പിറക്കുമ്പോൾ അതിജീവിച്ചതായി കണക്കുകൾ സൂചി പ്പിക്കുന്നുള്ളൂ. വെളുത്തവർഗ്ഗ ഭരണാധികാരികൾ വംശീയ നീരസം ധ്വനി പ്പിക്കുന്ന, ചില നിയമനിർമ്മാണങ്ങൾ നടത്തിയതും ചരിത്രത്തിന്റെ ഭാഗം.

കറുത്തവർഗ്ഗക്കാരുടെ സ്വാതന്ത്ര്യത്തെയും ജീവിതത്തെയും നിയ ന്ത്രിക്കുന്നതിന് സ്പെഷൽ നിയമനിർമ്മാണം പുറപ്പെടുവിച്ചു. വംശീയ വിദ്വേഷം കറുത്തവർഗ്ഗക്കാരോട് പ്രകടമാക്കുന്ന ഒരു നിയമനടപടിയാ യിരുന്നു അത്. അവരെ ഇകഴ്ത്താൻ വേണ്ടി നിരവധി ശ്രമങ്ങളുണ്ടായി. വംശീയവർഗ്ഗീയതയുടെ വേരുകൾ ആഴത്തിൽ പതിഞ്ഞ ഒരു രാജ്യമാണ് ആസ്ത്രേലിയ. സാംസ്കാരിക അധമത്വം പിന്നീട് വംശീയ അധമത്വ മായി പരിണമിച്ച ചരിത്രമാണ് അവരുടേത്. ആസ്ത്രേലിയയിൽ കറുത്ത വർഗ്ഗക്കാരായ ആദിമവാസികളും പതിനെട്ടാം നൂറ്റാണ്ടിൽ പുതിയ ആകാ ശത്തിനും പുതിയ ഭൂമിക്കും വേണ്ടി കുടിയേറ്റം നടത്തിയ കുറ്റവാലിക ളായി ശിക്ഷിച്ച് നാടുകടത്തപ്പെട്ട യൂറോപ്യൻ വർഗ്ഗവും പരസ്പരം മോശക്കാരെന്നു കരുതി. ശാരീരികവും സാംസ്കാരികവുമായ വ്യത്യാ സങ്ങൾ ഈ ധാരണ അരക്കിട്ടുറപ്പിച്ചു.

ലോകം വേറെ വേറെ– വംശീയ വിരുദ്ധതയ്ക്ക് കട്ടി കൂടുന്നു

കറുത്ത വർഗ്ഗക്കാരായ ആദിമനിവാസികളും വെള്ളക്കാരായ കുടി യേറ്റക്കാരും തമ്മിൽ ഒത്തുപോകാതിരിക്കാൻ കാരണങ്ങൾ നിരവധി യാണ്. ആധുനിക ആസ്ത്രേലിയൻ ചരിത്രം പരിശോധിക്കുന്ന ആർക്കും ഈ അകലച്ചയുടെ കാരണങ്ങൾ മനസ്സിലാകും. അധിനിവേശങ്ങളുടെ ലോകചരിത്രത്തിൽ എവിടെയും കാണാത്ത തരത്തിലുള്ള ഒരു പ്രതി ഭാസമാണ് ആസ്ത്രേലിയയിൽ ദർശിക്കുക.

രണ്ടു വർഗ്ഗക്കാരും തമ്മിലുള്ള അകലച്ചയുടെ കാരണങ്ങളിൽ ആദ്യ ത്തേത് സാംസ്കാരികവും ശാരീരിക വ്യത്യാസങ്ങളുടെയും അടിസ്ഥാ നത്തിലുള്ള അകലച്ചയാണ്. കൃഷിയും സ്ഥിരവാസവും ശീലിക്കാതെ നായാടികളായി ജീവിച്ച കറുത്തവർഗ്ഗക്കാർക്ക് ഭൂതവും വർത്തമാനകാല ജീവിതവുമായുള്ള ബന്ധം ഗോത്രകാല ചരിത്രനിർവ്വചനങ്ങളിലൊതു ങ്ങുന്നതല്ല. "സ്വപ്നസമയം" (Dream Time) "ദിവ്യസ്ഥലം" (Sacred site) തുടങ്ങിയ സങ്കല്പങ്ങളിൽ അഭിരമിച്ച് കഴിഞ്ഞ കറുത്തവർഗ്ഗ ക്കാർക്ക് വെള്ളക്കാരായ കുടിയേറ്റക്കാർ വിചിത്രവർഗ്ഗക്കാരായി തോന്നിയിട്ടുണ്ടാകണം. മധ്യ ആസ്ട്രേലിയയിൽ ജീവിച്ചിരുന്ന അരൻഡ ഗോത്രക്കാർ പ്രചരിപ്പിച്ചിരുന്നത് വളരെ മുമ്പ് ഉറങ്ങിക്കിടന്നിരുന്ന മനു ഷ്യരും മൃഗങ്ങളും കൂടിച്ചേർന്ന് ഭൂമിയുടെ ഉപരിതലത്തിലെത്തി. വെയിൽ ഉദിച്ചു. മഴ പെയ്തു. ഉറങ്ങിക്കിടക്കുന്നവർക്കെല്ലാം ജീവൻ വെച്ചു. ഒടു വിൽ മടുത്തു. പാറക്കൂട്ടങ്ങളിലേക്കും മരങ്ങളിലേക്കും പോയി.

അരുൺ ഹെംലാൻഡ് വിഭാഗം ഗോത്രവർഗ്ഗക്കാർ വിശ്വസിക്കുന്നത് ഇപ്രകാരം ജംഗാവുൾ (Janga Wul) സഹോദരിമാർ സഹോദരനെയും കൂട്ടി "വിശുദ്ധ പായയും" ദില്ലിസഞ്ചിയും വഹിച്ച് വടക്കുനിന്നും കടൽ കടന്ന് എത്തിയപ്പോഴേക്കും ജീവൻ ഉത്ഭവിച്ചു. യുക്തിരഹിതമാണെ ങ്കിലും ഇത്തരം കഥകളിലുള്ള വിശ്വാസം കറുത്ത വർഗ്ഗക്കാരെ വ്യത്യ സ്തരാക്കി.

രണ്ടാമത്തെ വസ്തുത വെള്ളക്കാരായ കുടിയേറ്റക്കാർ കറുത്തവർഗ്ഗ ക്കാരെ വീക്ഷിച്ചത് കേവലം അപരിഷ്കൃതർ മാത്രമായിട്ടായിരുന്നു. അധ മത്വം കല്പിച്ചു നല്കിയതിനാൽ കറുത്തവരെക്കുറിച്ച് വെള്ളക്കാരുടെ മാനസികവ്യാപാരങ്ങളിൽ ഒരു പതിത്വം ഉണ്ടാവുകയും ക്രമേണ ഇത് ദൃഢീകരിച്ച് വംശീയ വിരുദ്ധതയുടെ തത്ത്വശാസ്ത്രമായി മാറുകയും ചെയ്തു.

ഇത്തരത്തിൽ വികാസം പ്രാപിച്ച വംശീയവിരുദ്ധതാബോധം പിന്നീട് വെള്ളക്കാരെ കൊണ്ടെത്തിച്ചത്, കറുത്തവർഗ്ഗക്കാരുടെ ഭൂമിയിൽനിന്നും അവരെ ആട്ടിയോടിക്കാനും അവർക്കുമേൽ അഴിച്ചുവിട്ട ആക്രമണങ്ങളും ചൂഷണങ്ങളും ന്യായീകരിച്ച് നിർത്താനുള്ള സ്വയം കല്പിത സിദ്ധാന്ത രൂപീകരണത്തിലാണ്. അകല്ച്ചയുടെ മൂന്നാമത്തെ കാരണം ഇതാണ്.

വെള്ളക്കാരുടെ കുടിയേറ്റത്തിന്റെ ആദ്യനാളുകളിൽ ബ്രിട്ടീഷ് ഗവൺമെന്റിന് കറുത്തവർഗ്ഗക്കാരായ ആദിവാസികളോട് ഉണ്ടായിരുന്ന നിലപാട് അവരും തുല്യഅവകാശങ്ങളുള്ള ബ്രിട്ടീഷ് പ്രജകൾ ആണെ ന്നുള്ളതാണ്. ക്രമേണ ഈ നിലപാട് അവർ ഉപേക്ഷിക്കുകയും നിര വധി അസ്വാധീനതകൾ അവർക്കുമേൽ അടിച്ചേല്പിക്കുകയുമുണ്ടായി. കറുത്തവർഗ്ഗക്കാരെ അകാരണമായി അറസ്റ്റുചെയ്യാമെന്നും, വിചാരണ കൂടാതെ തടവിലാക്കാമെന്നും കോടതിയിൽ അവർക്ക് അവരുടെ നിര പരാധിത്വം തെളിയിക്കാനാവകാശമില്ലെന്നും വെള്ളക്കാർ കാണിച്ചുകൊ ടുത്തു. കൂടാതെ അധമരായി കണക്കാക്കിയതുകൊണ്ട് അവർക്ക് ആയു ധങ്ങൾ കൊണ്ടു നടക്കാൻ പാടില്ലെന്നും മദ്യഷാപ്പുകളിൽ നിന്നും മദ്യം വാങ്ങാൻ പാടില്ലെന്നും വിലക്കി. അകല്ച്ചയുടെ നാലാമത്തെ കാരണം ഇത്തരം വിവേചനങ്ങളിൽനിന്നും ഉണ്ടായി.

അടുത്തത് മാനുഷികമൂല്യവക്താക്കളുടെയും ക്രിസ്ത്യാനിക ളുടെയും നിഗമനങ്ങൾ ആണ്. ഇവർ പ്രസ്താവിച്ചത് കറുത്തവർഗ്ഗക്കാരും ദൈവത്തിന്റെ സന്തതികളാണെന്നും പക്ഷേ, ഈ സന്തതികൾ വിഗ്ര

ഹാരാധനയിൽ വിശ്വസിക്കുകയും അസാന്മാർഗ്ഗിക ജീവിതം നയിക്കു
ന്നവരാണെന്നുമായിരുന്നു. ഇത്തരം വിലയിരുത്തലുകളും രണ്ടുവിഭാഗ
ങ്ങളും തമ്മിലുള്ള ഇഴയടുപ്പം കുറയ്ക്കുവാനേ ഉപകരിച്ചുള്ളൂ.

ആറാമത്തെ കാരണം അറിയപ്പെട്ടത് "സോഷ്യൽ ഡാർവിനിസം"
എന്ന പേരിലാണ്. പരിണാമസിദ്ധാന്തം അവതരിപ്പിച്ച ചാൾസ് ഡാർവിൻ
1859 ൽ "നാച്ചുറൽ സെലക്ഷൻ" എന്ന സിദ്ധാന്തം അവതരിപ്പിച്ചത് കൂല
ങ്കഷമായ ചർച്ചകൾക്ക് വഴിവെച്ചു. പ്രായപൂർത്തിയെത്തിയ മനുഷ്യരുടെ
"ബ്രെയിൻ വളർച്ച" യെക്കുറിച്ച് ആസ്ത്രേലിയയിലെ ആന്ത്രോപ്പൊള
ജിക്കൽ മാസിക 1896 ൽ പഠനങ്ങൾ പ്രസിദ്ധീകരിച്ചു. കറുത്തവർഗ്ഗക്കാ
രായ ആദിമനിവാസികളുടെ തലയോട്ടിയിൽ ശാസ്ത്രതാല്പര്യമുണ്ടായി.
ആസ്ത്രേലിയയിലും വിദേശ മ്യൂസിയങ്ങളിലും കറുത്തവരുടെ തലയോ
ടുകൾ കുന്നുകൂടി എന്നാണ് പറയപ്പെടുന്നത്. ഇവരുടെ തലയോടിന്റെ
അനാട്ടമി പഠിക്കാൻ വർദ്ധിച്ച താല്പര്യമുണ്ടായി.

1876 ൽ മരിച്ച കറുത്തവർഗ്ഗത്തിൽപെട്ട സ്ത്രീയായിരുന്നു ട്രഗർ
നിനി. കല്ലറയിൽ നിന്നും അവരുടെ ശവം കളവ് ചെയ്തു ഹോബാർട്ട്
മ്യൂസിയത്തിൽ സൂക്ഷിച്ചിരുന്നു. ഇതിനെതിരെ വലിയ പൊതുജനരോഷം
പ്രകടമായതിനെത്തുടർന്ന് അവരുടെ ശരീരം 1976 ൽ അന്തസ്സായി മറവു
ചെയ്തു.

കറുത്തവർഗ്ഗക്കാരുടെ തലയോടുകൾ പരിശോധിക്കാനുള്ള ശ്രമ
ങ്ങളും വംശമേധാവിത്വത്തിന്റെ പ്രകടനം മാത്രമായി മാറി. ഇത് അകല്ച്ച
വർദ്ധിക്കാനേ ഉതകിയുള്ളൂ.

മറ്റൊരുകാരണം, ആസ്ത്രേലിയക്കാരുടെ വംശശുദ്ധിയെക്കുറിച്ചുള്ള
മിഥ്യാധാരണകളാണ്. വംശശുദ്ധി നിലനിർത്തുന്നവരുടെ വംശപരമ്പര
കൾ അവകാശപ്പെടുന്ന മേന്മകളിൽ ഇവർ അഭിമാനിച്ചിരുന്നു. വംശീയ
മായ കൂടിച്ചേരലുകൾ അവർക്ക് അഭിഗാമ്യമായിരുന്നില്ല.

പത്തൊമ്പതാം നൂറ്റാണ്ടിന്റെ മദ്ധ്യമാകുമ്പോഴേക്കും ആസ്ത്രേലി
യയുടെ തെക്കേ ഭാഗം മുഴുവനായും കുടിയേറ്റക്കാരാൽ നിറയുകയും
ഭൂമിയുടെ ഉടമാവകാശം അവർക്കാവുകയും ചെയ്തു. കുടിയേറ്റം പൂർത്തി
യാകാത്ത വടക്കേ ഭാഗങ്ങളിൽ കറുത്തവർഗ്ഗക്കാരുടെ ശക്തമായ ചെറു
ത്തുനില്പുണ്ടായിരുന്നു. ധാരാളം കറുത്തവർഗ്ഗക്കാർ പൊലീസുകാരുടെ
തോക്കിനിരയായി. ഇവരുടെ എണ്ണം അവിടങ്ങളിൽ യൂറോപ്യന്മാരേക്കാൾ
കൂടുതലായിരുന്നു. പരസ്പരമുള്ള ഏറ്റുമുട്ടലുകളിൽ കറുത്തവർഗ്ഗക്കാരും
കുറെ യൂറോപ്യരെ കൊന്നൊടുക്കി. കറുത്തവർഗ്ഗക്കാർ രൂപീകരിച്ച
"കൊള്ളസംഘം" യൂറോപ്യന്മാരുടെ സ്വത്തുവകകൾ നശിപ്പിച്ചു.

ഒടുവിൽ കറുത്തവർഗ്ഗക്കാർ പരാജിതരായി സെറ്റിൽമെന്റുകളിൽ
തളർന്ന് പട്ടിണിയിൽ കഴിയാൻ നിർബ്ബന്ധിതരായി. നിസ്സഹായരും നിരാ
ലംബരുമായ കറുത്ത ജനത ഭക്ഷണത്തിനും പുകയിലയ്ക്കും വേണ്ടി
വെള്ളക്കാരുടെ മുന്നിൽ അടിമകളായി നില്ക്കാൻ വിധിക്കപ്പെട്ടു. അവ
രുടെ സ്ത്രീകളുടെ സ്ഥിതിയും പരിതാപകരമായി തീർന്നു. ക്വീൻസ്

ലാൻഡിൽ കറുത്തവർഗ്ഗസ്ത്രീകൾ വേശ്യാവൃത്തിക്ക് നിർബ്ബന്ധിക്ക പ്പെട്ടു. വെള്ളക്കാരായ യജമാനന്മാർ കാമപൂരണത്തിനായി ഇവരെ കൂടെ നിർത്തി. സ്വതന്ത്രരായിട്ടല്ല. പൂട്ടിയിടുകയോ ചങ്ങലയ്ക്കിടുകയോ ചെയ്തുകൊണ്ട് -

വടക്കൻ ഭാഗങ്ങളിലേക്ക് നീങ്ങിയ വെള്ളക്കാരായ കുടിയേറ്റക്കാ രിൽനിന്നും കുറെപ്പേരെങ്കിലും ജീവനോടെ ബാക്കിയായത് അവരുടെ അദ്ധ്വാനം വെള്ളക്കാർക്ക് ആവശ്യമായി വന്നതുകൊണ്ടുമാത്രമാണ്. മറ്റ് പ്രദേശങ്ങളിൽ ലഭിച്ചതുപോലെ ചുരുങ്ങിയ കൂലിക്ക് വേലയെടുക്കുന്ന കുറ്റവാളി (Convict Labour) കൾ അവിടെ ഉണ്ടായിരുന്നില്ല. സേവനം ആവശ്യമായതുകൊണ്ട് നാമമാത്രമായ വേതനം നല്കി വെള്ളക്കാർ കുറേപ്പേരെ സംരക്ഷിച്ചു.

വെള്ളക്കാരായ കുടിയേറ്റക്കാരിൽനിന്നും കറുത്തവർഗ്ഗത്തിന് അതി ക്രൂരമർദ്ദനങ്ങൾ ഏല്ക്കേണ്ടിവരുന്നത് ഗവൺമെന്റിന്റെ ശ്രദ്ധയിൽ പെട്ടി രുന്നു. തൽഫലമായി 1870 ൽ ക്വീൻസ് ലാൻഡിൽ പാസാക്കിയ നിയമ പ്രകാരം ഗവൺമെന്റ് സൂപ്പർവിഷൻ ഇല്ലാതെ കറുത്തവർഗ്ഗക്കാരെ ജോലി ചെയ്യിക്കരുത്. 1897 ൽ അബോറിജിൻസ് പ്രൊട്ടക്ഷൻ ആക്റ്റും പാസാക്കി. ലഹരി മരുന്ന് വില്പനയും നിരോധിച്ചു.

ഇത് പ്രകാരം കറുത്തവർഗ്ഗക്കാരെ സംരക്ഷിക്കുന്നതിനായി റിസർവ്വ് പ്രദേശത്തേക്ക് മാറ്റി താമസിപ്പിക്കാനനുവാദം നല്കി. ഇവർക്ക് ആൽക്ക ഹോളും വോട്ടും നിഷേധിച്ചു. കറുത്തവർഗ്ഗക്കാരുമായി ലൈംഗിക സൗഹൃദം പുലർത്തുന്നത് നിയമം മൂലം നിഷേധിച്ചു. (Prohibition of Sexual fraternisation between Aborigines and Europeans) അന്യവംശ വിവാഹങ്ങൾക്കും (Inter Racial marriages)സർക്കാർ അനുവാദം ആവ ശ്യമാക്കി.

കറുത്തവർഗ്ഗക്കാരുടെ സംരക്ഷണം മുന്നിൽക്കണ്ട് നടപ്പിലാക്കിയ മേൽ നിയമങ്ങൾ ബോദ്ധ്യപ്പെടുത്തിയത് മറ്റൊന്നായിരുന്നു. കറുത്തവർഗ്ഗ ക്കാർ നിലനില്ക്കണമെങ്കിൽ റിസർവ്വ് സംരക്ഷണത്തിൽ കഴിയണം. അങ്ങനെ യൂറോപ്യൻ റിസർവ്വ് സൂപ്രണ്ടുമാർക്ക് കീഴിൽ കുട്ടികളെ പ്രവേ ശിപ്പിച്ചു. അവിടെ നിർബ്ബന്ധിത മെഡിക്കൽ ഇൻസ്പെക്ഷൻ നടപ്പിലാക്കി. ഡാൻസിങ് പോലുള്ള പരമ്പരാഗത ശീലങ്ങൾ നിരോധിച്ചിരുന്നു. ആഴ്ച യിൽ 32 മണിക്കൂർ വേതനമില്ലാതെ കറുത്തവർഗ്ഗക്കാരെ റിസർവ്വിൽ ജോലി ചെയ്യിച്ചിരുന്നു.

ഗവൺമെന്റ് റിസർവ്വിൽ കറുത്ത വർഗ്ഗക്കാർക്ക് ജീവിതം തടവു കാരെപ്പോലെ അനുഭവപ്പെട്ടു. യൂറോപ്യൻ അച്ചടക്കം പാലിക്കാൻ അവർ നിർബ്ബന്ധിതരായി. യൂറോപ്യൻ വേഷങ്ങളും പേരുകളും അവർക്ക് ലഭി ച്ചപ്പോൾ സ്വാതന്ത്ര്യം നഷ്ടപ്പെട്ടു. കറുത്തവർഗ്ഗക്കാരുടേതായ സംസ്കാരം തിരിച്ചറിയൽ ഘടകങ്ങൾ അവരിൽനിന്നും എടുത്തുമാറ്റാ നുള്ള ശ്രമങ്ങളുമുണ്ടായി.

എല്ലാ കറുത്തവർഗ്ഗക്കാരും റിസർവ്വിൽ ഉണ്ടായിരുന്നില്ല. പകുതി

യോളം ആളുകൾ കന്നുകാലി വളർത്തൽ കേന്ദ്രങ്ങളിൽ ലോക്കൽ പൊലീസ് നിരീക്ഷണത്തിൽ ജോലി ചെയ്തു. റിസർവ്വ് പരീക്ഷണം കറു ത്തവർഗ്ഗക്കാരെ സംബന്ധിച്ചിടത്തോളം അവരുടെ സിവിൽ അവകാശ നിഷേധമായി. വെള്ളക്കാരുടെ കറുത്തവരോടുള്ള നീരസഭാവം റിസർവ്വിൽ തെളിഞ്ഞു കണ്ടു. അതവരുടെ മനസ്സിൽ അമർഷത്തിന്റെ ഉമിത്തീയായി എരിഞ്ഞുകൊണ്ടിരുന്നു.

മിഷണറി പ്രവർത്തനം -ഒരു സമ്മിശ്രാനുഭവം

ഇരുപതാംനൂറ്റാണ്ടിന്റെ ആരംഭകാലത്തു തന്നെ ആസ്ത്രേലിയയിൽ തീരപ്രദേശങ്ങളിലും ഉൾഭാഗങ്ങളിലും മിഷണറിമാർ മതപ്രചാരണ പ്രവർത്തനങ്ങൾ ആരംഭിച്ചു. പ്രെസ്ബിറ്റീരിയൻ വിഭാഗക്കാരായ റോബർട്ട്, ഫ്രാൻസിസ്, വിൽസൺ എന്നും പേരായ പാതിരിമാരായി രുന്നു 1912ൽ വടക്കൻ ആസ്ത്രേലിയയിൽ പ്രവർത്തനമാരംഭിച്ചത്. കേവലം എട്ടുവർഷങ്ങൾക്കുള്ളിൽ അതായത് 1920 ആകുമ്പോഴേക്കും ഇരുപതോളം മിഷനുകൾ സ്ഥാപിക്കപ്പെട്ടു. തീരപ്രദേശത്തുനിന്നും ഉൾഭാ ഗങ്ങളിലേക്കും ദ്വീപുകളിലേക്കും മിഷണറിമാരുടെ പ്രവർത്തന മേഖല വ്യാപിച്ചു.

കറുത്തവംശജരായ അബോറിജിനുകൾക്ക് മിഷണറിമാർ ചില കാഴ്ചവസ്തുക്കൾ നല്കി സന്തോഷിപ്പിക്കാൻ ശ്രമിച്ചു. പുകയില, ആഭ രണങ്ങൾ, വസ്ത്രങ്ങൾ, കണ്ണാടി തുടങ്ങിയ പുതുമയുള്ള വസ്തുക്കളും അവർ കറുത്തവംശജർക്ക് നല്കി പ്രീതിപ്പെടുത്തി. അവർക്ക് ഭക്ഷണം നല്കുന്നതിനും മിഷണറിമാർക്ക് മടിയുണ്ടായില്ല.

സുവിശേഷവേലക്കായി വന്ന പാതിരിമാരെ കേവലം സംശയത്തോ ടെയാണ് തദ്ദേശീയർ നേരിട്ടത് എന്നാണ് രേഖപ്പെടുത്തിയിട്ടുള്ളത്. അമ്പ രപ്പിന് കാരണം അവർ തോക്കുധാരികളോ കന്നുകാലി സഹിതം വന്ന വരോ ആയിരുന്നില്ല എന്നതാണ്. ആദ്യം ആശങ്കകൾ ഉണ്ടായിരുന്നെ ങ്കിലും ക്രമേണ ചില വിഭാഗം കറുത്തവംശജർ പാതിരിമാരുമായി അടുത്തു. അവരുടെ സ്ത്രീകളെ പാതിരിമാർ വേഴ്ചയ്ക്കായി ഉപയോ ഗിച്ചില്ല. പാതിരിമാർക്ക് വേണ്ടി അദ്ധ്വാനിക്കാൻ മാത്രമേ അവരോട് ആവ ശ്യപ്പെട്ടിരുന്നുള്ളൂ.

അബോറിജിനുകൾക്ക് മിഷണറിമാരോട് ഒരു പൊതുസമീപനമാ യിരുന്നില്ല ഉണ്ടായിരുന്നത്. ചില ഗ്രൂപ്പുകൾ അവരെ സംശയ ത്തോടെയാണ് വീക്ഷിച്ചത്. സമ്പർക്കവും സാമീപ്യവും ഇഷ്ടപ്പെ ടാത്തവർക്കും പാതിരിമാർ അവരുടെ വാസസ്ഥലത്തെ മരക്കൊമ്പുക ളിൽ ഭക്ഷണപ്പൊതികൾ കെട്ടിത്തൂക്കി. ഇങ്ങനെ കെട്ടിത്തൂക്കിയ ഭക്ഷണം കറുത്തവംശജർ സ്വീകരിച്ചിരുന്നു. അവരുടെ ഭയാശങ്കകൾ ഒടുവിൽ ഒരു മിഷൻ ആക്രമണത്തിൽ കലാശിച്ചു. രണ്ട് ഫ്രയർമാർക്ക് (പാതിരിമാർ) കുന്തമുനയാൽ മുറിവേറ്റു. 1913 ലായിരുന്നു പ്രസ്തുത

സംഭവം. 1917 ൽ റവറന്റ് റോബർട്ട് ഹാൾ എന്ന പ്രസ് ബിറ്റീരിയൻ പാതിരിയെയും കുന്തമുനയ്ക്കിരയാക്കി. അദ്ദേഹത്തിന്റെ ഭാര്യയെയും രണ്ട് പാതിരിമാരെയും തടവിലാക്കി.

ഇത്തരത്തിലുള്ള എതിർപ്പിന്റെ പശ്ചാത്തലത്തിലും മിഷണറിമാരുടെ ചില പ്രവൃത്തികൾ കറുത്തവംശജരിൽ അത്ഭുതമുളവാക്കിയിരുന്നു. വെസ്റ്റേൺ മെഡിസിൻ ഉപയോഗിച്ച് രോഗശാന്തിവരുത്തുന്ന പ്രവൃത്തി അവരിൽ തികഞ്ഞ അത്ഭുതമുളവാക്കി. ചർമ്മരോഗങ്ങൾ പോലും ഇൻജ ക്ഷൻ നല്കി ഭേദപ്പെടുത്തുന്ന രീതി മിഷണറിമാർക്ക് പരിചിതമായിരുന്നു. ആഭിചാരപ്രവർത്തനങ്ങൾ മാത്രം അറിയാമായിരുന്ന ആദിമനിവാസി കൾക്ക് മുൻപിൽ ഒരത്ഭുതലോകം തന്നെയാണ് പാതിരിമാർ തുറന്നു വെച്ചത്.

ക്രമേണ അവർ പാതിരിമാരുടെ സെറ്റിൽമെന്റിനടുത്തേക്ക് വരാൻ ധൈര്യം കാട്ടി. കുറെയൊക്കെ സഹായങ്ങൾ മിഷണറിമാർ അവർക്കായി ചെയ്തു. അങ്ങനെ കുറെക്കാലത്തേക്ക് മിഷണറിപ്രവർത്തനം പ്രതിരോ ധിച്ചു നിർത്തിയെങ്കിലും ക്രമേണ അയവുണ്ടായി. ചില മിഷണറിമാർ കരുതിയത് അബോറിജിനുകൾ ഒരു മതവും ഇല്ലാത്തവരാണെന്നാണ്. പക്ഷേ, ഒടുവിലവർക്ക് മനസ്സിലായത് ഇതുപോലെ തീവ്രമതബോധമുള്ള മറ്റൊരു പ്രാചീന ജനതയുമില്ലെന്നുള്ളതാണ്.

മിഷണറിമാർ ടുബാക്കോ, ഭക്ഷണം, വസ്ത്രം എന്നിവയൊക്കെ നല്കി കറുത്തവംശജരെ മെരുക്കിയെടുക്കാൻ ശ്രമിച്ചത് ഗുണ ദോഷസമ്മിശ്രമായ ഒരു സംഭവമായിട്ടാണ് ചില ചരിത്രകാരന്മാർ വീക്ഷി ക്കുന്നത്. ആഭിചാരക്രിയകളുടെ മേൽ ആധുനിക വൈദ്യശാസ്ത്ര കണി കകൾ മരുന്നുകളുടെ രൂപത്തിൽ ആധിപത്യം പുലർത്തിയത് ഒരു വഴി ത്തിരിവായി. വെള്ളക്കാരായ പാതിരിമാരുമായി സഹകരിച്ച് നീങ്ങിയ വർക്ക് ഭക്ഷണം ലഭിച്ചു എന്നത് വേഷം മാറി വന്ന ആശീർവാദമായി.

കന്നുകാലി വളർത്തൽ കേന്ദ്രങ്ങളിലെ കറുത്തവർഗ്ഗ സാന്നിദ്ധ്യം

വിശാലമായ പുൽമേടുകളും മേച്ചിൽപ്പുറങ്ങളുമുള്ള ആസ്ത്രേലിയ വൻതോതിലുള്ള കന്നുകാലി സമ്പത്തിന്റെ കേന്ദ്രമാണ്. കന്നുകാലി വ്യവസായം എന്നുതന്നെ വിളിക്കാവുന്ന സംരംഭങ്ങളാണ് ഇരുപതാം നൂറ്റാണ്ടിന്റെ ആദ്യം മുതൽ ആസ്ത്രേലിയയിൽ ആരംഭിച്ചത്. അബോ റിജിനുകളുടെ ജീവിതപഥത്തിൽ ഇത്തരം കന്നുകാലി വ്യവസായത്തിന് അവർ നല്കിയ അദ്ധ്വാനഭാരം ലിഖിത ചരിത്രത്തിന്റെ ഭാഗമാണ്.

ആഗോളതലത്തിൽ തന്നെ, കോളനിവല്ക്കരണത്തിന്റെ പ്രധാനരീതി തദ്ദേശീയരെ ആവുന്നത്ര ചൂഷണം ചെയ്യുക എന്നതാണല്ലോ. ആസ്ത്രേ ലിയൻ ദേശവാസികൾക്ക് അവരുടെ ഭൂമി അന്യാധീനപ്പെടുക മാത്രമല്ല ചുരുങ്ങിയ വേതനത്തിന് അവരുടെ അദ്ധ്വാനശേഷി അടിയറവെക്കേ ണ്ടുന്ന സാഹചര്യവുമുണ്ടായി. ഇങ്ങനെ കറുത്തവർഗ്ഗക്കാരുടെ അദ്ധ്വാന

ശേഷി ചൂഷണംചെയ്തു മുതലാളിത്ത സാമ്പത്തിക വ്യവസ്ഥ ആസ്ത്രേലിയയിൽ ശക്തി പ്രാപിക്കുകയുണ്ടായി.

കന്നുകാലി സംരക്ഷണത്തിൽ അബോറിജിനുകൾക്ക് പ്രത്യേകതാല്പര്യവും അതിനുള്ള വാസനയും പ്രകടിപ്പിച്ചത് ഈ വ്യവസായത്തിന്റെ വളർച്ചയ്ക്ക് മുതൽക്കൂട്ടായി. ഒരു കണക്കു പ്രകാരം 1900 ത്തിനും 1960 നുമിടയിൽ 10,000 ത്തോളം കറുത്തവർഗ്ഗക്കാരുടെ അദ്ധ്വാനശേഷി വടക്കെ ആസ്ത്രേലിയയിലെ കന്നുകാലിവളർത്തൽ വ്യവസായത്തിന് ഊർജ്ജം നല്കിയതായിക്കാണാം.

ഈ കാലഘട്ടത്തിലാണ് ആസ്ത്രേലിയയിൽ ചെറുചെറു നഗരങ്ങൾ രൂപപ്പെട്ടുവരുന്നത്. ക്യാപിറ്റലിസ്റ്റ് സാമ്പത്തിക വ്യവസ്ഥ ശക്തിപ്രാപിച്ചതോടെ ചുരുങ്ങിയ വേതനത്തിന് നിരവധി തൊഴിൽക്കാരങ്ങൾ ആവശ്യമായി വന്നു. ഭക്ഷണത്തിനും ടുബോക്കോവിനും വേണ്ടി നിരവധി കറുത്തവംശജർ യൂറോപ്യന്മാരുമായി സഹകരിക്കാൻ തുടങ്ങി. ഇവരിൽ പലരും രോഗബാധിതരായിരുന്നു. ശ്വാസകോശരോഗങ്ങളും ഗുഹ്യരോഗങ്ങളും അവരെ വേട്ടയാടി.

നേരത്തെ സൂചിപ്പിച്ചതുപോലെ ഏറ്റവും കൂടുതൽ കറുത്തവംശജർ ജോലിക്കാരായി എത്തിയത് കന്നുകാലി വളർത്തൽ കേന്ദ്രങ്ങളിലായിരുന്നു. പെർമിറ്റ് ലഭിച്ച യൂറോപ്യൻ മുതലാളിമാർക്ക് കറുത്ത വംശജരെ ജോലിക്കായി നിയമിക്കാമായിരുന്നു. ഇവർക്ക് നല്കിയിരുന്ന വേതനം യൂറോപ്യൻ തൊഴിലാളികൾക്ക് ലഭിച്ചിരുന്നതിന്റെ എട്ടിലൊന്ന് മാത്രമായിരുന്നു. കുറഞ്ഞവേതനം മാത്രമല്ല കാറ്റിൽ ഇൻഡസ്ട്രിയൽ ഇവരുടെ ജീവിതം ദുഷ്കരമാക്കി തീർത്തത്.

തൊഴിൽകേന്ദ്രങ്ങളിൽ ഭാര്യയും കുടുംബവുമില്ലാതെ ഇവർ ഒറ്റയ്ക്ക് താമസിച്ചു. അവരുടെ ഭാര്യമാർ ഒന്നുകിൽ മിഷണറിമാരുടെ സംരക്ഷണത്തിൽ റിസർവ്വ് പ്രദേശങ്ങളിൽ കഴിയുകയോ അല്ലെങ്കിൽ പരമ്പരാഗതരീതിയിൽ സ്വയം ഭക്ഷണം ശേഖരിച്ച് ജീവിതം നയിക്കുകയോ ആയിരുന്നു.

വളരെ ശ്രമകരമായ ജോലിയായിരുന്നു കന്നുകാലിമേയ്ക്കൽ. വെയിലും കാറ്റും മഴയും എല്ലാം അതിജീവിച്ച് നയിക്കേണ്ടിയിരുന്നു ഈ ജീവിതം. പക്ഷേ, പ്രകൃതിയുമായി ഇണങ്ങിച്ചേർന്നതിനാൽ അവർക്കിത് ഇഷ്ടമായി. അമേരിക്കയിൽ ഒരു കാലത്ത് പ്രചാരത്തിൽ വന്ന കൗബോയ് ജീവിതത്തോട് ആസ്ത്രേലിയൻ കാറ്റിൽ ഇൻഡസ്ട്രിയിലെ കന്നുകാലി നോട്ടക്കാർക്കും നല്ല സാമ്യതയുണ്ട്. വേഷങ്ങളിലും സാമ്യത ഉണ്ടായിരുന്നു.

കാറ്റിൽ ഇൻഡസ്ട്രി ലാഭകരമായ വ്യവസായമായി വളർന്നു. അതിന് സഹായിച്ചത് കറുത്തവർഗ്ഗക്കാരുടെ കുറഞ്ഞ വേതനത്തിന് ലഭിച്ച അദ്ധ്വാനമായിരുന്നുവെന്ന് വ്യക്തം. എങ്കിലും ഈ വ്യവസായത്തിലും വെള്ളക്കാരും കറുത്തവംശജരും തമ്മിലുള്ള ബന്ധം വളരെ സങ്കീർണ്ണം ആയിരുന്നു. പ്രസ്തുത വ്യവസായത്തിന് കറുത്തവംശജരുടെ സേവനം

അനിവാര്യമായിരുന്നുവെങ്കിലും അവരെ താഴ്ന്നവിഭാഗത്തിൽ പെട്ടവരായി മാത്രമേ കണക്കാക്കാൻ പാടുള്ളുവെന്ന മിത്ത് നിലനിന്നു. വെള്ളക്കാ രുടെ മേധാവിത്വബോധത്തിൽ ഇവർക്ക് മനം നൊന്തെങ്കിലും കറുത്ത വംശജർ അവരെ വിട്ടുപോയില്ല. ചിലർക്കെങ്കിലും അവരുടെ വെള്ളക്കാ രായ യജമാനന്മാരോട് സ്നേഹബഹുമാനങ്ങൾ ഉണ്ടായിരുന്നു. വീട്ടു ജോലിക്കാരായി സേവനമനുഷ്ഠിച്ച കറുത്തവംശജരായ സ്ത്രീകൾ വെള്ളക്കാരുടെ കുട്ടികളെ മുലയൂട്ടുകയും ചെയ്തിരുന്നു.

കന്നുകാലി സ്റ്റേഷനുകളിൽ കഴിഞ്ഞിരുന്ന കറുത്തവംശജർക്ക് ജീവിതം സന്തോഷകരമായിരുന്നില്ല എന്നുമാത്രമല്ല സന്താപത്തിന് പല കാരണങ്ങളും ഉണ്ടായിരുന്നു. ഭക്ഷണം കൊതിച്ച് അവിടെ ജോലിക്ക് ചേർന്ന അവർക്ക് നല്ല ഭക്ഷണം ഒരു മരീചികയായി. വെള്ളക്കാരായ യജമാനന്മാർക്ക് പോഷകസമൃദ്ധമായ ഭക്ഷണരീതി നിലനിന്നു. വെള്ള ക്കാർക്ക് ബട്ടർ, ജാം, ഫ്രൂട്ട്സ്, വെജിറ്റബിൾ ചിലപ്പോൾ ബിയർ, ബീഫ് എന്നിവ പതിവായിരുന്നു. കറുത്തവംശജർക്കാകട്ടെ ബ്രഡ്, ബീഫ്, ചായ, ഷുഗർ എന്നിവയും ചിലപ്പോൾ ഉരുളക്കിഴങ്ങും ലഭിച്ചു. ക്യാമ്പിന് പുറ ത്തുള്ളവർക്ക് ഇതും ലഭിച്ചില്ല. അപ്പോൾ അവർ കംഗാരു വേട്ടയ്ക്ക് പോയി വിശപ്പടക്കി.

ഭക്ഷണകാര്യത്തിൽ മാത്രമായിരുന്നില്ല വിവേചനം. വസ്ത്രം ഇവർക്ക് ഒരു ജോഡി മാത്രം. പ്ലേറ്റ്, പാത്രം, മേശ, കസേല, കട്ലറി തുടങ്ങിയവയെല്ലാം നിഷേധിക്കപ്പെട്ടിരുന്നു.

വെള്ളക്കാർക്ക് നല്ല പാർപ്പിടം, പങ്കവലിക്കാൻ കറുത്തവംശരായ തൊഴിലാളികൾ, തണൽവൃക്ഷങ്ങളുടെ സാമീപ്യം, ടെന്നീസ് കോർട്ട് എന്നിങ്ങനെ മെച്ചപ്പെട്ട ജീവിത സൗകര്യങ്ങൾ ലഭിച്ചു. കറുത്തവംശജ രാകട്ടെ മൊട്ടപ്പറമ്പുകളിലെ ടിന്ന് മേഞ്ഞ ഷെഡ്ഡുകളിൽ സാനിറ്ററി സൗക ര്യങ്ങൾ പോലുമില്ലാതെ കാലയാപനം ചെയ്തു. ചൂടുകാലത്ത് ടിന്ന് മേഞ്ഞ ഷെഡ്ഡുകൾ തീയാളുന്ന അടുപ്പുകൾക്ക് സമാനം. ഇത്തരം പ്രതി കൂല സാഹചര്യങ്ങൾ പ്രതിഫലിച്ചത് കറുത്തവംശജരുടെ ശിശുമരണ ങ്ങളിലായിരുന്നു.

അബോറിജിനുകളെ സംരക്ഷിക്കാനുദ്ദേശിച്ച് പാസാക്കിയ നിയമ ങ്ങളിൽ ഭക്ഷണവും താമസവും നല്കാൻ മാത്രമേ വ്യവസ്ഥ ചെയ്തി രുന്നുള്ളൂ. പോരാത്തത്തിന് അവർക്ക് നല്കേണ്ട കൂലി (Wages) നിർവ്വ ചിക്കാത്തതുകാരണം ചെറിയ തുക മാത്രമാണ് നല്കിയിരുന്നത്. ചില കാറ്റിൽസ്റ്റേഷനുകളിലുള്ളവർക്ക് ഒരു പെനിപോലും ലഭിച്ചിരുന്നില്ല താനും.

മറ്റ് പ്രദേശങ്ങളിൽ വെച്ച് ക്വീൻസ് ലാൻഡ് പ്രവിശ്യയിലാണ് കന്നു കാലിസ്റ്റേഷനുകളിലെ ജോലിക്കാർക്ക് താരതമ്യേന മെച്ചപ്പെട്ട ജോലി സാഹചര്യം നിലനിന്നത്. 1919 നു ശേഷം യൂറോപ്യൻ തൊഴിലാളിക്ക് കിട്ടുന്നതിന്റെ മൂന്നിൽ രണ്ട് കറുത്തവർക്ക് നല്കാൻ ഏർപ്പാടാക്കി. ഇതിൽ പ്രകാരം പുരുഷതൊഴിലാളിക്ക് നാല്പത് ഷില്ലിങ്ങും സ്ത്രീകൾക്ക് പതിനഞ്ച് മുതൽ ഇരുപത്തിയഞ്ച് ഷില്ലിങ് വരെ ലഭിച്ചു.

കന്നുകാലി മുതലാളിമാരുടെ എതിർപ്പും "ലോബിയിങ്ങും" മൂലം പ്രസ്തുത വേതനനയം മറ്റ് പ്രദേശങ്ങളിൽ നടപ്പിലായില്ല.

കാറ്റിൽ സ്റ്റേഷനുകളിലെ വംശീയ വിവേചനം കുറെക്കൂടി ഗൗരവ രൂപത്തിലായിരുന്നു. കറുത്തവരെ അകറ്റി നിർത്തുന്നതിൽ അവർക്ക് പ്രത്യേകമായ ആനന്ദം ലഭിക്കുന്നതുപോലെയാണ് സ്ഥിതിഗതികൾ നീങ്ങിയത്. വെള്ളക്കാരുടെ വിനോദങ്ങളിലൊന്നും കറുത്തവരെ പങ്കെ ടുപ്പിച്ചില്ല. ചീട്ടുകളിയിൽ പോലും കറുത്തവരെ അകറ്റി നിർത്തി. വെള്ള ക്കാരന്റെ കിടക്കകളിൽ മാത്രം റോക്ക് ആൻഡ് റോളിന് നിയന്ത്രണമു ണ്ടായില്ല (ബ്രൂമെ.പേജ് 186)

വംശീയ മേധാവിത്വം അരക്കിട്ടുറപ്പിക്കുന്നതിൽ ഭാഷയും വലിയ പങ്ക് വഹിച്ചു. യൂറോപ്യന്മാരുടെ ഭാഷ കറുത്തവംശജന്മാരിൽനിന്നും അവരെ വേർതിരിച്ചു നിർത്തി. കന്നുകാലി സ്റ്റേഷനുകളിലെ കറുത്ത വംശജരുടെ കുട്ടികളുടെ കാര്യവും പരിതാപകരമായിരുന്നു. കാരണം അവർക്ക് വിദ്യാഭ്യാസം നല്കുന്നതിന് സൗകര്യങ്ങളൊന്നും ഒരുക്കിയി രുന്നില്ല. നിരക്ഷരതയ്ക്ക് ഇടയാക്കിയ ഈ സാഹചര്യം ഒടുവിൽ കറു ത്തവർക്ക് വിനയായി. ഉദാഹരണത്തിന് 1960 ലെ ഒരു നിയമപ്രകാരം ഇവർ നിരക്ഷരരായതുകൊണ്ട് തുല്യവേതനം നിഷേധിക്കപ്പെട്ടു.

കാറ്റിൽ സ്റ്റേഷനുകളിൽ കഴിഞ്ഞിരുന്ന കറുത്തവംശജർക്ക് മേൽ പല നിയന്ത്രണങ്ങളുമേർപ്പെടുത്തി. കറുത്തവംശജർ വിവിധ ഗോത്രവിഭാ ഗങ്ങളുമായി കഴിഞ്ഞവരും പരസ്പരം സഹവർത്തിത്വം ഇല്ലാത്തവരാ ണെന്ന് അറിഞ്ഞുകൊണ്ട് തന്നെ അധികാരിയെ വിവിധ ഗോത്രക്കാരെ ഒരുമിച്ച് താമസിപ്പിച്ചു. ഫലം അവർ തമ്മിലുള്ള കലഹങ്ങളും അടിപിടി യുമായിരുന്നു. രണ്ടാമതായി, വെറും വായാടികളായ ചില കറുത്തവംശ ജരെ ഗ്രൂപ്പ് നേതാക്കന്മാരായി ഉയർത്തിക്കാട്ടി. ഇതും അവരുടെ ഇടയിൽ പരസ്പരം വെറുക്കുന്നതിന് ഇടയായി.

സ്ത്രീകളുടെ ജോലി അവരുടെ വസ്ത്രം ധരിപ്പിച്ച് പുരുഷന്മാരെ കൊണ്ട് ചെയ്യിപ്പിക്കുക എന്നതായിരുന്നു മറ്റൊരു രീതി. കാറ്റിൽ സ്റ്റേഷ നിലെ അംബോറിജിനുകളെ വിഷമിപ്പിച്ച മറ്റൊരു നിയന്ത്രണം അവരുടെ "പട്ടിയെ" കൊല്ലുമെന്ന ഭീഷണി മുഴക്കിക്കൊണ്ടിരുന്നതായിരുന്നു. പട്ടി കളെ അതിറ്റ് സ്നേഹിക്കുകയും സന്തതസഹചാരികളാക്കുകയും വില പ്പെട്ട സ്വത്തായി കരുതുകയും പണ്ട് മുതൽ തന്നെ കറുത്തവരുടെ ഒരു ശീലമായിരുന്നു. ഇവരെ പ്രകോപിതരാക്കുന്നതിന് സ്ഥിരീകരിച്ച മറ്റ് മാർഗ്ഗങ്ങൾ, ക്യാമ്പിൽനിന്നും പുറത്താക്കുമെന്ന നിരന്തരഭീഷണിയും, ചിലപ്പോൾ റേഷൻ മുടക്കി പട്ടിണിക്കിടുകയും ചിലപ്പോൾ കൂടുതൽ പുകയിലയോ ഭക്ഷണമോ നല്കി ജോലി ചെയ്യിപ്പിക്കുക എന്നതുമായി രുന്നു.

കന്നുകാലി ക്യാമ്പുകളിൽ അടിമതുല്യം ജീവിതം നയിച്ച കറുത്ത വംശജരുടെ മേൽ യൂറോപ്യൻ യജമാനന്മാർ അതിക്രൂരമായ ശിക്ഷാ നടപടികൾ നടപ്പിലാക്കി വരുതിയിൽ നിർത്താൻ ശ്രമിച്ചു. ആക്രമണോ ത്സുകരായ യൂറോപ്യൻ യജമാനന്മാർ, കറുത്തവരുടെ മേൽ ക്രൂരമായ

മർദ്ദനം, അടി, ചവിട്ട്, ബെൽട്ട് ഉപയോഗിച്ചുള്ള അടി എന്നിവ നിർബ്ബാധം തുടർന്നു. അക്രമം അടി, ചവിട്ടുന്നതിന്ന് പ്രത്യേക ഉദ്യോഗസ്ഥരെയും നിയമിച്ചു. കന്നുകാലി മേൽനോട്ടം വഹിക്കാനുള്ള ഉദ്യോഗസ്ഥരായിരുന്നു. 'സ്റ്റോക്ക് മെൻ" യൂറോപ്യന്മാരായ ഇവരിൽ ഏറ്റവും കൂടുതൽ മർദ്ദിക്കുന്ന വീരന്മാർക്ക് പ്രത്യേക സമ്മാനവും കൂടുതൽ പ്രതിഫലവും ലഭിച്ചിരുന്നു.

ഇങ്ങനെ മർദ്ദന മുറകൾക്ക് വിധേയരാക്കപ്പെട്ട കറുത്തവരെ അതിൽ നിന്നും സംരക്ഷിക്കേണ്ട ബാദ്ധ്യതയുണ്ടായിരുന്ന പൊലീസാകട്ടെ അവരോട് മോശമായി പെരുമാറുകയും ഒളിച്ചോടുന്ന വരെ "വർക്ക് കോൺട്രാക്ട്" ലംഘിച്ചെന്ന പേരിൽ തെരഞ്ഞ് പിടിച്ച് തടവിലിടുകയും പതിവായിരുന്നു.

നേരത്തെ പ്രസ്താവിച്ചതുപോലെ കറുത്ത വംശജരുടെ സ്ത്രീകൾക്ക് കൊടിയ ദുരന്തങ്ങളും ആക്രമണങ്ങളും ഏറ്റുവാങ്ങേണ്ടി വന്നു. യൂറോപ്യൻ യജമാനന്മാർ അവരെ ലൈംഗികമായി ചൂഷണം ചെയ്യുകയും അത് അധാർമ്മികപ്രവൃത്തിയെന്ന കുറ്റബോധത്തിനുപകരം ആധിപത്യത്തിന്റെ വിജയപർവ്വമായി അഹങ്കരിക്കുകയുമാണുണ്ടായത്. ഈ ലൈംഗികചൂഷണം വിശദമായി പ്രതിപാദിക്കുന്ന ഒരു നോവൽ ആസ്ത്രേലിയയിൽ പിന്നീട് പ്രസിദ്ധീകരിച്ചു. ഹെർബർട്ട് എന്ന എഴുത്തുകാരൻ രചിച്ച *കാപ്രികോർണിയ* (Capricornea)എന്നതാണ് ആ നോവൽ.

സ്വന്തം സ്ത്രീകളില്ലാതെ ആസ്ത്രേലിയൻ ഭൂഖണ്ഡത്തിലെ വടക്കൻ അതിർത്തി പ്രദേശങ്ങളിലേക്ക് സാഹസികതയോടെ കടന്നെത്തിയ യൂറോപ്യന്മാരെ സംബന്ധിച്ചിടത്തോളം ആദിമനിവാസികളുടെ സ്ത്രീകളെ ചൂഷണം ചെയ്യുന്നതും സാഹസികവിജയമായി കണ്ടിരിക്കണം എന്നതാണ് ഹെർബർട്ട് എത്തിച്ചേർന്ന നിഗമനം. അർത്ഥശൂന്യമായ പുരുഷമേധാവിത്വബോധവും വംശീയവെറിയുംമൂലം യൂറോപ്യൻ കുടിയേറ്റക്കാർ കറുത്ത വംശജരായ സ്ത്രീകളെ വെപ്പാട്ടികളാക്കി വെക്കുന്നതിൽ തെറ്റൊന്നും കണ്ടില്ല. ഇതിൽ ഈ പ്രവൃത്തി പരസ്യമായി അംഗീകരിക്കുന്നവരും നിഷേധിക്കുന്നവരും ഉണ്ടായിരുന്നു.

നിരവധി യൂറോപ്യന്മാർ, വടക്കൻ പ്രദേശങ്ങളിലേക്ക് ആകർഷിക്കപ്പെട്ടത് സാഹസികഭ്രമം, ധനം, അബോറിജിൻ സ്ത്രീകൾ എന്നീ ഘടകങ്ങളാലാണ് എന്ന് അവകാശപ്പെട്ടിരുന്നു. പഴയ അതിർത്തി പ്രദേശങ്ങളിൽ പറയപ്പെട്ടിരുന്ന ഒരു തമാശ "യൂറോപ്യന്മാർ കറുത്ത വെൽവെറ്റിന്റെ സന്തോഷം തിരക്കുന്ന സെക്സ് അന്വേഷികളായിരുന്നു" എന്നതാണ്.

യൂറോപ്യൻ യജമാനന്മാരുമായുള്ള ബാന്ധവം കറുത്തവംശജരായ വെപ്പാട്ടി സ്ത്രീകൾക്ക് പല പ്രശ്നങ്ങളുമുണ്ടാക്കി. പരമ്പരാഗതമായി അനുഭവിച്ചിരുന്ന അന്തസ്സ് അവർക്ക് നഷ്ടപ്പെട്ടു. കറുത്തവരും വെള്ളക്കാരായ പുരുഷന്മാർക്കിടയിലും അവർക്ക് അവമതിപ്പുണ്ടാക്കിയത് 'വെപ്പാട്ടി' സമ്പ്രദായം തന്നെ.

വെപ്പാട്ടിമാർക്ക് ജനിച്ച സങ്കരയിനത്തിൽപ്പെട്ട സന്തതികൾക്കും 'ഐഡന്റിറ്റി' സംബന്ധമായ പ്രശ്നങ്ങളുണ്ടായി. അബോറിജിൻ സ്ത്രീകളിൽ വെള്ളക്കാർക്കുണ്ടായ സന്തതികൾ രണ്ടുവിഭാഗത്തിലും പെടാത്ത അർദ്ധജാതിവിഭാഗങ്ങളായി. സാധാരണ ഇവർ അമ്മമാരോ ടൊപ്പം കഴിഞ്ഞു. ചില ആസ്ത്രേലിയൻ സംസ്ഥാനങ്ങൾ ഇത്തരം സങ്കരവർഗ്ഗ കുട്ടികളുടെ സംരക്ഷണത്തിനായി നിയമനടപടികൾ കൈ ക്കൊണ്ടു. അബോറിജിൻസ് ആക്റ്റ് 1905 എന്ന നിയമം സങ്കരവർഗ്ഗകുട്ടി കളുടെ ഓഫ് അബോറിജിൻസ് എന്ന ഉദ്യോഗസ്ഥനെ നിയമിച്ച് ചുമത ലകൾ ഏല്പിച്ചു. സംരക്ഷണത്തിനായി സങ്കരവർഗ്ഗകുട്ടികളെ മാതാ ക്കളിൽനിന്നും അകറ്റി കന്നുകാലി സ്റ്റേഷനുകളിൽനിന്നും വളരെ അകലെ പാർപ്പിക്കുകയുണ്ടായി.

കാറ്റിൽ സ്റ്റേഷനുകളിലെ കറുത്തവംശജരുടെ ജീവിതം അവരെ വിവിധ പാതകളിൽ കൂടി സഞ്ചരിപ്പിച്ചു. നിലനില്പിനായി യൂറോപ്യൻ സമ്പ്രദായങ്ങൾ ചിലത് സ്വീകരിക്കാൻ അവർ തയ്യാറായെങ്കിലും അവ രുടെ ഉള്ളിന്റെ ഉള്ളിൽ പഴയ അബോറിജിനുകൾ മായാതെ നിലനിന്നി രുന്നു. കുറഞ്ഞവേതനം, യൂറോപ്യന്മാരുടെ അവഗണനകളും അഹന്തയും നിറഞ്ഞ പെരുമാറ്റം, അനീതി എന്നിവ അവരുടെ മനസ്സിനെ മഥിച്ചു.

സംഘർഷാത്മകമായ മനസ്സുള്ള ചിലർ വെള്ളക്കാരായ യജമാന ന്മാരോട് പകയുള്ളവരും പകരം വീട്ടാൻ കൊതിക്കുന്നവരുമായിരുന്നു. അവരുടെ പശുക്കളും പട്ടാണിപ്പയറും മറ്റു ഇടയ്ക്കവർ മോഷ്ടിച്ചെ ടുത്തിരുന്നു. ചിലർ വെള്ളക്കാരെ ആക്രമിച്ച് കൊല്ലുകയും ചെയ്തു.

മിഷണറി സ്വാധീനവും കന്നുകാലിവളർത്തൽ കേന്ദ്രങ്ങളിൽനിന്നു ണ്ടായ സ്വാധീനവും വ്യത്യസ്തമായിരുന്നു. കാറ്റിൽ സ്റ്റേഷനിലുള്ള യൂറോപ്യൻ മിഷണറിമാരെപ്പോലെ അവരുടെ സംസ്കാരത്തെ തൊട്ടു കളിച്ചില്ല. വിദ്യാഭ്യാസം ലഭിച്ചാൽ അബോറിജിനുകൾ അഹങ്കാരികളാകും എന്നു കരുതി അവർക്ക് അത് നിഷേധിച്ചു. എന്തായാലും കാറ്റിൽ സ്റ്റേഷ നിൽ കഴിഞ്ഞവർക്ക് അവരുടെ സാംസ്കാരിക പാരമ്പര്യം നിലനിർത്താ നായി.

രണ്ടാം ലോകമഹായുദ്ധം ഇവരുടെ അവസ്ഥയിലും വലിയ മാറ്റ ങ്ങൾ വരുത്തി. സൈനികസേവനം ചെയ്തവർക്ക് നല്ല ശമ്പളം കിട്ടി യത് ഒരു വഴിത്തിരിവായി. പെട്ടെന്ന് കൈയിൽ കുറെ പണം വന്നു ചേർന്ന പ്പോൾ ചിലർ ചൂതാട്ടത്തിലേക്ക് തിരിഞ്ഞു. തുല്യവേതനത്തിനുവേണ്ടി ചിലയിടങ്ങളിൽ കറുത്തവംശജർ സമരങ്ങളും നടത്തി. മൂന്നുകൊല്ല ക്കാലം സമരം നീണ്ടുനിന്നെങ്കിലും തുല്യവേതനം എന്ന ആവശ്യം അംഗീകരിച്ചു കിട്ടിയില്ല. ഈ സമരത്തിൽ ഇവർക്ക് സഹായകരമായ നിലപാട് സ്വീകരിച്ചത് ടി വി എന്ന ദൃശ്യമാധ്യമവും കമ്മ്യൂണിസ്റ്റുകാരും മാത്രം. സമരഫലമായി ചില വിട്ടുവീഴ്ചകൾ വെള്ളക്കാരുടെ ഭാഗത്തു നിന്നുമുണ്ടായി. തൊള്ളായിരത്തി അറുപതുകളിലും തുല്യവേതനത്തിനു വേണ്ടിയുള്ള സമരങ്ങൾ അനുസ്യൂതം തുടർന്നു.

4

വിവേചനങ്ങളിൽ പെട്ട് ഉഴലാൻ വിധിച്ചവർ

ആസ്ത്രേലിയൻ വൻകരയിൽ വെള്ളക്കാരുടെ കുടിയേറ്റവും തുടർന്നുണ്ടായ സർവ്വാധിപത്യവും യാഥാർത്ഥ്യമായി നൂറ്റാണ്ടുകൾ കഴി ഞ്ഞതിനുശേഷവും കറുത്ത വംശജരായ ആദിമനിവാസികളോടുള്ള വിവേചനത്തിലോ അവർക്കെതിരെ അനൗദ്യോഗികമായി നിലനില്ക്കുന്ന സാമൂഹ്യവിലക്കുകൾക്കോ ഒരു മാറ്റവും സംഭവിച്ചില്ല. പള്ളികളിലും കമ്യൂണിറ്റി സെന്ററുകളിലും അവർ പ്രവേശിക്കുന്നത് നിരുത്സാഹപ്പെ ടുത്തി. സോഷ്യൽ ക്ലബ്ബുകളിലും അവർക്ക് പ്രവേശനം നിഷേധിച്ചു.

ന്യൂസൗത്ത് വെയിൽസ് പ്രവിശ്യയിലെ ഹോട്ടലുകളിൽ ഇവർക്ക് പ്രവേശനാനുവാദം ഉണ്ടായിരുന്നില്ല. തദ്ദേശഭരണകൗൺസിൽ, പൊതു സ്ഥലങ്ങൾ, സ്വിമ്മിങ്പൂൾ എന്നിവിടങ്ങളിലും പ്രവേശിക്കുന്നതിൽ ഇവരെ വിലക്കി. ടൗണുകളിൽ ഇവരുടെ സാന്നിദ്ധ്യം വെള്ളക്കാർ ഇഷ്ട പ്പെട്ടില്ല. ബാർബർ ഷാപ്പുകളിൽ നിന്ന് ഇവരുടെ മുടി മുറിച്ചു കൊടു ത്തില്ല. ചില ഷോപ്പുടമകൾ ഇവർക്ക് സാധനങ്ങൾ വില്പന നടത്തുന്ന തിന് വിമുഖത കാട്ടി. അനൗദ്യോഗികമായ ഇത്തരം വിലക്കുകൾ ഇവരെ സമൂഹത്തിൽ നിന്നും അകറ്റി നിർത്തി. ചില കച്ചവടക്കാർ ഏറ്റവും ഒടു വിൽ മാത്രമേ അവർക്ക് സാധനങ്ങൾ കൊടുക്കുമായിരുന്നുള്ളൂ. സിനിമ തിയറ്ററുകളിൽ ഇവർ ഏറ്റവും മുന്നിലിരുന്ന് മാത്രമേ കാണുവാൻ പാടു ള്ളൂ. ഈ വിലക്കുകളെയെല്ലാം 1976 ൽ Anti Discriminating Act പാസാ ക്കുന്നതുവരെ തുടർന്നു. ഹോട്ടലിൽ നിന്ന് വെള്ളക്കാരോടൊപ്പം ഭക്ഷണം കഴിക്കാൻ അവരെ അനുവദിച്ചില്ല. പകരം ഭക്ഷണം വാങ്ങി പുറമേ പോയി കഴിക്കണം. തൊഴിലിടങ്ങളിലൊഴികെ എല്ലായിടത്തും വിലക്കുകളും വിവേചനങ്ങളും തുടർന്നു.

കളിക്കളങ്ങളിൽ വിവേചനം കുറവായിരുന്നു. ഇവരിൽ സ്പോർട്സിൽ

താല്പര്യമുള്ളവർക്ക് വലിയ ബുദ്ധിമുട്ടനുഭവപ്പെട്ടില്ല. സാമൂഹ്യ തല ത്തിൽ ഇത് രണ്ട് ലോകങ്ങളുടെ പ്രതീതിയുളവാക്കി. ഈ ഒഴിച്ചു നിർത്തലും വിലക്കുകളും കറുത്ത വംശജരുടെ ജീവിതത്തിൽ നിശ്ചയ മായും പ്രതിഫലിച്ചു. അവരുടെ മനസ്സുകളിൽ ആഴത്തിലുള്ള മുറിവു കൾ സൃഷ്ടിക്കപ്പെട്ടു. നഗരത്തിലെ മിക്ക വഴികളിലും അവർ അപമാനി ക്കപ്പെട്ടു. സമൂഹം അവർക്ക് മാത്രം പലതും നിഷേധിക്കുന്നുവെന്ന സാമൂഹ്യയാഥാർത്ഥ്യം അവരുടെ കണ്ണുകളിൽ ഇരുട്ട് കയറ്റിയിരിക്കാം. എല്ലാ സ്കൂളുകളിലും അവരുടെ കുട്ടികൾക്ക് പഠിക്കാൻ കഴിഞ്ഞില്ല. സ്കൂളിൽ ചേർന്നാൽ തന്നെ ന്യൂസൗത്ത് വെയിൽസിൽ നീന്തൽക്കുള ങ്ങൾ കറുത്തവർഗ്ഗ വിദ്യാർത്ഥികൾക്ക് ഉപയോഗിക്കുവാൻ പാടുണ്ടായി രുന്നില്ല. വെള്ളക്കാരുടെ കുട്ടികൾ വരുന്നതിന് മുമ്പ് വിസിലടിക്കുമ്പോൾ കറുത്തവർ ഒഴിഞ്ഞുമാറി നില്ക്കണം. തൊള്ളായിരത്തി നാല്പതുക ളിലും വംശീയ വെറിയന്മാരായ വെള്ളക്കാർ കറുത്തവരോട് കാണിച്ച നെറികേടുകൾക്ക് അന്ത്യമുണ്ടായില്ല.

അബോറിജിനുകൾക്കിടയിലുണ്ടായിരുന്ന ദാരിദ്ര്യം ഒരു പ്രധാന പ്രശ്നമായിരുന്നു. ദാരിദ്ര്യ നിർമ്മാർജ്ജനം അവരുടെ കഴിവുകൾക്ക് പുറ ത്താണെങ്കിലും എല്ലാവരും കുറ്റം കണ്ടത് അവരിൽ തന്നെ. യാഥാർത്ഥ്യ ബോധത്തോടുകൂടി ചരിത്രം പരിശോധിക്കുന്നവർക്ക് വെളിപ്പെടുന്ന സത്യം വെള്ളക്കാരുടെ വംശീയ ബോധവും കറുത്തവരോട് കാണിച്ച വിവേചനങ്ങളും അവരുടെ സാമ്പത്തിക പരാധീനതകൾക്കും രാഷ്ട്രീയ നിസ്സഹായാവസ്ഥയ്ക്കും ഹേതുവായി എന്നതാണ്. ചുരുങ്ങിയ വേതനം, പ്രത്യേകസീസണുകളിൽ ലഭിക്കുന്ന അവിഭക്ത തൊഴിലുകൾ എന്നിവ അവരെ ദാരിദ്ര്യരേഖയിൽ വളരെ താഴെ നിലനിർത്തി.

അബോറിജിനുകളുടെ സാമ്പത്തിക ദുരിതങ്ങൾക്ക് വേറെ ചില കാര ണങ്ങളുണ്ടായിരുന്നു. ഭാര്യയും ഭർത്താവും കുട്ടികളുമടങ്ങുന്ന അണു കുടുംബമെന്ന സങ്കല്പമല്ല അവരുടെയിടയിൽ നിലനിന്നത്. രക്തബന്ധ ത്തിൽപ്പെട്ട ധാരാളം ആളുകൾ ഒരേ കുടുംബത്തിൽ കഴിഞ്ഞു. അല്പ വേതനക്കാർക്ക് ഇതൊരു വലിയ പ്രശ്നമായി.

അക്കാലത്ത് കറുത്തവംശജർ താമസിച്ചിരുന്ന വീടുകൾ അവരുടെ ദാരിദ്ര്യത്തിന് നല്ല തെളിവാണ്, ചൂടും തണുപ്പും തടഞ്ഞുനിർത്താൻ കഴിയാത്ത ടിന്നു മേഞ്ഞ കുടിലുകളിൽ തിങ്ങിപ്പാർത്ത് അവർക്കു തണുപ്പ് നല്കുന്ന രോഗങ്ങളും മറ്റ് പകർച്ചവ്യാധികളും സന്തതസഹ ചാരികളായ കറുത്തവരുടെ അനാരോഗ്യഫലമായി ശിശുമരണനിരക്ക് ഉയർന്നു നിന്നു.

കുട്ടികൾക്ക് പോഷകാഹാരക്കുറവ് നന്നായി അനുഭവപ്പെട്ടു. രക്ത ക്കുറവ് മൂലമുള്ള വിളർച്ച അവരെ വിടാതെ പിടികൂടി. 1950 –60 കാലങ്ങ ളിൽ ന്യൂസൗത്ത് വെയിൽസ് സംസ്ഥാനത്ത് നടത്തിയ സർവ്വേകളിൽ എഴുപത് ശതമാനം കുട്ടികളും അനീമിയ രോഗബാധിതരായി കാണ പ്പെട്ടു. സ്ത്രീകളിലും കറുത്തവംശജരായ കുട്ടികളുടെ പഠനനിലവാരം

തൃപ്തികരമായിരുന്നില്ല.

സ്കൂളുകളിലെ പട്ടാളച്ചിട്ടയ്ക്ക് സമാനമായ അച്ചടക്കം, കൃത്യനിഷ്ഠ, കഠിനമായ മത്സരബുദ്ധി, വ്യക്തിപരമായ ഗുണവിശേഷങ്ങളുടെ മേന്മ എന്നീ കാര്യങ്ങളിൽ കറുത്ത വംശജനായ കുട്ടികൾ പിന്നോക്കം പോയി. അവരുടെ വംശീയ പശ്ചാത്തലം കൊണ്ടുളവായ മന്ദഗതിയിലുള്ള ശീല ങ്ങളും അവർക്ക് വിനയായി. ദൗർബല്യങ്ങളും കുറവായിരുന്നില്ല. യൂറോ പ്യന്മാരുടെ സന്തതികളായ സഹവിദ്യാർത്ഥികളെയും അദ്ധ്യാപകരെയും സംബന്ധിച്ചിടത്തോളം അവരുടെ വംശീയാഹന്തയും കുറത്തവരെക്കു റിച്ചുള്ള അജ്ഞതയും അവരെ കറുത്തവരിൽനിന്നും അകറ്റി നിർത്തി.

ആദിവാസി വിഭാഗക്കാരോടുള്ള ചിറ്റമ്മ നയം ഗവൺമെന്റ് സ്കൂളു കളിൽ പതിവായി. ന്യൂസൗത്ത് വെയിൽസ് സംസ്ഥാനത്ത് 1949 വരെ ഈ വിവേചനം വളരെ പ്രകടമായി. നിരവധി കറുത്ത വംശജരായ കുട്ടി കളെ സ്കൂളുകളിൽ നിന്നും നിർബ്ബന്ധിച്ച് പുറത്താക്കി. കാരണം വംശീ യാഹന്തയും ഇത്തരം കുട്ടികളുടെ ദുർബ്ബലമായ ആരോഗ്യസ്ഥിതിയു മായിരുന്നു. സ്റ്റേറ്റ് സ്കൂളുകളിൽ നിന്നും നിഷ്കാസിതരായ ഇവർ ഇത്ത രക്കാർക്ക് പ്രത്യേകമായി സ്ഥാപിച്ച റിസർവ്വ് സ്കൂളുകളിൽ അഭയം തേടി. ഒരു പടികൂടി കടന്ന് കറുത്തവംശജരുടെ സ്കൂൾ സിലബസിൽ തന്നെ മാറ്റം വരുത്തി. അദ്ധ്യയന സമയം പകുതിയാക്കി കുറച്ച് ബാക്കി സമയം ഇവർക്ക് കായികാദ്ധ്വാനം, തോട്ടപ്പണി, കായിക വിദ്യാഭ്യാസം എന്നിവയ്ക്കായി മാറ്റിവെച്ചു.

ദാരിദ്ര്യത്തിലാറാടിക്കഴിഞ്ഞ ആദിവാസികൾ അവരുടെ ദുരിത പൂർണ്ണവും വിവേചനപരവുമായ സാമൂഹ്യാന്തരീക്ഷത്തോട് ഏത് തരം പ്രതികരണമാണ് നടത്തിയിട്ടുണ്ടാവുക? ദ്വിമുഖമായ ഒരു പ്രതികരണ ശൈലി അവരിൽ ഉൾച്ചേർന്ന് പ്രവർത്തിച്ചതായി കാണാം. ഒന്നാമതായി, അന്യതാബോധവും നിരാശയും കൂടിച്ചേർന്ന് മാനസികാവസ്ഥയോ അല്ലെങ്കിൽ സമൂഹത്തോട് പ്രത്യേകിച്ചും യൂറോപ്യൻ യജമാനന്മാ രോടും അവരെ അടിച്ചമർത്തി നിർത്തുന്നവരോട് നിഷേധരൂപത്തിലുള്ള ഒരു ദൃഢസമീപനമോ ആയി അവരുടെ പ്രതികരണം ബഹിർസ്ഫുരണം നേടി.

ഓസ്കാർ ലെവിസ് എന്ന പണ്ഡിതൻ ലാറ്റിൻ അമേരിക്കയിലെ സമാ നസ്ഥിതിയിലുള്ള ദരിദ്രരെക്കുറിച്ച് നടത്തിയ പഠനത്തിൽ ചൂണ്ടിക്കാട്ടിയ ചില വസ്തുതകൾ ആസ്ത്രേലിയയിലെ ആദിവാസികളുടെ കാര്യ ത്തിലും പ്രസക്തമാണെന്ന് തോന്നുന്നു. ലാറ്റിൻ അമേരിക്കയിലെ ദരിദ്ര വിഭാഗക്കാരിൽ ഓസ്കാർ ലെവിസ് കണ്ടെത്തിയ "അന്യതാബോധം" "സാംസ്കാരിക ദാരിദ്ര്യം" (Culture of Poverty) എന്ന സംജ്ഞ കൊണ്ടാണ് വിശേഷിപ്പിക്കുന്നത്. അവർ സമൂഹവുമായി ഇഴുകിച്ചേരാതെ പൊതുധാരയിൽ നിന്ന് അകന്ന് കഴിയുന്ന ഒരു വിഭാഗമായി പരിണാമ പ്പെട്ടു. ഇതിന് ഉപോദ്ബലകമായ നിരവധികാര്യങ്ങൾ അവരുടെ കാഴ്ച പ്പാടിലും ജീവിതരീതികളിലും ദൃശ്യമായി.

സമൂഹത്തിൽ വേരില്ലാ ചെടികളെപ്പോലെ കഴിഞ്ഞ ഇവരിൽ പലർക്കും സ്വയം പ്രകടിപ്പിക്കേണ്ടുന്ന അച്ചടക്കമോ ഉത്തരവാദിത്വ ബോധമോ ഉണ്ടായിരുന്നില്ലെന്നുള്ളതും പരമാർത്ഥമാണ്. ലക്ഷ്യബോ ധമില്ലാത്ത അവർ മദ്യപാനത്തിലും ചൂതാട്ടങ്ങളിലുമേർപ്പെട്ട് സമയം ചെല വഴിച്ചു. വെള്ളക്കാരുടെ വംശീയവെറി ജനിപ്പിച്ച വിവേചനമാണ് അവരെ ഇത്തരം ഒരു സ്ഥിതിവിശേഷത്തിലെത്തിച്ചതെന്ന് അവർ സ്വയം കുറ്റ പ്പെടുത്തി. സ്ത്രീകൾ പോലും ചിലയിടങ്ങളിൽ ചൂതാട്ടങ്ങളിലേർപ്പെട്ടു.

നിരാശയുടെയും നിസ്സഹായാവസ്ഥയുടെയും നീർച്ചുഴിയിൽപ്പെട്ട ഇവരിൽ പലരും മദ്യത്തിൽ അഭയം തേടി. വിക്ടോറിയ സംസ്ഥാനത്തിൽ ഇവരെ ഹോട്ടലുകളിൽ നിന്ന് മദ്യപിക്കുന്നതിന് അനുവദിച്ചിരുന്നുവെ ങ്കിലും ന്യൂസൗത്ത് വെയിൽസിൽ അനുവാദമുണ്ടായിരുന്നില്ല. 1962 നുശേഷം പൗരത്വരേഖ ഉള്ളവർക്ക് ഹോട്ടലുകളിൽനിന്ന് മദ്യപാനം നട ത്താമായിരുന്നു. ആക്ഷേപാർത്ഥത്തിൽ പൗരത്വരേഖകളെ "ബിയർ ടിക്കറ്റ്" എന്നും ചിലർ വിളിച്ചു.

മദ്യപാനത്തിന്റെ കാര്യത്തിൽപ്പോലും നിലനിന്നിരുന്ന അവഹേളന പരമായ വിവേചനം കറുത്തവരുടെ ആത്മാഭിമാനത്തിന് വലിയ ആഘാ തമാണ് ഏല്പിച്ചത്. യൂറോപ്യന്മാരുടെ മദ്യപാനസദസ്സുകൾക്ക് ഒരു സാമൂഹ്യരീതി എന്ന നിലയിൽ പ്രാധാന്യം നേടിയിരുന്നു. "റെസ്പോൺസിബിൾ ലിഷർലി" (Responsible, Leisurely drinking) മദ്യപാനം എന്നാണ് ഫേഷൻ. പൊതുഇടങ്ങളിൽ കറുത്തവരെ ഈ ഫാഷൻ അനുകരിക്കാൻ അനുവദിക്കാതിരുന്നതുകൊണ്ട് ഉളവായ ആശാ ഭംഗം നേരിടാനും എല്ലാം മറക്കുവാനും വേണ്ടി അവർ മദ്യസേവ നടത്തി എന്നാണ് പറയപ്പെടുന്നത്. മദ്യപാനത്തെ ന്യായീകരിക്കാൻ പൊതുവെ നിരത്തുന്ന ഒരു അടവ് തന്നെ എല്ലാം മറക്കാൻ എന്നാണണ്ലോ. 1969 ൽ വിക്ടോറിയയിൽ നടത്തിയ ഒരു പഠനറിപ്പോർട്ട് പ്രകാരം കറുത്തവരുടെ വീടുകളിൽ ഒരാളെങ്കിലും "പ്രശ്നക്കാരനായ മദ്യപാനി" ആണ്. 1971 ൽ ബോർക്കിൽ (Bourke) നടത്തിയ പഠനത്തിന് അമ്പത്തിമൂന്ന് ശതമാനം കടുത്ത മദ്യപാനികളും പത്തുശതമാനം കറുത്തവർ മാത്രം മദ്യവിരോ ധികളും ആണെന്ന് കണ്ടെത്തി. പതിനാല് മുതൽ 19 വയസ്സുകാർ മദ്യ പാനസ്വഭാവം ആരംഭിക്കുന്നതായും പഠനം വെളിപ്പെടുത്തി.

അന്യതാ ബോധം പലതരത്തിലാണ് അവരിൽ ബാഹ്യരൂപം കൈക്കൊണ്ടത്. ചിലർ ഇതിനെ മറികടക്കാൻ യൂറോപ്യൻ രീതികൾ സ്വായത്തമാക്കുകയും പ്രകടിപ്പിക്കുകയും ചെയ്തു. ഇത്തരം ശ്രമങ്ങൾ വെളുക്കാൻ തേച്ചത് പാണ്ടായി എന്ന് പറഞ്ഞതുപോലെയായി. അവർക്കി ടയിൽ തന്നെ ഈ ശ്രമം വലിയ വിഭാഗീയത ഉണ്ടാക്കി. കറുത്തവംശ ജർ തമ്മിൽ അനൈക്യവും സ്പർദ്ധയും വളർത്താൻ ഗവൺമെന്റിന്റെ അനുരഞ്ജന നയങ്ങളും ഇടയാക്കി. പൗരത്വസർട്ടിഫിക്കറ്റിന് ഗവൺമെന്റ് നിർദ്ദേശപ്രകാരം അപേക്ഷിച്ചവരും ഇല്ലാത്തവരും തമ്മിൽ വലിയ അകൽച്ച തന്നെ ഉണ്ടായി. യൂറോപ്യൻ രീതികൾ സ്വായത്തമാ

ക്കിയവരെ പ്രാകൃതന സംസ്കാരം ഉപേക്ഷിച്ചവരായി കണക്കാക്കി അകറ്റി നിർത്താനും ഇടയായി. ചെറിയൊരു ന്യൂനപക്ഷം മാത്രമേ യൂറോപ്യൻ രീതികൾ അനുകരിച്ച് ജീവിച്ചിരുന്നുള്ളൂ. പക്ഷേ, ഇവർക്കും അവരുടെ യഥാർത്ഥ ഉദ്ദേശ്യലക്ഷ്യങ്ങൾ നേടിയെടുക്കുവാൻ സാധിച്ചില്ല. അതുമൂലം നിരാശബാധിച്ച ഇവരെ മറ്റ് വിഭാഗങ്ങൾ സംശയത്തോടെ വീക്ഷിച്ച് അകറ്റി നിർത്തി. യൂറോപ്യന്മാരിൽ കുറച്ച് ആളുകൾ മാത്രം ഇവരോട് അടുപ്പം കാണിച്ചുവെങ്കിലും മറ്റ് കറുത്തവർ ഇവരോട് സന്ധി ചെയ്തില്ല. അങ്ങനെ യൂറോപ്യവല്കരണം എന്ന പ്രക്രിയ ആദിവാസി സമൂഹങ്ങളിൽ വലിയ വിടവുണ്ടാക്കി. സമാനമായ ഒരു സാഹചര്യം ഇതിനുമുൻപ് സൃഷ്ടിക്കപ്പെട്ടിരുന്നില്ല. സമൂഹം സംഘർഷഭരിതമായി.

സംഘർഷാത്മകമായ ഈ സാഹചര്യത്തിൽ അബോറിജിനുകളളുടെ ഗ്രൂപ്പ് ഐഡന്റിറ്റി ഒരു പൊതുവികാരമായി വർത്തിച്ചു. യൂറോപ്യൻ ശക്തികൾക്കെതിരെ കലാപക്കൊടിയുയർത്തി അവരെ ധിക്കരിച്ചുകൊണ്ട് മുന്നേറാൻ കറുത്തവർക്ക് ഏകരൂപത (Identity) പ്രചോദനം നല്കി. അവരുടെ ഭൂതകാല ചരിത്രവും ഗോത്രസംസ്കാരത്തിന്റെ ഓർമ്മപ്പെടു ത്തലുകളും അവരെ ഒന്നിച്ചുനിർത്താനുള്ള പ്രേരകശക്തിയായി വർത്തിച്ചു. യൂറോപ്യൻ അധികാരത്തെ ധിക്കരിക്കാനുള്ള ഉൾപ്രേരണ യാൽ വ്യാജമദ്യം കുടിച്ചും നിയമലംഘനം നടത്തിയും ബഹളം കൂട്ടിയും അവർ മനസ്സിലെ നിഷേധത്തെ ദൃശ്യവല്കരിച്ചു. ദാരിദ്ര്യത്തിന്റെയും യൂറോപ്യൻ അവജ്ഞയുടെയും ഇരകളായിത്തീർന്ന അവരുടെ പ്രതിക രണങ്ങൾ നൈരാശ്യത്തിന്റെയും നിഷേധത്തിന്റെയും രൂപമണിഞ്ഞതിൽ അത്ഭുതപ്പെടേണ്ടതില്ല.

കടമ്പകൾ ഒഴിയുന്നു, സ്വയം നിർണ്ണയാവകാശത്തിലേക്ക്

ആദിമ വംശജരുടെ പ്രശ്നങ്ങൾക്ക് ഇരുപതാം നൂറ്റാണ്ട് പിറന്ന പ്പോഴും വലിയ മാറ്റമൊന്നും ഉണ്ടായില്ല. മുൻ വിവാദത്തിൽ വ്യക്തമാ ക്കപ്പെട്ടതുപോലെ കറുത്തവംശജർക്കിടയിൽ തന്നെ വലിയ വേർതിരി വുണ്ടായി. യൂറോപ്യന്മാർക്ക് കറുത്തവരിൽ ഉണ്ടായ സന്തതി പരമ്പര കളും യൂറോപ്യൻ രീതികൾ ബോധപൂർവ്വം അനുകരിച്ച് മുന്നോട്ടു വന്ന വരും എല്ലാം വേറിട്ടുതന്നെ നിന്നു. ആസ്ത്രേലിയൻ പാർലമെന്റിൽ ചില അംഗങ്ങൾ വാദിച്ചത് (1940 കളിൽ) കറുത്തവർഗ്ഗസ്ത്രീകളെ വന്ധ്യംക രണത്തിന് വിധേയമാക്കണമെന്നാണ്. ഇവരുടെ വംശം അതിജീവിക്കു കയില്ല എന്നും ചിലർ പ്രവചിച്ചു. ഇവരുടെ ജനസംഖ്യയിൽ വന്ന കുറവും ശ്രദ്ധേയമാണ്. 1930 ൽ മുമ്പുണ്ടായിരുന്ന 60,000 കുറഞ്ഞ് 30,000 ആയി.

രണ്ടാം ലോകമഹായുദ്ധകാലത്ത് ചില മാറ്റങ്ങളുണ്ടായി. കറുത്തവരിൽ ചിലർ സൈനികസേവനത്തിന് മുന്നോട്ടു വന്നു. ഇവ രുടെയിടയിൽനിന്നും ആദ്യമായി കമ്മീഷൻഡ് ഓഫീസർ പദവിയിലെ ത്തിയത് സാൻഡേഴ്സ് (Sanders) എന്ന ആദിവാസി യുവാവായിരുന്നു. ആദിവാസി ചരിത്രത്തിൽ വഴിത്തിരിവായ സംഭവം നടന്നത് 1972

ജനുവരി 26 ന് ആയിരുന്നു. ആസ്ത്രേലിയൻ തലസ്ഥാനമായ കാൻബ റയിലെ പാർലമെന്റ് ഹൗസിനുമുന്നിൽ നാലു കറുത്തയുവാക്കൾ ചേർന്ന് ഒരു കാലികോടെന്റ് വലിച്ചുകെട്ടി. അവർ അതിനെ അവരുടെ എംബസി എന്നു വിളിച്ചു. രാജ്യത്തിന്റെ വിവിധ ഭാഗങ്ങളിലുള്ള കറുത്തവംശജർ അവിടേക്ക് ഒഴുകി എത്തി. അതൊരു സമരത്തിന്റെ തുടക്കമായി. ഭൂമിക്കും നഷ്ടപരിഹാരത്തിനും സാമ്പത്തികസഹായങ്ങൾക്കും വേണ്ടിയുള്ള സമര കാഹളമാണ് അവിടെ മുഴങ്ങിയത്.

ആദിമവംശജരെ അവരുടെ ഭൂമികളിൽനിന്നും യൂറോപ്യൻ അധി നിവേശക്കാർ ആട്ടിപ്പായിച്ച സംഭവങ്ങൾ നാം മുമ്പ് കണ്ടതാണ്. ഒരു കാലത്ത് അവരുടെ ഭൂമി നഷ്ടപ്പെടുന്നതിനെതിരെ അവർ നിശ്ശബ്ദത പാലിച്ചവരായിരുന്നു. ഇപ്പോൾ അവരുടെ ഭൂമിയിൽ മൈനിങ് നടത്തുന്ന തിനാണ് നഷ്ടപരിഹാരം ആവശ്യപ്പെട്ടത്. കുടിയേറ്റക്കാർ ആസ്ത്രേലി യയിലെ ഭൂമിയെല്ലാം ക്രൗൺ ലാൻഡ്സ് (രാജ്ഞിയുടെ ഭൂമി) എന്നാണ് കണക്കാക്കിയിരുന്നത്. എന്നാൽ ഇപ്പോൾ സമരക്കാർ അവർക്കും ഭൂമി അവകാശപ്പെട്ടതാണെന്ന് അവകാശപ്പെട്ടു.

ആദിമവംശജരുടെ മുന്നേറ്റത്തിനു മുമ്പിൽ ആസ്ത്രേലിയൻ സർക്കാർ മുട്ടുമടക്കി. 1973 ഫിബ്രവരിയിൽ ജസ്റ്റീസ് എ ഇ വുഡ്‌വാർ ഡിനെ അന്വേഷണ കമ്മീഷണറായി നിയമിച്ചു. ഭൂമിയിൽ ഇവരുടെ പര മ്പരാഗത അവകാശം അംഗീകരിച്ചുകൊണ്ട് അവർക്ക് എങ്ങനെ ഭൂമി കൊടുക്കുവാൻ കഴിയുമെന്ന് പരിശോധിച്ച് റിപ്പോർട്ട് ചെയ്യുവാനാണ് കമ്മീഷണറോട് ആവശ്യപ്പെട്ടത്. റിപ്പോർട്ടിൽ അദ്ദേഹം അവരുടെ പര മ്പരാഗത അവകാശം ചൂണ്ടിക്കാട്ടുകയും സാമ്പത്തിക സഹായം നല്കി അവരുടെ ഭൂമി ഉപയുക്തമാക്കുന്നതിനും നിർദ്ദേശിച്ചു. ആദിവാസി ഭൂമി യിൽ ഖനന പ്രവർത്തനങ്ങൾ നടത്തുമ്പോൾ അതിന് റോയൽട്ടി നല്കാനും നിർദ്ദേശിച്ചു.

1975 ൽ വിറ്റ്‌ലാം ലേബർ ഗവൺമെന്റ് ഭൂപ്രദേശം പരിഹരി ക്കുന്നതിനായി നോർത്തേൺ ടെറിറ്ററിയിൽ അബോറിജിനൽ ലാൻഡ് റൈറ്റ്സ്ബിൽ അവതരിപ്പിച്ചു. വർഷാവസാനം ഗവൺമെന്റ് പിരിച്ചു വിടപ്പെട്ടതിനാൽ ബിൽ നിയമമായില്ല. 1976 ൽ ഫ്രേസർ ഗവൺമെന്റ് അവരുടെ അബോറിജിനൽ ലാൻഡ് റൈറ്റ്സ് ബിൽ പാസാക്കി. കൺസർവേറ്റീവ് സർക്കാർ ഇത്രയും ചെയ്തത് ആദിവാസികൾക്ക് നീതി ഉറപ്പാക്കാനുള്ള പ്രക്ഷോഭം ശക്തിപ്രാപിച്ചതിനാലാണ്. ഈ നിയമപ്ര കാരം നാഷണൽ ടെറിറ്ററിയിൽ ആദിവാസികൾക്ക് ഭൂമി നല്കുന്നതിന് വ്യവസ്ഥകൾ ഉണ്ടാക്കി. ലാൻഡ് കൗൺസിലുകൾ നിലവിൽ വന്നു. കറു ത്തവരുടെ വിശുദ്ധ ഇടങ്ങൾ (Sacred Sites) സംരക്ഷിക്കാനും വ്യവസ്ഥ ചെയ്തു. നാഷണൽ ടെറിറ്ററിയിലെ സർക്കാർ കന്നുകാലി കച്ചവടക്കാ രുടെ പിടിയിൽ ആണെങ്കിലും കറുത്തവരുടെ ഭൂമിയുടെ മേലുള്ള കൈയേറ്റം കുറെയൊക്കെ തടയാൻ ഉപകരിച്ചു. ഭൂസംബന്ധമായ തീർപ്പ് കല്പിക്കുന്നതിനുതകുന്ന നിയമത്തോടൊപ്പം പാസാക്കിയ മറ്റൊരു നിയ മവും പ്രാധാന്യമർഹിക്കുന്നു. 1975 ൽ പാസാക്കിയ Radial Discrimination Act വംശീയ വിവേചനം തടയുന്നതിനുദ്ദേശിച്ച് ഉണ്ടാക്കിയ നിയമ മാണ്. ഇതുപ്രകാരം പൊതുസ്ഥലങ്ങളിലെ വിവേചനം നിയമംമൂലം നിരോധിച്ചു. അതുപോലെ വീടുനിർമ്മാണം, സാധനസാമഗ്രികളുടെ സമ്പാദനം, ജോലി ചെയ്യാനുള്ള അധികാരം എന്നിവയും നിയമസംര ക്ഷണവലയത്തിലാണിവരും എന്ന സ്ഥിതിയും ഉണ്ടാക്കി. എങ്കിലും നിയ മപരമായ തുല്യത ഇവർക്ക് ലഭിക്കുന്നതിന് പല വിഘാതങ്ങളും ഉണ്ടായി. അതിൽ പ്രധാനം ഇന്നും നിലനില്ക്കുന്ന അനീതി അവർ നിയ മവാഴ്ച നടപ്പിലാക്കുമ്പോൾ ഇവരെ വെള്ളക്കാരോട് തുല്യത ഉള്ളവരാ ണെന്ന പരിഗണന നല്കുന്നില്ല എന്നതാണ്. ഇവർക്ക് ലഭിക്കുന്ന നിയമ സഹായം തൃപ്തികരമല്ലാത്തതിനാൽ നിരവധിപേർ തടവിലാക്കപ്പെട്ടി രിക്കുന്നു.

നോർത്തേൺ ടെറിറ്ററിയിൽ കുറെയൊക്കെ ഭൂമികൈയേറ്റം നിയ ന്ത്രിക്കാനായെങ്കിലും കഴിഞ്ഞ ഇരുന്നൂറ് വർഷത്തിലധികമായി ആദിമ വംശജർ നേരിട്ടുകൊണ്ടിരിക്കുന്ന അനീതികൾക്ക് വിരാമമായി എന്നു പറയാറായിട്ടില്ല. വംശീയ വികാരം നിരക്ഷരരായ ആസ്ത്രേലിയൻ വെള്ള ക്കാരിൽ നുരഞ്ഞുകൊണ്ടിരുന്നു. നോർത്തേൺ ടെറിറ്ററിയിലെ കറുത്ത വർക്ക് നിരവധി ബുദ്ധിമുട്ടുകൾ നേരിടേണ്ടതായിട്ടുണ്ട്. ഖനന പ്രവർത്ത നങ്ങളിലേർപ്പെട്ട കമ്പനികൾ അവരുടെ ലാഭത്തിനായി കുഴിച്ചുകൊണ്ടി രിക്കുമ്പോൾ ആദിമവംശജരുടെ സാംസ്കാരികാവശിഷ്ടങ്ങൾ നാമാവ ശേഷമായിക്കൊണ്ടിരുന്നു. പരിശുദ്ധ ഇടങ്ങളോ പൈതൃകപ്രാധാന്യ മുള്ള സ്ഥലങ്ങളോ സംരക്ഷിക്കപ്പെടുന്നില്ല. രാജ്യത്തിന്റെ മുഴുവൻ ഭൂമിയും സ്വത്തും കൈവശം വെച്ച് നിയന്ത്രിക്കുന്നത് വെള്ളക്കാരായതി നാൽ കറുത്തവരെ വെറും കോളനിവല്ക്കരിക്കപ്പെട്ട അടിമകൾ മാത്ര മായാണ് കണ്ടത്.

എങ്കിലും വംശീയ ബന്ധങ്ങളിൽ ചെറിയ മാറ്റത്തിന്റെ പൊൻതിരി കൾ ജ്വലിപ്പിക്കാൻ കറുത്തവംശജരുടെ സമരകാഹളങ്ങളുടെ ഫലമായി ഉണ്ടായില്ല എന്നു പറയാനും പറ്റില്ല. അവരുടെ ഭാവിപുനർനിർണ്ണയി ക്കാനുതകും വിധം അവർക്ക് കുറച്ചെങ്കിലും ഭൂഅവകാശം ലഭിച്ചതും കമ്യൂണിറ്റി ഓർഗനൈസേഷൻ ഉണ്ടായതും അവരുടെ ചരിത്രത്തിലെ രജതരേഖകളാണ്. എടുത്തുപറയേണ്ട മറ്റൊരു വസ്തുത വെള്ളക്കാ രിൽ തന്നെ ഇവരോട് അനുഭാവം ഉള്ളവർ ധാരാളം ഉണ്ട് എന്ന കാര്യ മാണ്.

സമ്മിശ്ര വികാരകാലം

ഇരുപതാം നൂറ്റാണ്ടിന്റെ മൂന്നാം പാദം സമ്മിശ്രവികാരകാലം ആയി കറുത്തവംശജർക്ക് അനുഭവപ്പെട്ടു. ചില നിയമാനുകൂല്യങ്ങൾ ലഭിക്കു മ്പോൾ അതിനെതിരെ വെള്ളക്കാർ ഉയർത്തുന്ന തടസ്സവാദങ്ങളും രാഷ്ട്രീയപാർട്ടികളുടെ ചാഞ്ചല്യമനഃസ്ഥിതിയുമാണ് സമ്മിശ്രവികാര ങ്ങളുടെ കാലമായി മാറ്റിയത്. 1976 ലെ നോർത്തേൺ ടെറിറ്ററിലാൻഡ്

റൈറ്റ്സ് ആക്ട് കറുത്ത വംശജർക്ക് ഭൂഅവകാശം നല്കി എന്നത് ഒരു പരമാർത്ഥമാണ്. ക്രൗൺ ലാൻഡ്, റിസർവ് ലാൻഡ് എന്നിവ അവകാ ശപ്പെടാനും മൈനിങ് നിയന്ത്രിക്കാനും കഴിഞ്ഞത് അവകാശപോരാട്ട സമരങ്ങൾക്ക് പുതിയ ദിശാബോധം നല്കി. വെള്ളക്കാരിൽ ചിലർ ഇത് അനിഷ്ടകരമായ സംഭവവികാസമായിക്കണ്ടു. 1981 ൽ അധികാരത്തിൽ വന്ന കൺസർവേറ്റീവ് സർക്കാർ, നാഷണൽ ടെറിറ്ററിയിൽ കന്നുകാലി വളർത്തുകാരുടെ താല്പര്യങ്ങൾ സംരക്ഷിക്കാൻ ബദ്ധശ്രദ്ധരായതി നാൽ 1976 ലെ ഭൂനിയമം റദ്ദാക്കാൻ ലോബിയിങ് തുടങ്ങി. അങ്ങനെ 1982 ൽ ഈ ഭൂനിയമത്തിൽ ചില ഭേദഗതികൾ വരുത്തി. അതുപ്രകാരം സ്വതന്ത്രാവകാശ (Free hold) ത്തോടെ കറുത്തവർ കൈവശം വെക്കുന്ന ഭൂമിയിലെ സ്വതന്ത്രാവകാശം തടഞ്ഞു. പ്രതിപക്ഷ പാർട്ടികളായ ലേബറും ഡമോക്രാറ്റുകളും ഈ ഭേദഗതി സെനറ്റിൽ എതിർക്കാൻ തയ്യാറായി.

ടെറിറ്ററി സർക്കാർ വർദ്ധിത വീര്യത്തോടെ രംഗത്തിറങ്ങി. എങ്ങ നെയെങ്കിലും മേൽ ഭേദഗതികൾ പാസാക്കിയെടുക്കാൻ ശ്രമമാരംഭിച്ചു. ഏകദേശം രണ്ടു മില്യൻ ഡോളർ ചെലവഴിച്ച് വൻ പ്രചാരണയജ്ഞം തന്നെ സംഘടിപ്പിച്ച് പൊതുജനാഭിപ്രായം അനുകൂലമാക്കിയെടുക്കാ നുള്ള നടപടികൾ തുടങ്ങി. കറുത്തവരുടെ അബോറിജിനൽ ലാൻഡ് കൗൺസിലുകളും വെറുതെയിരുന്നില്ല. എതിർപ്രചാരണവുമായി അവരും മുന്നിട്ടിറങ്ങി. 1983 ൽ കൺസർവേറ്റീവ് സർക്കാർ പരാജയപ്പെട്ടതിനാൽ ഭേദഗതി ശ്രമങ്ങൾ നടക്കാതെ പോയി.

തുടർന്ന് ലാൻഡ് കൗൺസിലുകളുടെ തീരുമാനങ്ങളെ അകാരണ മായി താമസിപ്പിച്ച് പരാജയപ്പെടുത്തുവാനുള്ള ശ്രമങ്ങൾ അധികാരിക ളുടെ ഭാഗത്തുനിന്നുമുണ്ടായി. കോടതിയിൽ തൽസംബന്ധമായ നിര വധി കേസുകൾ എത്തി. ആദിവാസികളെ സംബന്ധിച്ചിടത്തോളം അവ കാശംസംരക്ഷണത്തിനായി കോടതിയിൽ യുദ്ധം ചെയ്യുക എന്നത് വലിയ ആഘാതം സൃഷ്ടിച്ചു. ഇതൊന്നും അവർക്ക് പരിചിതമായ ശീല ങ്ങളായിരുന്നില്ല. അവരുടെ ഭൂമിയിൽ നടക്കുന്ന ഖനന പ്രവർത്തനങ്ങൾ വീറ്റോ ചെയ്യുവാനുള്ള അവരുടെ അവകാശവും ചോദ്യം ചെയ്യപ്പെട്ടു. കാര്യങ്ങൾ ഇങ്ങനെയൊക്കെ മാറി മറിഞ്ഞ് മുന്നോട്ട് പോയ്ക്കൊണ്ടിരി ക്കുമ്പോഴും യുറേനിയം മൈനിങ്ങിന്റെ റോയൽറ്റി കറുത്തവർക്ക് ലഭിച്ചു. ഇതവരെ വലിയ ഷെയ്ക്കുകളാക്കിയില്ലെങ്കിലും കുറച്ചൊക്കെ ധനാഭി വൃദ്ധിയുണ്ടാക്കി.

ഭൂഅവകാശങ്ങളും ഖനനതാല്പര്യവും നേർക്കുന്നേർ
- ഒപ്പം അനുരഞ്ജനശ്രമങ്ങളും

ആസ്ത്രേലിയൻ ഫെഡറൽ പാർലമെന്റ് 1991 സെപ്തംബർ മാസം ഏകകണ്ഠമായ തീരുമാനപ്രകാരം ആദിവാസികളുമായി അനുരഞ്ജ നത്തിന് ശ്രമിക്കാൻ ഒരു കൗൺസിൽ രൂപീകരിച്ചു. അബോറിജിനൽ

റീകൺസിലിയേഷൻ കൗൺസിൽ (Aboriginal ReConciliation Council) ഇരുപത്തഞ്ച് അംഗങ്ങൾ അടങ്ങുന്ന ഒരു സ്ഥാപനമാണ്. ഇതിൽ പന്ത്രണ്ട് പേർ ആദിവാസികളും രണ്ട് പേർ ടോറസ് സ്ത്രേയിറ്റ് ദ്വീപു നിവാസികളും പതിനൊന്ന് പേർ ആസ്ത്രേലിയൻ പൗരന്മാരുമാണ്.

കൗൺസിലിന്റെ ലക്ഷ്യം എല്ലാവർക്കും നീതിയും തുല്യതയും ഉറപ്പാക്കുന്ന ഒരു ഏകീകൃത ആസ്ത്രേലിയയാണ്. ഈ ലക്ഷ്യം നേടിയെടുക്കുന്നതിനായി പരസ്പര സഹകരണത്തിലും സാംസ്കാരികേതര ധാരണയിലും അധിഷ്ഠിതമായ നിരവധി പരിപാടികളും സംഘടിപ്പിക്കേണ്ടതുണ്ട്. കറുത്തവരുടെ ചരിത്രത്തിൽ പ്രധാനപ്പെട്ട ഒരു അദ്ധ്യായം രചിച്ചുകൊണ്ടാണ് കൗൺസിൽ രൂപീകരണം നടന്നത്. വിവിധ വിഭാഗങ്ങളുടെ (കമ്മ്യൂണിറ്റി) പരസ്പര ധാരണകളിലും കൂട്ടായ പ്രവർത്തനങ്ങളിലും കൂടി മാത്രമേ വെള്ളക്കാർക്കും ആദിവാസികൾക്കും സഹവർത്തിത്വം ഉറപ്പാക്കാൻ സാധിക്കുകയയുള്ളൂവെന്ന പരമമായ സത്യം ഈ കൗൺസിൽ രൂപീകരണത്തിലൂടെ വെളിവായി.

1991 ൽ നടന്ന സെൻസസ് കണക്കെടുപ്പ് പ്രകാരം 265,459 ആദിമ വംശജരാണ് ആസ്ത്രേലിയയിലും ടോറസ് സ്ത്രേയിറ്റ് ദ്വീപു നിവാസികളുമായി ഉണ്ടായിരുന്നത്. ഇവരാകട്ടെ, വ്യത്യസ്ത ഭൂമേഖലകളിലും സാമൂഹ്യ- സാമ്പത്തിക പരിതസ്ഥിതികളിലും ഉൾപ്പെട്ട് ആസ്ത്രേലിയൻ ഉപഭൂഖണ്ഡത്തിന്റെ വിവിധ ഭാഗങ്ങളിലായി വസിക്കുന്നവരുമാണ്.

ഇരുപതാം നൂറ്റാണ്ടിന്റെ അന്ത്യപാദത്തിലാരംഭിച്ച ഫെഡറൽ ഗവൺമെന്റിന്റെ ശ്രദ്ധേയമായ ഇടപെടലുകളുടെ സദ്ഫലങ്ങൾ അബോറിജിനുകൾക്ക് അനുഭവവേദ്യമാകണമെങ്കിൽ അത് സർക്കാർ നടപടികളിൽ പരിമിതവും പക്ഷേ, അവരുടെ മുന്നിട്ടിറങ്ങുന്ന ഉറച്ച പരിപാടികൾക്കു മാത്രമേ സാധിക്കുകയുള്ളൂ. ചുരുക്കത്തിൽ അബോറിജിനുകളുടെ ഭാവിയും പുരോഗതിയും അവരുടെ മാത്രം പ്രവർത്തനത്തെ ആശ്രയിച്ചിരിക്കുന്നു.

ചില ആസ്ത്രേലിയൻ എഴുത്തുകാർ സൂചിപ്പിച്ചതുപോലെ ഗവൺമെന്റിന്റെ ആദിവാസികൾക്കുള്ള ക്ഷേമനടപടികൾ ഒരു കെണി (Trap) പോലെയാണ്. അതിൽ നിന്നും അവർ രക്ഷപ്പെടേണ്ടതുണ്ട്. അബോറിജിനുകളുടെ പുനരുദ്ധാരണം ശരിയായ അർത്ഥത്തിൽ ഒരു വെള്ളക്കാരനോ സർക്കാരിനോ സാദ്ധ്യമല്ല. പഴയ നിരാശാബോധവും അലസതയും വിട്ടൊഴിഞ്ഞ് ആരോഗ്യപരമായ ഒരു ജീവിതശൈലി അവർ കരുപ്പിടിക്കേണ്ടതുണ്ട്. അനാരോഗ്യകരമായ ജീവിതരീതികളാണ് കുറച്ചു വർഷങ്ങൾക്ക് മുമ്പ് വരെ ഇവർ പിന്തുടർന്നത്. അമിതമായ മദ്യപാനവും പുകവലിയും ഇവരുടെ ആരോഗ്യത്തെ കാർന്നുതിന്നിരുന്നു. അമിത ആൽക്കഹോൾ ഉപയോഗം ഉപേക്ഷിക്കാനും അവരുടെ സാംസ്കാരിക തനിമ നിലനിർത്തി സ്വയം അന്തസ്സുള്ളവരായി ജീവിക്കാനും അവർ തന്നെ മുൻകൈയെടുക്കേണ്ടതുണ്ട്.

യൂറോപ്യൻ കുടിയേറ്റ കാലത്ത് ബാധിച്ച മൗഢ്യം അവർ ഉപേ

ക്ഷിക്കാൻ സമയമായി. അതുപോലെ തങ്ങൾ മാത്രം കേമന്മാരാണെന്ന ധാർഷ്ട്യം ആസ്ത്രേലിയക്കാരും ഉപേക്ഷിച്ചാൽ മാത്രമേ അനുരഞ്ജ നത്തിന്റെ പാത സുഗമമാവുകയയുള്ളൂ. ഐക്യത്തിന്റെയും പരസ്പര ധാര ണയുടെയും മുന്നിൽ ഉയർന്നുവരുന്ന മേലുദ്ധരിച്ച വെല്ലുവിളികൾ സധൈര്യം നേരിടേണ്ടതുമുണ്ട്.

പുതിയ നൂറ്റാണ്ടിലും ഇവരുടെ എല്ലാ പ്രശ്നങ്ങൾക്കും പരിഹാര മായില്ലെങ്കിലും ഇവരിൽ ഒരുണർവ്വ് ദൃശ്യമാണ്. കറുത്തവംശജരുടെ ഭൂഅവകാശം സംരക്ഷിച്ച സുപ്രധാന കോടതി വിധിയായിരുന്നു മാബോ തീരുമാനം എന്നറിയപ്പെട്ടത്. പ്രസ്തുത തീരുമാനപ്രകാരം ഭൂവുടമക ളായ അബോറിജിനുകളുടെ പിൻമുറക്കാരും അവരുടെ ഭൂഅവകാശം നില നിർത്തി. നാഷണൽ നേറ്റീവ് ടൈറ്റിൽ ട്രിബ്യൂണൽ (National Title Tri- bunal) എന്ന സ്ഥാപനം അവരുടെ ഭൂ അവകാശം സംരക്ഷണത്തിൽ സഹായിക്കുന്നു. നൂറ്റാണ്ടുകളിലായി ദുരവസ്ഥയിൽ കഴിഞ്ഞിരുന്ന കറു ത്തവംശജർ വലിയ ദുരിതക്കയങ്ങൾ നീന്തിക്കയറിയെങ്കിലും മുൻകാല ങ്ങളിൽ നിന്ന് വ്യത്യസ്തമായ സാമൂഹ്യ, സാമ്പത്തിക, രാഷ്ട്രീയ ചുറ്റു പാടുകളിലാണെങ്കിലും ആസ്ത്രേലിയയിലെ മറ്റ് ജനങ്ങളെ അപേക്ഷിച്ച് ആരോഗ്യകാര്യങ്ങളിൽ പിന്നോട്ടാണ്. അവരുടെ പ്രശ്നങ്ങൾ ഇങ്ങനെ സംഗ്രഹിക്കാം. താഴ്ന്ന ജീവിതനിലവാരം, ദരിദ്രമായ ചുറ്റുപാടുകൾ, തിങ്ങിപ്പാർപ്പ്, മൂലമുണ്ടാകുന്ന ശ്വാസകോശ, ചർമ്മ, നേത്ര, ഹാർട്ട്, കിഡ്നി സംബന്ധമായ പ്രശ്നങ്ങൾ തുടങ്ങിയവ ഇപ്പോഴും അവരെ വേട്ട യാടുന്നു.

പുകയില ഉപയോഗം ഇവരുടെ ഇടയിൽ വളരെ കൂടുതലാണ്. മദ്യ പാനത്തിന്റെ കാര്യത്തിലും മറ്റ് വിഭാഗക്കാരെ അപേക്ഷിച്ച് രണ്ട് മടങ്ങ് കൂടുതലാണ്. മറ്റ് ആസ്ത്രേലിയക്കാരുടെ പ്രതീക്ഷിത ദൈർഘ്യത്തേ ക്കാളും ഇരുപത് വർഷം കുറവായിട്ടാണ്. നിയമലംഘനത്തിന്റെ കാര്യ ത്തിൽ ഇവർ പിന്നിലല്ലാത്തതുകൊണ്ട് അറസ്റ്റ് ചെയ്യപ്പെടാനുള്ള സാദ്ധ്യ തയും ഇവരിൽ കൂടുതലാണ്. അവരുടെ മൊത്തവരുമാനം, വിദ്യാഭ്യാസ യോഗ്യതകൾ എന്നിവ മറ്റ് ആസ്ത്രേലിയക്കാരിൽനിന്നും വളരെ താഴെ യാണ്. ഇവരുടെ കുട്ടികൾ മറ്റുള്ളവരെപ്പോലെ സ്കൂൾ വിദ്യാഭ്യാസം പൂർത്തീകരിക്കുന്നതും കുറവാണ്. ആക്രമണങ്ങൾക്കും ഭീഷണി കൾക്കും ഇവർ മറ്റുള്ളവരേക്കാൾ പതിന്മടങ്ങ് കൂടുതലായി വിധേയരാ കുന്നുണ്ട്.

അബോറിജിനൽ വിഭാഗത്തിലെ സ്ത്രീകളാകട്ടെ മറ്റ് സ്ത്രീകളെ ക്കാൾ നാല്പത്തഞ്ച് തവണ കൂടുതലായി പങ്കാളികളിൽ നിന്നും ഗാർഹിക അക്രമണങ്ങൾക്കും മരണത്തിനും ഇടയാകുന്നുണ്ടെന്നാണ് കണക്കുകൾ. ഉൾപ്രദേശങ്ങളിൽ ഇവരുടെ അസൗകര്യങ്ങൾ വളരെ പ്രകടവുമാണ്. പല പരിമിതികളും ഉണ്ട്. ഇവർക്കും ഈ പരിമിതികൾ ബോദ്ധ്യപ്പെട്ടതിന്റെ ഉത്തമ നിദർശനമാണ് 1976 ൽ നടന്ന നാഷണൽ അബോറിജിനൽ കോൺഫ്രൻസിൽ ഉയർന്നുവന്ന നിർദ്ദേശം.

പ്രസ്തുത കോൺഫ്രൻസിൽ ഏകകണ്ഠമായി ഉയർന്നുവന്ന ആവശ്യം കോമൺവെൽത്ത് പാർലമെന്റ് അബോറിജിനൽ കമ്മ്യൂണി റ്റിയുമായി ഒരു സഖ്യം ഉണ്ടാക്കാനാണ്. ഈ സഖ്യം നിർവ്വഹിക്കേണ്ട ദൗത്യങ്ങൾ അവർ രേഖപ്പെടുത്തിയതിങ്ങനെ.

1. അബോറിജിൻസിന്റെ ഐഡന്റിറ്റി, ഭാഷകൾ, നിയമം, സംസ്കാരം എന്നിവ സംരക്ഷിക്കൽ.

2. അവരുടെ ഭൂ അവകാശങ്ങൾ അംഗീകരിക്കുകയും പുനഃസ്ഥാപി ക്കുകയും ചെയ്യുന്നതിന്ന് വുഡ് വാർഡ് കമ്മീഷൻ ശുപാർശകൾ പ്രകാരം നടപടികൾ സ്ഥിരികരിക്കുക.

3. അവരുടെ ഭൂമികളിൽ നടത്തുന്ന ഖനന പ്രവൃത്തികളിലും മറ്റ് പ്രകൃതിവിഭവങ്ങളുടെ ചൂഷണങ്ങളിലും കൃത്യമായ വ്യവസ്ഥകൾ ഉണ്ടാക്കുക.

4. പരമ്പരാഗത ഭൂമിയുടെ നഷ്ടത്തിനും നിർമ്മാണപ്രവർത്തനങ്ങൾ വഴി വരുത്തിയ നാശനഷ്ടങ്ങൾക്കും തന്മൂലം നാശോന്മുഖമായ അവരുടെ പാരമ്പര്യജീവിത ശൈലിക്കും ഉചിതമായ നഷ്ടപരിഹാരം ഉറപ്പാക്കുക.

5. സ്വന്തം കാര്യങ്ങൾ നിയന്ത്രിക്കുന്നതിനുള്ള അബോറിജിനൽ ആസ്ത്രേലിയൻസിന്റെ അവകാശം അംഗീകരിക്കുക; അതിനായി അവരുടേതായ അസോസിയേഷനുകൾ രൂപീകരിച്ച് പ്രവർത്തിക്കാ നനുവദിക്കുക.

ഒരു നിവേദനരൂപത്തിൽ മേല്പറഞ്ഞ ആവശ്യങ്ങൾ അക്കമിട്ട് നിരത്തി അധികൃതർക്ക് സമർപ്പിച്ചത് അവരുടെ യഥാർത്ഥ പ്രശ്നങ്ങളി ലേക്കുള്ള ഒരു കണ്ണാടിയായി. അബോറിജിനൽ ട്രീറ്റി കമ്മറ്റി എന്നറിയ പ്പെടുന്ന ഈ രേഖ കമ്മിറ്റി അംഗങ്ങൾ ഒപ്പിട്ട് നല്കി. 1988 ലും ഇത്തര ത്തിൽ പ്രധാനമന്ത്രിക്ക് നിവേദനം നല്കി. പ്രധാനമന്ത്രി ജോൺ ഹൊവാർഡ്, ഗവർണ്ണർ ജനറൽ സർവില്യം ഡിഗോ എന്നിവർക്ക് മെയ് 27, 2000 എ ഡിയിൽ ഇവർ കൂട്ടായി ഒപ്പിട്ട് നല്കിയ ഡിക്ലറേഷൻ ഒരു സുപ്രധാനചരിത്രരേഖയാണ്.

ലോകചരിത്രത്തിലെ നാഴികക്കല്ലുകളായ മനുഷ്യാവകാശ പ്രഖ്യാ പനങ്ങളുടെ രൂപവും ആശയങ്ങളും പ്രകടിപ്പിക്കുന്നതരത്തിലായിരുന്നു അബോറിജിനൽ റീകൺസിലിയേഷൻ കൗൺസിൽ സമർപ്പിച്ച ഈ പ്രഖ്യാപനം.

"പലതരക്കാരായ ആസ്ത്രേലിയയിലെ ജനങ്ങളായ ഞങ്ങൾ, അനു രഞ്ജന സ്പിരിട്ടോടുകൂടി യോജിച്ചുപോകുന്നതിനായി ദൃഢനിശ്ചയം ചെയ്തിരിക്കയാണ്. അബോറിജിൻസിന്റെയും ടോറസ് സ്ത്രെയിറ്റ് ദ്വീപ് നിവാസികളുടെയും പ്രത്യേകനിലയും ആസ്ത്രേലിയയിലെ സർവ്വഭൂ സ്വത്തുകളുടെയും ജലത്തിന്റെയും ആദിമ ഉടമസ്ഥരെന്ന നിലയും ഞങ്ങൾ അംഗീകരിക്കുന്നു. ഇവിടത്തെ ഭൂമിയും ജലവും കൈയടക്കി കോളനികൾ സ്ഥാപിച്ചത് അവരുടെ സമ്മതം നേടിയിട്ടോ സഖ്യം ഉണ്ടാ

ക്കിയിട്ടോ അല്ല എന്നും ഞങ്ങൾ അംഗീകരിക്കുന്നു. എല്ലാ ആസ്ത്രേലി യക്കാരുടെയും അവകാശങ്ങൾ പുനർ അംഗീകരണം നടത്തിയും എല്ലാ വരുടെയും സാമൂഹ്യാചാരങ്ങളും നിയമങ്ങളും വിശ്വാസപ്രമാണങ്ങളും പാരമ്പര്യങ്ങളും ബഹുമാനിച്ചും അംഗീകരിച്ചും തുടർന്ന് പോകാൻ ആഗ്ര ഹിക്കുന്നു.

തുടർന്ന് പ്രഖ്യാപനത്തിൽ പറയുന്നത് "പഴയകാല വ്രണങ്ങൾ സുഖപ്പെടുത്തേണ്ടതുണ്ട്. സത്യത്തെ സധൈര്യം അഭിമുഖീകരിച്ച് നമുക്ക് മുന്നേറാം. അനുരഞ്ജനം എല്ലാ ആസ്ത്രേലിയക്കാരുടെയും ഹൃദയത്തിലും മനസ്സിലും ഉണ്ടാകണം. നമ്മൾ കുറെ മുന്നേറ്റം നടത്തി. കുറെയധികം ഇനിയും ബാക്കിയുണ്ട് എന്നതാണ് നമ്മുടെ പങ്കിട്ട ചരിത്രം പറയുന്നത്. നമ്മുടെ പ്രതീക്ഷ പരസ്പര ബഹുമാനം പുലർത്തുന്ന ഒരു യോജിച്ച ആസ്ത്രേലിയയാണ്. ആ ആസ്ത്രേലിയ അബോറിജിനുക ളെയും ടോറസ് സ്ത്രെയിറ്റ് ദ്വീപ് നിവാസികളെയും അവരുടെ സാംസ്കാ രിക പൈതൃകത്തെയും ബഹുമാനിക്കുകയും നീതിയും സമത്വവും എല്ലാവർക്കും തുല്യമായി വിഭാവനം ചെയ്യുന്നതുമാണ്."

നൂറ്റാണ്ടുകളോളം പരസ്പരം തെറ്റിദ്ധരിച്ചും സംശയിച്ചും അകന്നു കഴിഞ്ഞിരുന്ന രണ്ടു വിഭാഗം ജനങ്ങൾക്കിടയിൽ സംസ്കാരങ്ങൾക്കിട യിൽ സഹവർത്തിത്വത്തിന്റെയും അനുരഞ്ജനത്തിന്റെയും ഒരു ഹൃദയ പാത ഇന്ന് രൂപപ്പെട്ടിരിക്കുന്നു. ആസ്ത്രേലിയൻ വൻകരയിലേക്ക് ജേതാ ക്കളെപ്പോലെ കടന്നു വന്നവർ ഡച്ചുകാരായാലും യൂറോപ്യന്മാരായാലും അവർ സംവത്സരങ്ങളോളം ആദിമനിവാസികൾക്ക് ഒരു വിലയും കല്പി ച്ചിട്ടില്ല. അവരെ ചവിട്ടി മെതിക്കുന്നതിലും നിഷ്ഠൂരമായി കൊന്നൊടു ക്കുന്നതിലും ഒരു മനഃസാക്ഷിക്കുത്തും അവർക്കനുഭവപ്പെട്ടില്ല. അവരെ മനുഷ്യഗണത്തിൽ പെടുത്തുകയും അവരോട് കാണിക്കുന്ന ക്രൂരത കൾക്ക് ചരിത്രം ഒരിക്കലും മാപ്പ് നല്കില്ലെന്ന് വിചാരിച്ചവർ എപ്പോഴും ഒരു ന്യൂനപക്ഷമായിരുന്നു.

ലോകചരിത്രം പഠിച്ച എല്ലാവർക്കും അറിയാം മുൻകാല ബ്രിട്ടീഷ് കോളനികളിലെവിടെയും അവർ തദ്ദേശീയവാസികളുടെ ഭൂഅവകാശം നിഷേധിച്ചിട്ടില്ലെന്ന്. പക്ഷേ, ആസ്ത്രേലിയൻ ചരിത്രം അതാണ് പറയു ന്നത്. ബ്രിട്ടീഷ് കോളനികളിലെവിടെയും നടപ്പാക്കാത്ത്, തദ്ദേശീയർക്ക് ഭൂ അവകാശം നിഷേധിച്ച്, യൂറോപ്യൻ കണ്ണുകൾ പതിഞ്ഞ അധിനി വേശ മേഖലകളിൽനിന്നെല്ലാം അവരെ ആട്ടിപ്പായിച്ച ചരിത്രമാണ് അബോറിജിനുകളുടെ ഗതി മറ്റൊന്നാക്കിയത്.

പക്ഷേ, ഇന്ന് കാലിഡോസ്കോപ്പിൽ ദൃശ്യങ്ങൾ മാറി വരുന്നു. റിച്ചാർഡ് ബ്രൂമിനെപ്പോലെയുള്ള എഴുത്തുകാർ, അബോറിജിൻസിന്, അവരുടെ ഗോത്രവർഗ്ഗ സംസ്കാരപൈതൃകത്തിന്, ആസ്ത്രേലിയയുടെ ദേശീയ ചരിത്രത്തിൽ അർഹിക്കുന്ന സ്ഥാനം നല്കണമെന്ന് വീറോടെ വാദിക്കുന്നു. സെൻസസ് കണക്കെടുപ്പിൽപ്പോലും പെടുത്താതെ അവ ഗണിച്ച അബോറിജിൻസ് 1967 ലെ റഫറണ്ടം പ്രകാരം കണക്കെടുപ്പി

ലുൾക്കൊള്ളിച്ചത് അവരുടെ ചരിത്രത്തിലെ ഒരു രജതരേഖയാണ്.

തുല്യ പ്രാധാന്യമുള്ള മറ്റൊരു ചൂണ്ടുപലക 1992 ലെ മാബോവിധി യാണ്. (Mabo Judgement) ഫെഡറൽ കോടതിയുടെ ഈ വിധിന്യായം പ്രകാരം പൊതുനിയമത്തിന്റെ പരിധിയിൽ ആദിവാസികളെയും ഉൾപ്പെ ടുത്തിയതും തദ്വാരാ ഭൂ അവകാശം അടക്കം അവർക്ക് ലഭിച്ചതുമാണ്. ആസ്ട്രേലിയ എന്ന ഭൂഖണ്ഡത്തിന്റെ മടിത്തട്ടിലേക്ക് യൂറോപ്യന്മാരെ പ്പോലെ ആദിമനിവാസികളുടെ പിന്മുറക്കാരെയും ചേർത്തുപിടിക്കാൻ വെമ്പുന്ന നിരവധി പേർ ഇന്ന് അവിടെയുണ്ട്. അവരുടെ സാംസ്കാരിക പൈതൃകത്തിന്റെ ചരിത്രത്തിന്റെയും തിരുശേഷിപ്പുകൾ പരിരക്ഷിക്കു ന്നതിനുള്ള ഹൃദയവിശാലതയും ഇന്നത്തെ ഭരണാധികാരികൾ പ്രകടി പ്പിക്കുന്നുണ്ട്.

അബോറിജിൻസിന്റെ ഇന്നത്തെ അവസ്ഥ

സർക്കാർ കണക്കുകൾ പ്രകാരം 250,000 അബോറിജിൻസ് ഇന്ന് ആസ്ട്രേലിയയിൽ അധിവസിക്കുന്നു. "കൂറീസ്" (Kooris) എന്ന് വിളിച്ചു കേൾക്കാനാണ് അവർ ആഗ്രഹിക്കുന്നത്. 1992 ൽ ഭൂ അവകാശം പുനഃ സ്ഥാപിച്ചു നല്കി. "ദൈവിക ഇടങ്ങൾ" (Sacred Sites) അവർക്ക് തന്നെ തിരികെ തിരിച്ചടി ലഭിച്ചുകൊണ്ടിരിക്കുന്നു. ഇതേ കാലത്ത് തന്നെ ഗവൺമെന്റ് ദ്വിഭാഷയിലധിഷ്ഠിതമായ വിദ്യാഭ്യാസ നയവും അവർക്കു വേണ്ടി പ്രഖ്യാപിച്ചു. അവരുടെ കുട്ടികളെ ഇംഗ്ലീഷ് പഠിപ്പിക്കുന്നതിന് മുൻപായി ഗോത്രഭാഷ പഠിപ്പിച്ചിരുന്നു. ഇപ്പോൾ റേഡിയോ, ടി വി സം പ്രേഷണങ്ങളിൽ അബോറിജിൻസിന്റെ വിവിധ ഭാഷകളും ഉപയോഗിച്ചു വരുന്നു.

1992 ൽ തന്നെ ആസ്ട്രേലിയൻ ഗവൺമെന്റ് ആസ്ട്രേലിയയിലെ അബോറിജിൻസിനുവേണ്ടി നൂറ്റിപതിമൂന്ന് ഡോളർ നീക്കിവെച്ച് അഞ്ചു കൊല്ലക്കാലം അവരുടെ മേലുള്ള നീതിന്യായ ഭരണസമ്പ്രദായം പരി ഷ്കരിക്കുന്നതിന് നടപടികളെടുത്തിരുന്നു. ഇതിൻ പ്രകാരം ഇവരിലെ കുറ്റവാളികളെ വെള്ളക്കാരുടെ ജയിലിലടയ്ക്കുന്നതിന് പ്രകാരം അബോ റിജിൻസിൽ പെട്ട ഉദ്യോഗസ്ഥന്മാർ നടത്തുന്ന "ബെയിൽ ഹോസ്റ്റലുക ളിൽ പാർപ്പിക്കാൻ ഉത്തരവായി. കൂടാതെ ആദിമനിവാസികളായ ഇവ രുടെ സംസ്കാരവും ഗോത്രപരമായ സവിശേഷതകളും പഠിക്കുന്നതിന് വെള്ളക്കാരായ പൊലീസ് ഉദ്യോഗസ്ഥരെ പ്രേരിപ്പിക്കുകയും ചെയ്തു. ഇവരുടെ പ്രധാനദൗർബല്യങ്ങളായ മദ്യപാനാസക്തിയും ലഹരി വസ്തു ക്കളുടെ (Drug) ദുരുപയോഗത്തെക്കുറിച്ചും വെള്ളക്കാരായ പൊലീസു കാരെ ബോധ്യപ്പെടുത്താൻ തീരുമാനം.

1993 ൽ ആസ്ട്രേലിയൻ വിദേശകാര്യമന്ത്രി ഗെയ്ത് ഇവാൻസ് (Gaeth Evans) പാർലമെന്റിൽ സമർപ്പിച്ച "നേറ്റീവ് ടൈറ്റിൽ ബിൽ" (Native Title Bill) അബോറിജിൻസിന് നിരവധി സൗകര്യങ്ങൾ

വാഗ്ദാനം ചെയ്തു. ഒന്നാമതായി ഖനനത്തിനായി നല്കിയ ഭൂമിയുടെ കരാർ കാലാവധി കഴിഞ്ഞാൽ ഭൂമി അവർക്കുതന്നെ അവകാശപ്പെടാം. രണ്ടാമതായി ഖനി ഉടമകളുമായി അവരുടെ ഭൂമിയുടെ വികസന സാദ്ധ്യതകൾ ചർച്ചചെയ്യാം. എങ്കിലും അവർ ആവശ്യപ്പെട്ട വീറ്റോ അധികാരം നല്കിയില്ല. മൂന്നാമതായി, അവരുടെ ഭൂമിയുടെമേലുള്ള തദ്ദേശീയമായ അധികാരം കാലഹരണപ്പെട്ടാൽ അവർക്ക് നഷ്ടപരിഹാരത്തിന് അവകാശം നല്കി.

ചുരുക്കത്തിൽ ഈ ബില്ലിൽ പറഞ്ഞ കാര്യങ്ങളെല്ലാം ആസ്ത്രേലിയയുടെ തെക്ക്, പടിഞ്ഞാറൻ ഭാഗങ്ങളിൽ കോളിളക്കമുണ്ടാക്കാൻ സാദ്ധ്യതകളുള്ളതാണ്. കാരണം കൂടുതൽ ഖനന സാദ്ധ്യതകളുള്ള ഈ ഭാഗങ്ങളിൽ ധാരാളം ഭൂമികൾ ഒഴിവായി കിടക്കുന്നതിനാൽ അബോറിജിനുകൾക്ക് അവകാശവാദം ഉന്നയിക്കാവുന്നതാണ്. അതിനാൽ ഈ നിയമം ഖനിവ്യവസായികൾക്ക് അനിഷ്ടകരമായി. അബോറിജിൻസുമായി ചർച്ചചെയ്തു ഉടമ്പടിയുണ്ടാക്കേണ്ടുന്ന സ്ഥിതിവിശേഷം സംജാതമാകുമെന്ന ഭയം അവർ പ്രകടിപ്പിക്കുകയും ചെയ്തിട്ടുണ്ട്.

നോർത്തേൺ ടെറിറ്ററി എന്ന പ്രവിശ്യയിൽ നിയമനിർമ്മാണം വഴി അബോറിജിൻസിന് അവരുടെ ഭൂമികൾ തിരിച്ചു നല്കുകയുണ്ടായി. അങ്ങനെ അവിടത്തെ ജനസംഖ്യയിലെ ഇരുപത്തിനാലു ശതമാനം വരുന്ന അബോറിജിൻസ് ഭൂമിയുടെ മുപ്പത്തിരണ്ട് ശതമാനം കൈവശം വെക്കുന്നു. ഈ സ്റ്റേറ്റിൽതന്നെയുള്ള ഏറ്റവും വലിയ രണ്ട് ദേശീയ പാർക്കുകളായ ഉളുറുവിന്റെയും കാക്കഡുവിന്റെയും ഉടമസ്ഥാവകാശം അബോറിജിൻസിനു തന്നെയാണ്.

മേൽ പ്രസ്താവിച്ച ഭൂ അവകാശ പുനഃസ്ഥാപനം സാധിതമാക്കിയ നിയമനിർമ്മാണം അബോറിജിൻസിനിടയിൽ ശ്രദ്ധേയമായ പുരോഗതിക്ക് കളമൊരുക്കിയതായി കാണാം. അന്യാധീനപ്പെട്ടുപോയ ഭൂ അവകാശങ്ങൾ തിരികെ ലഭിച്ചത് അവർക്ക് ഭൂമിയിൽ നിവർന്നു നില്ക്കാൻ കാലുകൾ നല്കി.

5
ആസ്ത്രേലിയൻ ജനാധിപത്യം

ആസ്ത്രേലിയൻ ഉപഭൂഖണ്ഡത്തിൽ ഉരുത്തിരിഞ്ഞുവന്ന ഭരണ സമ്പ്രദായത്തിനും സാക്ഷി അതിന്റെ ചരിത്രം തന്നെ. ഇംഗ്ലീഷ് നാവിക നായ ക്യാപ്റ്റൻ കുക്ക് 1770 ൽ കാലെടുത്തുവെച്ച സ്ഥലത്തെ അദ്ദേഹം സ്വന്തം രാജ്യത്തിന്റെ ഓർമ്മയിൽ ന്യൂ സൗത്ത് വെയിൽസ് എന്ന നാമ കരണം ചെയ്തു. ആദ്യകാലത്ത് ഇംഗ്ലണ്ടിലെ കുറ്റവാളികൾ കപ്പൽ ഇറ ങ്ങിയ ആസ്ത്രേലിയ ആ പൂർവ്വികരായ ഇംഗ്ലീഷുകാരിൽക്കൂടി നട്ടു വളർത്തിയ രാഷ്ട്രീയചട്ടക്കൂട് ബ്രിട്ടന്റേതു തന്നെയാണ്. ദീർഘകാലം ബ്രിട്ടീഷ്കോളനിയായി കഴിഞ്ഞ ആസ്ത്രേലിയ 1901 ജനുവരി 1 ന് സ്വാ തന്ത്ര്യം നേടി. ഫെഡറൽ സംവിധാനത്തിലുള്ള ആസ്ത്രേലിയൻ ജനാ ധിപത്യത്തിന് നാല് വിഭാഗങ്ങളുണ്ട്.

1. കോമൺവെൽത്ത്
2. സംസ്ഥാനങ്ങൾ
3. കേന്ദ്രഭരണപ്രദേശങ്ങൾ
4. പ്രാദേശികം (Local)

ന്യൂ സൗത്ത് വെയിൽസ്, ക്വീൻസ്ലാൻഡ്, സതേൺ ആസ്ത്രേലിയ എന്നിവയാണ് ഇപ്പോഴത്തെ സംസ്ഥാനങ്ങൾ. കേന്ദ്രപ്രദേശങ്ങൾ തല സ്ഥാനമായ കാൻബായും നോർത്തേൺ ടെറിറ്ററിയുമാണ്.

ആസ്ത്രേലിയൻ ജനാധിപത്യം വളർന്ന് വികാസം പ്രാപിക്കുന്നതിന് ഏറ്റവും വലിയ പ്രേരകശക്തിയായത് അവരുടെ പൂർവ്വകാലചരിത്രം തന്നെയെന്ന് പ്രമുഖ ആസ്ത്രേലിയൻ ചരിത്രകാരൻ ജോൺ ഹെർസ്റ്റ് സാക്ഷ്യപ്പെടുത്തുന്നു. (Australism Democrazy A short History-John Hirst, Allen and unwin, 2003)

പൂർവ്വകാലചരിത്രം

ആദ്യകാലകുടിയേറ്റക്കാരെക്കുറിച്ച് ഒരു ചൊല്ലുള്ളത് 'കുറ്റവാളിക ളിൽനിന്നും കുബേരരിലേക്ക്' പ്രയാണം ചെയ്തവർ എന്നാണ്. ബ്രിട്ടന്റെ പൈതൃകം പുതിയ രാജ്യത്തും നട്ടുവളർത്തുന്നതിന് ആദ്യകാല കുടി യേറ്റക്കാർ ശ്രദ്ധിച്ചിരുന്നു. പൗരാവകാശങ്ങൾ വകവെച്ചുനല്കിയ ബ്രിട്ടന്റെ സ്വാധീനം പീനൽ കോളനിയെയും സ്വാധീനിച്ചു. പതിനെട്ടാം നൂറ്റാണ്ടിന്റെ അന്ത്യപാദംമുതൽ പത്തൊമ്പതാം നൂറ്റാണ്ടിന്റെ മദ്ധ്യംവരെ യുള്ള കാലഘട്ടത്തിൽ ആസ്ത്രേലിയൻ കോളനികളിൽ വോട്ടവകാശ മില്ലെങ്കിലും മറ്റ് അവകാശങ്ങൾ അനുഭവിച്ച ജനതയായിരുന്നു അവർ.

ബ്രിട്ടീഷ്രാജാവിന് മറ്റ് രാജാക്കളിൽനിന്നും വിഭിന്നമായി പാർല മെന്റിൽക്കൂടി മാത്രമേ ഭരിക്കാൻ കഴിഞ്ഞിരുന്നുള്ളൂ. സ്വത്തവകാശം ഉള്ളവർക്ക് മാത്രമേ അന്ന് ബ്രിട്ടനിൽ വോട്ടവകാശമുണ്ടായിരുന്നുള്ളൂ. സ്ത്രീകൾക്ക് ആദ്യകാലത്ത് വോട്ടവകാശമുണ്ടായിരുന്നില്ല. എങ്കിലും നിയമപരമായ അവകാശങ്ങൾ സ്ത്രീകൾക്കും പുരുഷന്മാർക്കും ഒരു പോലെ അനുഭവിക്കാൻ കഴിഞ്ഞു. ഭൂവുടമകൾ പാർലമെന്റിൽക്കൂടി രാജ്യംഭരിച്ച ചരിത്രമാണ് ബ്രിട്ടന്റേത്.

ആസ്ത്രേലിയയിൽ എത്തിച്ചേർന്ന ബ്രിട്ടീഷുകാർ അവരുടെ പൗരാ വകാശങ്ങളും നിയമപരിരക്ഷയും അവിടെയും പരിചയപ്പെടുത്തി. പക്ഷേ, ആസ്ത്രേലിയയിൽ ആരംഭിച്ച കോളനികൾ മറ്റു കോളനികൾപോലെ യായിരുന്നില്ല. കുറ്റവാളികളുടേതായിരുന്നു. കുറ്റവാളികൾ അവരുടെ എല്ലാം നഷ്ടപ്പെടുത്തിയവരായിരുന്നു. ന്യൂ സൗത്ത് വെയിൽസ് കോളനി ആദ്യം സൈനികശക്തികൊണ്ട് ഭരിക്കാനായിരുന്നു ബ്രിട്ടൻ തീരുമാനി ച്ചിരുന്നത്. പക്ഷേ, സിഡ്നി പ്രഭു പഴയകാല ബ്രിട്ടീഷ്പ്രഭുക്കളെപ്പോലെ ഇംഗ്ലീഷുകാരുടെ അടിസ്ഥാന നിയമാവകാശങ്ങളെക്കുറിച്ച് അഭിമാന പൂർവ്വം ഓർമ്മിക്കുന്ന ആളായിരുന്നു. കുടിയേറ്റഭൂമിയിലെത്തിയ കുറ്റ വാളികളെ കൈകാര്യം ചെയ്യുന്നതിലും ഈ ബോധം നിഴലിച്ചിരുന്നു. അതായത് കുറ്റവാളികളെ വഹിച്ച് ആസ്ത്രേലിയൻ തീരത്ത് അണഞ്ഞ ഇംഗ്ലീഷ്കപ്പലിനോടൊപ്പം ഇംഗ്ലീഷ്നിയമവും അവിടെ എത്തിച്ചേർന്നു.

ആസ്ത്രേലിയയിലെ ആദ്യത്തേതും വിപുലവുമായ കുടിയേറ്റനഗ രത്തിന് നല്കിയത് സിഡ്നിപ്രഭുവിന്റെ പേരാണ്. സൈനികഭരണം കോള നികളിൽ സ്ഥാപിക്കുന്നതിനെ എതിർത്ത് തോല്പിച്ചു ഭരണാധികാരി യായിരുന്ന സിഡ്നിപ്രഭു. തന്റെ തീരുമാനത്തിലൂടെ ആസ്ത്രേലിയൻ ഭൂഖണ്ഡത്തിൽ ഒരു ചരിത്രപിറവിക്ക് അദ്ദേഹം നാന്ദികുറിച്ചു. പരമ്പരാ ഗതമായ ഇംഗ്ലീഷ്സ്വാതന്ത്ര്യബോധവും നിയമവിധേയത്വവും അങ്ങനെ ആസ്ത്രേലിയൻചരിത്രത്തിന്റെ ആദ്യഅദ്ധ്യായമായും അടിസ്ഥാനശില യായും മാറി. ആസ്ത്രേലിയയിൽ എത്തിച്ചേർന്ന ഇംഗ്ലീഷുകാരിൽ ഈ പൈതൃകബോധം ഉൾച്ചേർന്നിരുന്നതുകൊണ്ട് സാമൂഹ്യാടിത്തറ രൂപീ കരണത്തിന് സഹായകരമായി. ആസ്ത്രേലിയൻ കോളനികളിൽ കുറ്റ

വിചാരണനടത്തിയ ജഡ്ജിമാരും ജൂറിമാരും മിലിട്ടറിലദ്യോഗസ്ഥരായി രുന്നെങ്കിലും ഇംഗ്ലീഷ്നിയമമായിരുന്നു അവർ വ്യാഖ്യാനിച്ചതും ശിക്ഷാ വിധിക്കുപയുക്തമാക്കിയതും. ഇതേ സൈനികജഡ്ജി തന്നെയാണ് സിവിൽകോടതിയിലും കേസുകൾ കേട്ടത്. പതിനെട്ടാംനൂറ്റാണ്ടിൽ ഇവിടെ ആദ്യമുണ്ടായ സിവിൽവ്യവഹാരം ഇംഗ്ലണ്ടിലേക്ക് യാത്രചെയ്ത രണ്ട് കുറ്റവാളികളുടേതായിരുന്നു. ആസ്ത്രേലിയയിലേക്ക് കപ്പലിൽ കയറ്റി അയച്ച രണ്ടു കുറ്റവാളികളായിരുന്നു ഹെൻറിയും സൂസന്ന കേബിളും. കപ്പലിൽവെച്ച് ഇവരുടെ ലഗ്ഗേജ് നഷ്ടപ്പെട്ടതിനെതിരെ കപ്പ ലിലെ ക്യാപ്റ്റനിൽനിന്നും നഷ്ടപരിഹാരം ആവശ്യപ്പെട്ടുകൊണ്ടുള്ള തായിരുന്നു വ്യവഹാരം. ഇംഗ്ലീഷ് ജയിലിൽവെച്ച് പരിചയപ്പെട്ട് വിവാ ഹിതരായ ഇവരുടെ ആദ്യസന്താനവും പിറവിയെടുത്ത് ജയിലിൽവെ ച്ചായിരുന്നു. കേസിൽ ദമ്പതികൾക്കനുകൂലമായി വിധിപറഞ്ഞ ജഡ്ജി അവർക്ക് നഷ്ടപരിഹാരം നല്കാൻ ആവശ്യപ്പെട്ടു. ഇംഗ്ലണ്ടിലായിരു ന്നെങ്കിൽ ഈ കേസിന് തന്നെ നിയമസാധുത ഉണ്ടാകുമായിരുന്നില്ല. കാരണം പരാതിക്കാർ രണ്ടുപേരും നിയമഅവകാശങ്ങളില്ലാത്ത കുറ്റ വാളികൾ ആണെന്നതിനാൽ.

കുറ്റവാളികളുടെയും സ്വതന്ത്രരായ ഇംഗ്ലീഷ്പ്രജകളുടെയും അവ കാശങ്ങൾ ഒരേപോലെ സംരക്ഷിക്കുന്ന പതിവ് ആസ്ത്രേലിയയിൽ ഉണ്ടായി. മുക്കാൽഭാഗവും കുറ്റവാളികൾ നിറഞ്ഞ ആദ്യകാലകോളനി കളിൽ, കുറ്റവാളികളായ ആളുകൾ കോടതിയിൽ ഹാജരായി പരാതി കൊടുക്കുന്നതും സാക്ഷികളായി തെളിവുകൊടുക്കുന്നതും അനുവദി ച്ചിരുന്നു.

കുറ്റവാളികളായി ശിക്ഷിക്കപ്പെട്ട് ആസ്ത്രേലിയയിൽ എത്തിയവർ ഭൂവുടമകളായ സ്വതന്ത്ര ഇംഗ്ലീഷുകാരുടെ ഭൂമികളിൽ ജോലിചെയ്യേണ്ടി വന്നു. ഈ അർത്ഥത്തിൽ അവർ സ്വതന്ത്രരായിരുന്നില്ല. പക്ഷേ, ഏല്പിച്ച ജോലി അവർ കൃത്യമായി ചെയ്തില്ലെങ്കിൽ അവരെ ശിക്ഷിക്കാൻ യജ മാനന്മാർക്ക് അവകാശമുണ്ടായിരുന്നില്ല. അതിന് കോടതികൾക്ക് മാത്രമേ അധികാരമുണ്ടായിരുന്നുള്ളു. കോടതികളിൽവന്ന് അവരുടെ ഭാഗം വിശ ദീകരിക്കുന്നതിന് അവരെ അനുവദിച്ചു. യജമാനന്മാർ ഭക്ഷണം നല്കി യില്ലെന്നോ ദേഹോപദ്രവം ഏല്പിക്കുന്നുവെന്നോ ഉള്ള പരാതി ഉണ്ടാ യാൽ കോടതി അത് പ്രത്യേകം ശ്രദ്ധിച്ചിരുന്നു.

മുൻപ് ഒരദ്ധ്യായത്തിൽ സൂചിപ്പിച്ചതുപോലെ ആദ്യകാലകുടിയേ റ്റക്കാർക്ക് നേരിടേണ്ടിവന്ന പ്രധാന പ്രശ്നം അബോറിജിൻസിന്റെ പ്രശ്നം തന്നെയായിരുന്നു. തദ്ദേശീയരായ ആദിമനിവാസികളോട് അന്താ രാഷ്ട്രയനിയമം പാലിക്കണമെന്ന് ചിലർ ആഗ്രഹിച്ചിരുന്നു. വെസ്റ്റ് ആഫ്രി ക്കയിലേക്ക് ബ്രിട്ടീഷ്കുറ്റവാളികളെ അയയ്ക്കുമ്പോൾ സ്വീകരിച്ച നയം അവർ ചൂണ്ടിക്കാട്ടി. അതിപ്രകാരം ആയിരുന്നു. തദ്ദേശവാസികൾ താമ സിക്കുന്നതോ അവരുടെ സ്വന്തമായതോ ആയ ഭൂമികൾ കൈവശപ്പെടു ത്തുന്നത് അവരുമായി യൂറോപ്യന്മാർ ഒരു ഉടമ്പടി ഉണ്ടാക്കിച്ചെയ്യണം

എന്നതായിരുന്നു. പക്ഷേ, ന്യൂസൗത്ത് വെയിൽസിലേക്ക് ബ്രിട്ടീഷ്കുറ്റ വാളികളെ അയയ്ക്കുമ്പോൾ ഈ നയം പ്രാവർത്തികമാക്കിയില്ല. അതിന് കാരണമായി പറഞ്ഞത് ആദിവാസികൾ ഇവിടെ കൃഷിക്കാരല്ല എന്നും അവർ ഗ്രാമങ്ങളിൽ താമസിക്കുന്നുമില്ല എന്നുമാണ്. ഇത്തരം തെറ്റായ ധാരണയുടെ അടിസ്ഥാനത്തിൽ അവരുമായി കരാറുണ്ടാക്കുന്ന കാര്യം പരിഗണിച്ചില്ല. ആസ്ത്രേലിയയിലെ വിസ്തൃതമായ ഭൂമി ആരുടേതുമല്ല (Terra Nullius) എന്നു കരുതുകയാണ് കുടിയേറ്റക്കാരായ ബ്രിട്ടീഷു കാർ ചെയ്തത്.

ആദിവാസികളുടെ ഗോത്രവർഗ്ഗാടിസ്ഥാനത്തിലുള്ള നിയമങ്ങൾ കുടിയേറ്റക്കാർ അവഗണിക്കുകയോ കണ്ടില്ലെന്ന് നടിക്കുകയോ ചെയ്തു. നിയമവാഴ്ചയ്ക്ക് മുൻഗണന നല്കുന്നുവെന്ന് വീമ്പടിച്ചിരുന്നവർ ആദി വാസികളുടെ കാര്യത്തിൽ നേർവിപരീതമായി പ്രവർത്തിച്ചു. കുറ്റവാളി കളായ ബ്രിട്ടീഷ്കുടിയേറ്റക്കാർക്ക് നിയമപരിരക്ഷ നല്കുന്നതിന് ബ്രിട്ടീഷ്നിയമത്തെ ക്രമാതീതമായി വളച്ചൊടിച്ച ഇംഗ്ലീഷുകാർ അതിന്റെ നൂറിലൊരംശംപോലും പരിരക്ഷ ആദിമനിവാസികൾക്ക് നല്കിയില്ല എന്നത് വിരോധാഭാസമായി തോന്നാം. കോടതികളിൽ തെളിവ് നല്കാൻ അവരെ അനുവദിച്ചില്ല. അവർ ക്രിസ്തുമതാനുയായികളല്ലാത്തതു കൊണ്ട്, സത്യം പറഞ്ഞില്ലെങ്കിൽ ദൈവം ശിക്ഷിക്കുമെന്ന ബോധം അവർക്കുണ്ടാകില്ലെന്ന വിചിത്രവാദവും ഇംഗ്ലീഷുകാർ നിരത്തി. കുടി യേറ്റക്കാർ ആദിവാസികളെ ആക്രമിച്ച് കൊല്ലുകയോ അവരുടെ ഭൂമി കൈവശപ്പെടുത്തുകയോ ചെയ്യുമ്പോൾ അവർക്കെതിരെ കോടതിയിൽ പരാതിനല്കാൻ പോലും ആരുമുണ്ടായില്ല. അതിനാൽ കോടതിയിൽ സത്യംപറയാൻ അവർക്ക് അവസരവും ലഭിച്ചില്ല.

കുടിയേറ്റക്കാരായ ഇംഗ്ലീഷുകാർ ആദിവാസികളെ വധിച്ചതിന് ആദ്യ മായി ഒരു കേസുണ്ടായതും പിന്നീടുണ്ടായ സംഭവവികാസങ്ങളും ഇംഗ്ലീഷ്നിയമം പരാജയപ്പെട്ടതിന് നല്ലൊരുദാഹരണമാണ്. ആദിവാസി കളായ രണ്ടുപേരെ 1799 ൽ കുടിയേറ്റക്കാർ വധിച്ച് കുഴിച്ചുമൂടി. ഹാക്സ്ബറി എന്ന സ്ഥലത്ത് നടന്ന ഈ പാതകത്തെക്കുറിച്ചറിഞ്ഞ അവിടത്തെ സൈനിക ഉദ്യോഗസ്ഥനും പ്രാദേശികപൊലീസ്കോൺസ്റ്റ ബിളും അന്വേഷണം നടത്തി ശവങ്ങൾ മാന്തിയെടുക്കുകയും കോടതിക്ക് പ്രസ്തുതവിവരം റിപ്പോർട്ട് ചെയ്യുകയുമുണ്ടായി. പ്രതികളായ കുടിയേ റ്റക്കാർ കോടതിയിൽ വാദിച്ചത് ഇപ്രകാരം. നിരവധി കുടിയേറ്റക്കാരെ ആദിവാസികൾ വധിക്കുകയും അവരെ നേരിടുന്നതിന് സൈനികരെ അയ യ്ക്കുകയുമുണ്ടായി. ആയതിനാൽ രണ്ടു ആദിവാസികളെ വധിച്ച കുടി യേറ്റക്കാർ ചെയ്തത് എങ്ങനെ കുറ്റകരമാകും? കോടതി അവർ കുറ്റ ക്കാരാണെന്ന് കണ്ടെത്തിയെങ്കിലും ഭൂരിപക്ഷം ജൂറിമാരും എതിരായി രുന്നതിനാൽ ശിക്ഷ നടപ്പാക്കാൻ കഴിഞ്ഞില്ല. ഗവർണ്ണർ ഹണ്ടർക്ക് കുടി യേറ്റക്കാർ ചെയ്തത് തെറ്റാണെന്നും കൂടുതലായി കൊല്ലപ്പെടുന്നത് ആദി വാസികളാണെന്നും മനസ്സിലായെങ്കിലും കുടിയേറ്റക്കാരായ ഇംഗ്ലീഷു

കാരെ ശിക്ഷിക്കുന്നത് തനിക്ക് അവമതിപ്പും അസ്വീകാര്യതയും മാത്രമേ നല്കൂ എന്നതിനാൽ അവരെ ശിക്ഷിക്കാൻ തയ്യാറായില്ല. പകരം കേസിൽ അന്തിമതീരുമാനം കൈക്കൊള്ളുന്നതിന് ലണ്ടനിലേക്കും കുടി യേറ്റക്കാരെ സ്വന്തം വീടുകളിലേക്കും അയച്ചു. ലണ്ടനിൽ ഉണ്ടായ തീരു മാനം, സംഭവം കഴിഞ്ഞ് കുറേക്കാലമായതിനാൽ കുടിയേറ്റക്കാരെ ശിക്ഷിക്കേണ്ടതില്ല എന്നായിരുന്നു. എങ്കിലും തദ്ദേശീയരായ ആദിവാ സികളെ സംരക്ഷിക്കണമെന്ന ഇംഗ്ലീഷ്നയം നിലനിന്നു! ആദിവാസികളെ കൊന്നൊടുക്കിയാൽ ഒന്നും ഭയപ്പെടേണ്ടതില്ല എന്ന ഒരു പാഠം കൂടി യേറ്റക്കാർക്കും ബോദ്ധ്യപ്പെടാൻ ഈ സംഭവം ഉപകരിച്ചു.

കുറ്റവാളിസമൂഹം പുരോഗതിയിലേക്ക് (Convict society in progress)

ആധുനിക ആസ്ത്രേലിയയുടെ ചരിത്രവും ജനാധിപത്യസമ്പ്രദാ യങ്ങളുടെ വളർച്ചയും മനസ്സിലാക്കുന്നതിന് കുറ്റവാളികളുടെ സമൂഹം ഇവിടെ എത്തിച്ചേർന്നതിനുശേഷം അവർക്കുണ്ടായ പരിണാമങ്ങളും പഠി ക്കേണ്ടതുണ്ട്. ആസ്ത്രേലിയൻ കോളനിയിൽ "കോൺവിക്ട്'കൾക്കു ണ്ടായ പ്രത്യേകസാഹചര്യത്തെക്കുറിച്ച് പിന്നീട് വിവരിക്കാം.

പൊതുവായി കുറ്റവാളികൾക്ക് ക്രൂരമായ ശിക്ഷാവിധികൾ കോള നികളിൽ നടപ്പിലാക്കിയിരുന്നു. ജോലി ചെയ്യാതിരിക്കുകയോ പുതിയ കുറ്റകൃത്യങ്ങളിലേർപ്പെടുകയോ ചെയ്യുന്നവർക്ക് നിർദ്ദയമായ ചാട്ടവാറ ടിയായിരുന്നു ശിക്ഷ. കഠിനമായ കുറ്റകൃത്യങ്ങളിലേർപ്പെട്ടവരെ അതി ക്രൂരശിക്ഷാനടപടികൾ നല്കിയിരുന്ന നോർഫോക്ദ്വീപിലേക്ക് നാടു കടത്തുകയോ തൂക്കിക്കൊല്ലുകയോ ചെയ്തു. പതിനെട്ടാം നൂറ്റാണ്ടിലെ ജയിൽ കർശനനിയമപാലനം നടത്തുന്ന ഒരിടമായിരുന്നില്ല. കുറ്റവാളി കളെ ഒന്നിച്ച് ഒരിടത്തു പാർപ്പിക്കുന്നുവെന്നല്ലാതെ അതിന്റെയുള്ളിൽ എന്തുസംഭവിക്കുന്നുവെന്ന് ആരും പരിശോധിച്ചിരുന്നില്ലത്രെ! ഇംഗ്ലീഷ് ജയിലുകളിൽ അക്കാലത്ത് സ്ത്രീകളെയും പുരുഷന്മാരെയും ഒന്നിച്ചാണ് പാർപ്പിച്ചിരുന്നത്. ഈ സമ്പ്രദായം നിർത്തലാക്കാൻ കുറ്റവാളിയായ കുറെ സ്ത്രീകളെ ന്യൂസൗത്ത് വെയിൽസിലേക്ക് (ആസ്ത്രേലിയ) അയയ്ക്കാൻ ബ്രിട്ടീഷ് സർക്കാർ തീരുമാനിച്ചു. പുരുഷന്മാരായ കോൺവിക്ട് തടവുകാരെ മാത്രം ആസ്ത്രേലിയയിലേക്ക് അയയ്ക്കു ന്നതിനേക്കാളും നല്ലത് സ്ത്രീ തടവുകാരെയുംകൂടി അയയ്ക്കുന്നതാ ണെന്ന് ബ്രിട്ടനിൽ തീരുമാനമുണ്ടായത് വലിയ മാറ്റങ്ങൾക്കിടയാക്കി.

സ്ത്രീ കുറ്റവാളികൾക്ക് കഠിനാദ്ധ്വാനം ആവശ്യമായ ജോലികൾ നല്കിയിരുന്നില്ല. ചാട്ടവാറടിപോലുള്ള ശിക്ഷാവിധികൾ പില്ക്കാലത്ത് നിർത്തലാക്കി. സ്ത്രീകുറ്റവാളികൾ കൂടുതലായി എത്തിച്ചേർന്നതോടെ കോളനികളിൽ വലിയ മാറ്റം ദൃശ്യമായി. കൂടതൽ സ്ത്രീകളെ അയച്ച തിന്റെ പ്രഥമോദ്ദേശ്യംതന്നെ പുരുഷന്മാർക്ക് ആവശ്യമായത്ര ഇണകളെ നല്കാനായിരുന്നു. സൈനികഓഫീസർമാർ, യോദ്ധാക്കൾ, പുരുഷ കുറ്റ

വാളികൾ എന്നിവർക്കെല്ലാം പങ്കാളികളെ തിരഞ്ഞെടുക്കാൻ അവസര മുണ്ടായി. ഈ വേഴ്ചകളിൽനിന്നും ഉണ്ടായ കുട്ടികൾ ഇംഗ്ലീഷുപ്രജക ളെപ്പോലെ സ്വതന്ത്രരായി.

ഇതേസമയത്ത് തന്നെ ആസ്ത്രേലിയൻ കോളനികളിൽ സുപ്രധാ നമായ മറ്റൊരു മാറ്റവും ഉടലെടുക്കുന്നുണ്ടായിരുന്നു. കോൺവിക്റ്റ്സിന്റെ ജോലി നിരീക്ഷിക്കുന്നതിന് ആൾക്കാർ കുറവായതുകൊണ്ട് ഗവർണ്ണർ ഫിലിപ്പ്, കുറ്റവാളികളിൽനിന്നുതന്നെ ചിലരെ സൂപ്പർവൈസർമാരായി നിയമിച്ചു. ഈ കോൺവിക്റ്റ് സൂപ്പർവൈസർമാർ മറ്റ് കോൺവിക്റ്റുകൾ നിത്യേന ചെയ്യേണ്ട ജോലിയുടെ ഒരു പട്ടിക തയ്യാറാക്കി കർശനമായി നടപ്പിലാക്കി. ഈ പുതിയ സമ്പ്രദായത്തിന്റെ ഫലമായി കാട് തെളിയി ക്കുന്നതിനും, ഇഷ്ടിക നിർമ്മാണത്തിനും വേഗത കൂടി. ഏല്പിച്ച ജോലി ചെയ്തുകഴിഞ്ഞാൽ പിന്നെ കോൺവിക്റ്റുകൾക്ക് അവരുടെ സ്വന്തം പുര യിടങ്ങളിലെ ജോലി ചെയ്യാം. ഗവണ്മെന്റ് തോട്ടങ്ങളിൽ ജോലിഭാരം കൂടുതലായതിനാൽ അവർക്ക് ചെറിയ പ്രതിഫലവും കിട്ടി.

ഓരോ കുറ്റവാളിയുടെയും ശിക്ഷാകാലാവധി എത്രയാണെന്ന് ഗവർണ്ണർക്ക് അറിയുമായിരുന്നില്ല. ശിക്ഷാവിധികളുടെ വിശദാംശങ്ങൾ ഒന്നും ബ്രിട്ടൻ അറിയിച്ചിരുന്നില്ല. കോളനികളിലെ ഓരോ ജോലിക്കും ഗവർണ്ണർ കോൺവിക്റ്റ്മാരെ തന്നെയാണ് നിയമിച്ചിരുന്നത്. അതിനാൽ പൊലീസ്, വക്കീലന്മാർ, അദ്ധ്യാപകർ, ഡോക്ടർമാർ, ആർക്കിടെക്ടു കൾ, ആർട്ടിസ്റ്റുകൾ തുടങ്ങിയ ജോലികളെല്ലാം താല്പര്യമുള്ള കുറ്റവാ ളികൾക്ക് നല്കി. ജോലി കൃത്യമായി നിർവ്വഹിച്ചവർക്ക് ശിക്ഷയിൽനിന്നും മാപ്പ്നല്കി സ്വതന്ത്രമാക്കി. ഇംഗ്ലണ്ടിൽനിന്നും കപ്പൽകയറി ആസ്ത്രേ ലിയൻതീരത്ത് വന്നിറങ്ങുമ്പോൾതന്നെ ചിലർക്ക് ഇങ്ങനെ സ്വതന്ത്രരാ വാൻ കഴിഞ്ഞിരുന്നുവത്രേ! "നല്ല നടപ്പിന്" ശിക്ഷിക്കപ്പെട്ട കുറ്റവാളി കൾക്ക് 1801 ൽ ഗവർണ്ണരായ കിങ് 'ലീവ് ടിക്കറ്റ്' എന്ന സമ്പ്രദായം നട പ്പിലാക്കി. കുറ്റവാളികൾ നല്ലരീതിയിൽ ജീവിച്ചാൽ മാപ്പ് നല്കുന്ന രീതി യായിരുന്നു ലീവ് ടിക്കറ്റ്. പില്ക്കാല പ്രൊബേഷൻ സമ്പ്രദായത്തിന്റെ ഉത്ഭവം ഇതായിരുന്നു. അങ്ങനെ ആസ്ത്രേലിയൻ കോളനികളിൽ വിവിധതരം കോൺവിക്റ്റുകളുണ്ടായി. അവകാശങ്ങളുള്ളവർ, കൂലി ലഭി ക്കുന്നവർ, ഉയർന്ന ജോലികൾ നോക്കുന്നവർ, ലീവ് ടിക്കറ്റ് ലഭിച്ച് കപ്പ ലിൽനിന്നും ഇറങ്ങുമ്പോൾതന്നെ സ്വാതന്ത്ര്യം ലഭിക്കുന്നവർ എന്നി ങ്ങനെ. കോളനിയിൽ എത്തി മുപ്പതുവർഷമാകുമ്പോഴേക്കും അദ്ധാനവും ഭൂമിയും കൈമുതലാക്കിയ മുൻകോൺവിക്റ്റുകളുടെയും മറ്റ് സ്വതന്ത്ര കുടിയേറ്റക്കാർ കൈവശപ്പെടുത്തിയ ഭൂമിയുടെയും തോത് ഏകദേശം തുല്യമായിരുന്നു.

കോൺവിക്റ്റുകൾക്ക് അവരുടെ ശിക്ഷാകാലാവധി തീരുമ്പോ ഴേക്കും ഓരോ ചെറിയതോട്ടം ലഭിച്ചിരുന്നു. മിക്കപേരും ഇതുകൊണ്ട് തൃപ്തരായില്ല. ഇംഗ്ലീഷ് ഉദ്യോഗസ്ഥർ ഇവിടെയും സ്വകാര്യവ്യാപാരം നടത്തിയിരുന്നതുകൊണ്ട് അവരെ സേവിച്ച് ധനലാഭമുണ്ടാക്കുന്നതിന്

കോൺവിക്റ്റുകളിൽ ചിലർ ശ്രമിച്ചു. അല്പസല്പം സാമ്പത്തികം ഉണ്ടാ യിക്കഴിഞ്ഞതിനുശേഷം അവർ സ്വന്തം മേഖലകൾ കണ്ടെത്തി മുന്നോട്ടു പോയി. അങ്ങനെ കപ്പൽനിർമ്മാണക്കാരും ബാങ്കർമാരും തിമിംഗലവേ ട്ടക്കാരും വൻകിടഭൂവുടമകളുമുണ്ടായി. വിസ്തൃതമായ ഭൂഖണ്ഡത്തിലെ ഭൂമിക്ക് പുതിയ അവകാശികൾ ഉണ്ടായിക്കൊണ്ടിരുന്നു. ചെറുകിടക്കാർ താമസിയാതെ വൻകിടക്കാരായി മാറി. മുൻ കുറ്റവാളികളിൽനിന്നും വൻകിടബിസിനസുകാരും ഭൂവുടമകളും വ്യവസായികളും മറ്റ് നിർമ്മാ ണമേഖലയിലെ വമ്പൻസ്രാവുകളുമുണ്ടായി.

കോളനിയിൽ വെള്ളക്കാരായ കുടിയേറ്റക്കാർക്കുണ്ടായിരുന്ന അതേ അളവിൽ സാമ്പത്തിക അവകാശങ്ങൾ കോൺവിക്റ്റുകൾക്കുമുണ്ടായി രുന്നതുകൊണ്ടാണ് അവർക്ക് എല്ലാ അഭിവൃദ്ധിയുമുണ്ടായത്. മാത്രവു മല്ല, പ്രാദേശികമായി നിലനിന്നിരുന്ന കീഴ്‌വഴക്കമായ, കുറ്റവാളികളെ ക്കൊണ്ട് ജോലി ചെയ്യിക്കുന്ന സമ്പ്രദായം ധനികരായ മുൻകുറ്റവാളി കളും പിൻതുടർന്നു. മുൻകുറ്റവാളികുടുംബങ്ങളിലെ സ്ത്രീകൾക്കടക്കം ഈ നവീനസ്വാതന്ത്ര്യം അനുഭവിക്കാൻ അവസരം ലഭിച്ചു. ഒരെഴുത്തു കാരൻ ചൂണ്ടിക്കാട്ടിയതുപോലെ ഇംഗ്ലണ്ടിലെ സ്ത്രീകളേക്കാളും സ്വാതന്ത്ര്യം ഇവിടെ അവർക്ക് അനുഭവപ്പെട്ടു. ഇംഗ്ലീഷ്നിയമപ്രകാരം ശിക്ഷാകാലാവധി കഴിഞ്ഞാലും മാപ്പ് ലഭിച്ചാലും അവരുടെ എല്ലാ പൗരാ വകാശങ്ങളും പുനഃസ്ഥാപിക്കപ്പെടുന്നില്ല. പക്ഷേ, ഈ നിയമം കോള നികളിൽ അവഗണിക്കപ്പെട്ടു. അങ്ങനെ ആസ്ത്രേലിയൻകോളനികളിൽ കുറ്റവാളികൾക്ക് മാപ്പ് ലഭിച്ചാൽ അവർ സ്വതന്ത്രരായി. ശിക്ഷാകാലാ വധി കഴിഞ്ഞാൽ ഒരു 'സ്വതന്ത്രതാസർട്ടിഫിക്കറ്റ്' (Certificate of free- dom) നല്കി. അധികാരികൾ നല്കുന്ന ഈ സർട്ടിഫിക്കറ്റ് ടിക്കറ്റ് ഓഫ് ലീവ്പോലെ പ്രാദേശികമായ ഒരു കണ്ടുപിടുത്തമായിരുന്നു.

ആസ്ത്രേലിയൻ കോളനിയിലെ അഞ്ചാമത്തെ ഗവർണ്ണറായ ലക് ലാൻ മാകുറി, (1810-1821) ഒരു പടികൂടി മുന്നോട്ടുപോയി. മുൻകുറ്റവാളി കളേയും സ്വതന്ത്രകുടിയേറ്റക്കാരെയും അദ്ദേഹം ഒരുപോലെ കണ്ടു. സർക്കാർ അതിഥിമന്ദിരങ്ങളിൽ ഡിന്നറിനും ബാൾ റൂം ഡാൻസിനും ധനികരായ മുൻ കോൺവിക്റ്റുകൾക്ക് ക്ഷണം ലഭിച്ചു. അവരിൽനിന്നും മൂന്നുപേരെ മജിസ്ട്രേറ്റ് ആയി നിയമിച്ചു. മുൻകുറ്റവാളികൾ കുറ്റവിചാ രണനടത്തുന്ന അവസ്ഥയുണ്ടായത് ധനികരായ സ്വതന്ത്രകുടിയേറ്റ ക്കാർക്ക് ഒട്ടും സഹിക്കാൻ കഴിഞ്ഞില്ല. മനസ്സിന്റെ ഉള്ളിൽ മുൻകുറ്റവാ ളികളെ അധഃകൃതരായിക്കണ്ട അവർക്ക് ഗവർണ്ണറുടെ നടപടിയിൽ ഉണ്ടായ അമർഷം രേഖപ്പെടുത്തിയെങ്കിലും ഗവർണ്ണർ അതെല്ലാം അവ ഗണിക്കുകയാണുണ്ടായത്. അദ്ധ്വാനശീലരായ മുൻകുറ്റവാളികളുടെ പ്രവർത്തനഫലമായുണ്ടായ സാമ്പത്തികഅഭിവൃദ്ധി ഗവർണ്ണറെ ആകർഷിച്ചതിനാൽ മറ്റുള്ളവർ എവിടെയെങ്കിലും പോകട്ടെ എന്ന നില പാടാണ് അദ്ദേഹം സ്വീകരിച്ചത്. ഗവർണ്ണറുടെ അനുകൂലമനോഭാവം ധനി കരായ മുൻ കോൺവിക്റ്റുകൾക്ക് നല്ല പ്രവർത്തന ഊർജ്ജം നല്കി.

അവരിൽ വ്യാപാരത്തിലും മറ്റ് ഏർപ്പെട്ട് ധനാഢ്യരായി തീർന്നവർ ഇംഗ്ല ണ്ടിലെ മാതൃകയിൽ കൂറ്റൻ ഹർമ്മ്യങ്ങൾ നിർമ്മിച്ച് ആഡംബരജീവിതം നയിച്ചു.

ഗവർണ്ണർമാർ ചോദ്യംചെയ്യപ്പെടുന്നു

ആസ്ത്രേലിയൻ കുടിയേറ്റഭൂമിയിൽ 19-ാം നൂറ്റാണ്ടിലുണ്ടായ സാമൂഹ്യസാമ്പത്തികമാറ്റങ്ങൾ ഭരണാധികാരികളായ ഗവർണ്ണർമാരുടെ ചില തീരുമാനങ്ങളെ വെല്ലുവിളിക്കുന്ന സാഹചര്യം ഉണ്ടാക്കി. വർഷ ങ്ങളായി ഗവർണ്ണർമാർ ഏറക്കുറെ അവരുടെ ഇഷ്ടാനിഷ്ടങ്ങൾക്കനു സരിച്ച് ഭരണം നടത്തി. ഗവർണ്ണർമാരുടെ കല്പനകൾ ഇംഗ്ലീഷ്നിയമ മായി. ജഡ്ജിമാർ അദ്ദേഹത്തിന്റെ കീഴുദ്യോസ്ഥരായി ഗണിക്കപ്പെട്ടു. ഗവർണ്ണർ നിയമിക്കുന്ന ആറ് സൈനിക ഉദ്യോഗസ്ഥന്മാർ ക്രിമിനൽകേ സുകളിൽ ജൂറിമാരായി സാമ്പത്തികകാര്യങ്ങളും ഗവർണ്ണർമാർ കൈകാ ര്യംചെയ്തു. അതായത് ഭൂമി പതിച്ചുനല്കൽ, കോൺവിക്റ്റുകൾക്ക് വ്യാ പാരസ്വാതന്ത്ര്യം നല്കൽ, ഗവൺമെന്റ് സ്റ്റോറിലേക്കുള്ള സാധനവി ല്പന എന്നിവയുടെ ചുമതല ഗവർണ്ണർമാരിൽ നിക്ഷിപ്തമായിരുന്നു. മറ്റൊരർത്ഥത്തിൽ, ഇംഗ്ലണ്ടിലെ രാജാവിന്റെ സ്ഥാനം കോളനിയിൽ ഗവർണ്ണർമാർക്കുണ്ടായി. അവരുടെ പ്രീതി സമ്പാദിച്ചാൽ എന്തും ചെയ്യാ മെന്നായി. കല്യാണത്തിനായി ഇംഗ്ലണ്ടിൽനിന്നും വധുക്കളെ കൊണ്ടു വരാനും കുടുംബത്തോടൊപ്പം കഴിയാൻ സൗകര്യമുണ്ടാക്കുന്നതിന് ടിക്കറ്റ് ഓഫ് ലീവ് ലഭിക്കുന്നതിനുമെല്ലാം ഗവർണ്ണർമാരുടെ അനുവാദം തേടി. ഗവർണ്ണർമാരെ തീരെ ഭയപ്പെടാത്തവർ ബ്രിട്ടനിൽ നല്ല സ്വാധീന മുള്ളവരായിരുന്നു. അവർക്ക് ചില ഗവർണ്ണർമാരെ മാറ്റാൻപോലും സാധി ച്ചിരുന്നുവത്രേ.

ഗവർണ്ണർമാരെ എതിർക്കാൻ പ്രാപ്തിയുണ്ടായിരുന്നത് ഒരുവിഭാഗം സൈനിക ഓഫീസർമാർക്കായിരുന്നു. ഔദ്യോഗികമായി ഗവർണ്ണർക്ക് കീഴിലാണെങ്കിലും ചിലർ ഗവർണ്ണർമാരെ വകവെച്ചില്ല. കോളനിയിലെ ആദ്യവ്യാപാരികൾ സൈനികരായിരുന്നു. ആ നിലയിൽ അവർക്ക് മെച്ച പ്പെട്ട ജീവിതപരിതസ്ഥിതിയുണ്ടായി. റം വ്യാപാരികളായ സൈനികരെ നിയന്ത്രിക്കുന്നതിന് ഗവർണ്ണർ മക്വാറി ശ്രമിച്ചെങ്കിലും വിജയിച്ചില്ല.

1814 ൽ ജഡ്ജി ജെഫ്രിബെന്റ് കോടതിയിൽ ന്യായാധിപനായി നിയമിതനായി. മുൻകുറ്റവാളികളായ വക്കീലന്മാരെ അദ്ദേഹം അംഗീക രിച്ചില്ല. തർക്കംമൂലം കോടതി 2 കൊല്ലം പൂട്ടിക്കിടന്നു. പ്രസ്തുതസം ഗതി ഇംഗ്ലണ്ടിൽ റിപ്പോർട്ടായി ലഭിച്ചുവെങ്കിലും നടപടി ഒന്നും ഉണ്ടാ യില്ല. ഗവർണ്ണർ നികുതി ചുമത്തുന്നതും ജഡ്ജി എതിർത്തു. പ്രാതിനിധ്യ അസംബ്ലിക്കുമാത്രമേ അതിന് അവകാശമുള്ളു എന്ന ആശയം ആസ്ത്രേലിയയിൽ ഉടലെടുത്തു.

6

കോളനി നയം ബ്രിട്ടൻ
കർശനമാക്കുന്നു

ന്യൂ സൗത്ത് വെയിൽസ് കോളനിയിൽ ഗവർണ്ണർമാർക്കുനേരെ യുണ്ടായ വെല്ലുവിളികളൊന്നും ബ്രിട്ടൻ കാര്യമായെടുത്തിരുന്നില്ല. കുറ്റ വാളികളെ നാടുകടത്തിയ കോളനി മാത്രമായിരുന്നു അത് ബ്രിട്ടന്റെ കണ്ണിൽ. പത്തൊമ്പതാം നൂറ്റാണ്ടിന്റെ രണ്ടാം ദശകത്തിലുണ്ടായ ചില സംഭവവികാസങ്ങൾ ആസ്ത്രേലിയൻ കോളനിയോടുള്ള സമീപനത്തെ ച്ചൊല്ലി വൻ വിവാദങ്ങൾക്ക് വഴിമരുന്നിട്ടു. 1815 ൽ റെവലൂഷനറി ഫ്രാൻസുമായുള്ള ദീർഘകാലയുദ്ധം അവസാനിപ്പിച്ചു. യുദ്ധംമൂലം വലിയ സാമ്പത്തികമാന്ദ്യം രാജ്യത്തെ ബാധിക്കുകയുണ്ടായി. യുദ്ധ കാലത്ത് തൊഴിൽരഹിതരെ സൈന്യത്തിലെടുത്തെങ്കിലും യുദ്ധാനന്തരം തൊഴിൽരഹിതർ വർദ്ധിക്കുകയും അവരുടെ കുറ്റകൃത്യങ്ങളും വർദ്ധിച്ചു വന്നു. ഗവൺമെന്റ് രൂക്ഷമായി വിമർശിക്കപ്പെട്ടു. ഗവൺമെന്റ് വിമർശ കർക്ക് പറയാനുണ്ടായിരുന്നത് ആസ്ത്രേലിയയിലെ ന്യൂസൗത്ത് വെയിൽസ് കോളനിയിൽ അയയ്ക്കപ്പെട്ട കുറ്റവാളികൾ സുഖജീവിതം നയിക്കുന്നതും അവർ ധനികരായി മാറിയതും എങ്ങനെ എന്നായിരുന്നു? ജയിൽനിയമങ്ങളും ചട്ടങ്ങളും കർശനമാക്കണമെന്നും കുറ്റവാളികളെ പരിഷ്കരിക്കുന്നതിന് വ്യവസ്ഥകൾ ഉണ്ടാക്കണമെന്നും വാദങ്ങൾ ഉയർന്നു. ബ്രിട്ടനിൽത്തന്നെ ഇത്തരം പുതിയ ജയിലുകൾ സ്ഥാപിച്ചാൽ കുറ്റവാളികളെ നാടുകടത്തേണ്ടുന്ന ആവശ്യമുദിക്കില്ലെന്നും ചിലർ ചൂണ്ടി ക്കാട്ടി.

1819 ൽ ജോൺ ബിഗ്ഗിയെ ഏകാംഗകമ്മീഷനായി നിയമിച്ച് ബ്രിട്ടൻ ന്യൂസൗത്ത് വെയിൽസിലേക്കയെച്ചു. ശിക്ഷകൾ കൂടുതൽ കർക്കശമാ ക്കണമോ അല്ല വീണ്ടും നോർ ഫോക് ദ്വീപിലേക്ക് നാടു കടത്തണമോ തുടങ്ങിയ കൃത്യങ്ങളാണ് കമ്മീഷന് പരിഗണിക്കാനുണ്ടായിരുന്നത്. കമ്മീ

ഷൻ സമർപ്പിച്ച റിപ്പോർട്ടിൽ കുറ്റവാളികളോടുള്ള സമീപനം കർശനമാ
ക്കുന്നതിനും എല്ലാ കുറ്റവാളികളും കൂലിയില്ലാതെ ജോലിചെയ്യണമെന്നും
ശുപാർശചെയ്തു. നിശ്ചിതകാലം ശിക്ഷയനുഭവിച്ചുകഴിഞ്ഞാൽ നല്ല
സ്വഭാവക്കാരായി കണക്കാക്കി 'ടിക്കറ്റ് ഓഫ് ലീവ്' നല്കുന്ന രീതിയെ
കമ്മീഷൻ നിലനിർത്തി. കോൺവിക്റ്റിന്റെ റിക്കാർഡുകൾ സൂക്ഷി
ക്കാനും കൊടുംകുറ്റവാളികളെ നോർഫോക് ദ്വീപിലേക്ക് മാറ്റി കഠിന
ശിക്ഷകൾ നല്കുന്നതിനും നിർദ്ദേശമുണ്ടായി.

ഏകാംഗകമ്മീഷൻ ശുപാർശകൾ പ്രകാരം മക്വാറി എന്ന
മുൻഗവർണറുടെ കുറ്റവാളി പ്രീണനനയം ഉപേക്ഷിക്കപ്പെട്ടു. കുറ്റവാളി
കൾക്ക് ഭൂമി നല്കുന്നത് നിർത്തലാക്കി. സ്വതന്ത്ര കുടിയേറ്റം പ്രോത്സാ
ഹിപ്പിക്കാനും അങ്ങനെ ജനസംഖ്യയിൽ അവർ കൂടുതലുണ്ടാകാനും
നടപടികളുണ്ടാവാൻ ശക്തമായ ആഗ്രഹവും പ്രകടിപ്പിക്കപ്പെട്ടു. മതപ
രമായ ഒരു സുപ്രധാനതീരുമാനമുണ്ടായത് ചർച്ച് ഓഫ് ഇംഗ്ലണ്ട്
ഔദ്യോഗികചർച്ച ആയി ഗണിക്കാനും എല്ലാ പുതിയ ഭൂമിയുടേയും ഏഴി
ലൊന്ന് അവകാശം ചർച്ചിന് നല്കാനും ആയിരുന്നു. ഇത്തരം ശ്രമങ്ങൾ
ശരിയായ രീതിയിലുള്ള ഒരു ഇംഗ്ലീഷ് സൊസൈറ്റി ആസ്ത്രേലിയയിൽ
പറിച്ചുനടാൻ ഉദ്ദേശിച്ചായിരുന്നു. മതപരമായ തുല്യത ആസ്ത്രേലിയൻ
ജനത അനുഭവിക്കാൻ തുടങ്ങുന്നത് ബ്രിട്ടനിൽ അത് സംജാതമാകുന്ന
തിന് വളരെ മുൻപാണ് എന്നത് പ്രത്യേകം പ്രസ്താവ്യമാണ്.

കോൺവിക്റ്റുകളുടെ സ്വാധീനം കുറയ്ക്കാനുള്ള ശ്രമങ്ങൾ അവരെ
പരിഭ്രാന്തിയിലാക്കി. അവരുടെ നിയമാവകാശങ്ങൾ ഇല്ലാതാക്കാൻ
ബ്രിട്ടീഷ് ഗവൺമെന്റ് ശ്രമിച്ചില്ല എന്നതും പ്രാധാന്യമർഹിക്കുന്നു. ഈ
അവസരത്തിൽ മുൻകുറ്റവാളികൾക്ക് അവരെ നയിക്കാൻ ഒരു നേതാ
വിനെ ലഭിച്ചു. വില്യം വെസ്റ്റ് വർത്ത് എന്ന ഈ മനുഷ്യൻ യഥാർത്ഥ
ത്തിൽ ഒരു മുൻകുറ്റവാളിയല്ല. അദ്ദേഹത്തിന്റെ പിതാവ് വില്യം ഏക
ദേശം ഒരു മുൻകുറ്റവാളിയായിരുന്നു. വില്യം വെസ്റ്റ് വർത്തിന്റെ പ്രധാന
പരാതി, സ്വതന്ത്ര കുടിയേറ്റക്കാർ ഇവരെ സാമൂഹ്യസമ്പർക്കങ്ങളില്ലാതെ
അകറ്റിനിർത്തുന്നതിനെതിരെയായിരുന്നു. ഡിന്നറുകളിലും പാർട്ടികളിലും
ഇവർക്ക് പ്രവേശനം നിഷേധിച്ചിരുന്നു. ഇതവരുടെ അഭിമാനത്തെ വ്രണ
പ്പെടുത്താൻ ഇടയാക്കി. 1830 കളിൽ ബ്രിട്ടനിൽ വീശിയടിച്ച ലിബറൽ
പരിഷ്കാരങ്ങൾക്കുവേണ്ടിയുള്ള മർമ്മരങ്ങൾ മുൻകുറ്റവാളികൾക്കും
പ്രതീക്ഷ നല്കി. ഈ സാഹചര്യം കൈമുതലാക്കി അവർ രാഷ്ട്രീയാ
വകാശങ്ങൾ അനുവദിച്ച് നല്കുന്നതിനായി ഒരു പ്രസ്ഥാനംതന്നെ ആരം
ഭിക്കാൻ തുനിഞ്ഞിറങ്ങി. 'പരിഷ്കാരങ്ങളുടെ കാലഘട്ടം' എന്നറിയപ്പെട്ട
ഈ കാലം പരിഷ്കരണവാദികൾക്ക് സഹായകരമായ രാഷ്ട്രീയകാലാ
വസ്ഥ സൃഷ്ടിച്ചു.

1824 ൽ വെസ്റ്റ് വർത്ത് ഇംഗ്ലണ്ടിൽനിന്നും സഹവക്കീലായ റോബർട്ട്
വാർഡൻ എന്ന സുഹൃത്തിനെയുംകൂട്ടി ആസ്ത്രേലിയയിലേക്ക് കപ്പൽ
കയറി. ഈ രണ്ടുപേരുംകൂടി, ആസ്ത്രേലിയയിൽ ആദ്യത്തെ സ്വതന്ത്ര

വർത്തമാനപത്രം ആരംഭിച്ചു. പത്രത്തിന്റെ പേരും *ആസ്ത്രേലിയൻ* എന്നുതന്നെയായിരുന്നു. 1826 ൽ *മോണിറ്റർ* എന്ന പേരിൽ ഇ എസ് ഹാൾ മറ്റൊരു വർത്തമാനപത്രവും ആരംഭിച്ചു. ഇ എസ് ഹാൾ മത ധാർമ്മികത നിറഞ്ഞ ദയാലുവായ ഒരു മനുഷ്യനായതിനാൽ കുറ്റവാളി കളുടെ കഷ്ടപ്പാടുകൾ അദ്ദേഹത്തെ അലോസരപ്പെടുത്തിയിരുന്നു.

ഈ അവസരത്തിൽ ആസ്ത്രേലിയയിൽ നിയമിതനായ ഗവർണ്ണർ റിച്ചാർഡ് ബുർക്ക് ഉദാരമതിയായ ആദ്യത്തെ ഗവർണ്ണറായി അറിയപ്പെ ടുന്നു. ഇദ്ദേഹത്തിന്റെ കാലത്ത് ചർച്ച് ഓഫ് ഇംഗ്ലണ്ട് അനുഭവിച്ചിരുന്ന മുൻഗണന പദവി ഇല്ലാതാക്കി. എല്ലാമതവിഭാഗങ്ങളിലും പെട്ടവരെ ഒരേ പോലെ കണക്കാക്കി ഫണ്ട് അനുവദിക്കുക എന്ന സമ്പ്രദായം ആവിഷ് കരിക്കപ്പെട്ടു. അങ്ങനെ ക്രൈസ്തവമതത്തിന്റെ വ്യത്യസ്തവിഭാഗങ്ങ ളായ പ്രിസ്ബിറ്റീരിയൻസ്, കത്തോലിക്കർ, ഇംഗ്ലീഷ് ചർച്ച്, സ്കോട്ടിഷ് ചർച്ച്, ഐറിഷ് ചർച്ച് എന്നിവർക്കെല്ലാം തുല്യപദവിയും ഫണ്ടും കല്പിച്ചു നല്കി. ഈ മതവിഭാഗങ്ങൾക്കെല്ലാം അതിനാൽ തുല്യത കരഗതമായി.

മുൻകുറ്റവാളികളും അവരുടെ സഹായികളും രാഷ്ട്രീയാവകാശ ങ്ങൾക്കുവേണ്ടിയുള്ള പോരാട്ടത്തിന് നാന്ദികുറിച്ചു എന്നു കാണാവുന്ന താണ്. ഇവരുടെ ശ്രമഫലമായി "ആസ്ത്രേലിയൻ പാട്രിയോട്ടിക് അസോ സിയേഷൻ" എന്ന സംഘടന രൂപീകരിച്ച് പ്രവർത്തനമാരംഭിച്ച് ബ്രിട്ട നിൽ താമസിച്ച് സംഘടനയുടെ പ്രവർത്തനങ്ങൾ നടത്തുന്നതിന് വേതനം നല്കി ഒരു ഏജന്റിനെ നിയമിക്കുകയുമുണ്ടായി. ഇവരുടെ മുഖ്യ മായ ഒരാവശ്യമായി അവതരിപ്പിച്ചത് ആസ്ത്രേലിയയിൽ ഒരു അസംബ്ലി സ്ഥാപിക്കണം എന്നും സ്വത്തവകാശത്തിന്റെ അടിസ്ഥാനത്തിൽ വോട്ട വകാശം നല്കണം എന്നുമായിരുന്നു. ഒരു അസംബ്ലിയുടെ ആവശ്യകത പ്രസ്തുത സംഘടന ഉയർത്തിക്കാട്ടി. വെസ്റ്റ് വർത്തിന്റെ സ്വാധീനഫല മായിട്ടായിരുന്നു ഇത്തരം ആവശ്യങ്ങൾ പ്രസിദ്ധപ്പെടുത്തിയത്.

ഇംഗ്ലണ്ട് ഭരിച്ചിരുന്ന വിഗ്ഗ്പാർട്ടി പരിഷ്കരണവാദങ്ങളോട് പൂർണ്ണ മായി സഹകരിച്ചില്ലെങ്കിലും ചില നടപടികൾ സ്വീകരിച്ചു. ന്യൂസിലാന്റ് കോളനിക്ക് സ്വയംഭരണം അനുവദിക്കേണ്ട ആവശ്യം ഉണ്ടെന്ന് വിലയി രുത്തപ്പെട്ടില്ലെങ്കിലും രണ്ട് പ്രധാന നടപടികൾ വിഗ്ഗ് ഗവൺമെന്റിന്റെ ഭാഗത്തുനിന്നുമുണ്ടായി. 1831 ൽ പുതിയ ഒരു പദ്ധതിക്ക് രൂപം നല്കി. അത് പ്രകാരം കോളനിയിലേക്ക് കുറ്റവാളികൾക്ക് പകരം സ്വതന്ത്രരായ കുടിയേറ്റക്കാരെ അയയ്ക്കാൻ തീരുമാനിച്ചു.അവരുടെ യാത്രാച്ചെലവ് കോളനിയിലെ ഭൂമി വിറ്റ് ഉണ്ടാക്കണം എന്നും വ്യവസ്ഥ ചെയ്തു. 1839 ൽ ന്യൂസൗത്ത് വെയിൽസ് കോളനിയിലേക്ക് കുറ്റവാളികളെ നാടുകടത്തുന്ന സമ്പ്രദായംതന്നെ നിർത്തലാക്കി. ബ്രിട്ടനിൽ അടിമവേലയ്ക്കെതിരെ നടന്ന പ്രക്ഷോഭങ്ങളും "ആസ്ത്രേലിയൻ നയത്തിൽ" വലിയ സ്വാധീനം ചെലുത്തി.

ബ്രിട്ടീഷ് കോളനികളിൽ അടിമകൾക്ക് അനുഭവിക്കേണ്ടിവരുന്ന അടിച്ചമർത്തലുകളും ചൂഷണങ്ങളും ദുഃഖകരവും ക്രൂരവുമാണെന്ന വില യിരുത്തലാണ് ബ്രിട്ടനിലെ ആന്റി-സ്ലേവറി പ്രക്ഷോഭകർ നടത്തിയത്. അവരുടെ സമ്മർദ്ദങ്ങളുടെ ഫലമെന്നോണം ബ്രട്ടീഷ് ഗവൺമെന്റ്, ന്യൂ സൗത്ത് വെയിൽസ് ഗവർണ്ണറോട് കുടിയേറ്റക്കാരിൽനിന്നും അബോറി ജിൻസിന് സുരക്ഷ നല്കണമെന്ന് ആവശ്യപ്പെട്ടു. കോളനിയുടെ ചരി ത്രത്തിൽ ആദ്യത്തെ ബ്രിട്ടീഷ് ഇടപെടലാണിത്. 1834 ൽ ബ്രിട്ടനിൽ അടിമസമ്പ്രദായം നിരോധിച്ച് ഉത്തരവിറങ്ങിയിരുന്നു.

കുടിയേറ്റ പുരോഗതിയും ആദിമനിവാസി സംരക്ഷണവും

19-ാം നൂറ്റാണ്ടിൽ വിഗ്ഗ്പാർട്ടിയുടെ നേതൃത്വത്തിൽ നടന്ന ഭരണ പരിഷ്കാരനടപടികളും അടിമവേലനിരോധനവും ഇംഗ്ലണ്ടിൽ ഒരു പ്രത്യേക രാഷ്ട്രീയകലാവസ്ഥ സൃഷ്ടിച്ചിരുന്നു. പക്ഷേ, നിർഭാഗ്യവ ശാൽ, ബ്രിട്ടീഷ്കോളനികളിൽ വിഗ്ഗ്പരിഷ്കാരങ്ങൾ അതേപോലെ നട പ്പാക്കപ്പെട്ടില്ല എന്നു മാത്രമല്ല കുടിയേറ്റക്കാരുടെ ഭൂമിക്കും അധികാര ത്തിനുംവേണ്ടിയുള്ള കിടമത്സരങ്ങൾക്ക് ദേശവാസികൾ ഇരകളാക്കപ്പെ ടുകയുമുണ്ടായി.

ന്യൂസിലാന്റ് കോളനിയിൽ 1830കളിലും 40കളിലും കന്നുകാലി വളർത്തലും ആടുവളർത്തലും വ്യാപകമായി. വിസ്തൃതമായ ഭൂമിയുടെ ലഭ്യതയും മേച്ചിൽപ്പുറങ്ങളും പ്രസ്തുതവ്യവസായത്തെ തഴച്ചുവളരാ നിടയാക്കി. ഇത്തരം പ്രവർത്തനങ്ങളിലേർപ്പെട്ട കന്നുകാലി ഉടമസ്ഥർ പുതിയ സ്ഥലങ്ങളിലേക്ക് അതിക്രമിച്ച് കടന്ന് ആധിപത്യം സ്ഥാപിച്ച കാര്യം മുൻപ് ഒരധ്യായത്തിൽ വിവരിച്ചതാണ്. ആരോടും ഭൂമി വിലയ് ക്കുവാങ്ങിക്കൊണ്ടല്ല ഈ വ്യാപനം നടന്നത്. അന്യായ കുടിയേറ്റക്കാർ എന്നൊരു പ്രയോഗംതന്നെ ന്യൂസിലാന്റിൽ ഇക്കാലത്തുണ്ടായി. ഭൂമി യിലേക്ക് അന്യായമായി കടന്ന് ഒരുതരം കുത്തിയിരിപ്പ് തന്നെയാണ് കന്നു കാലി സംരംഭകർ നടത്തിയത്. നൂറ്റാണ്ടുകളായി തദ്ദേശീയരായ ആദിമ നിവാസികൾ വസിച്ചിരുന്ന സ്ഥലങ്ങളിൽനിന്നും അവരെ തുരത്തിയാണ് ഈ കന്നുകാലി കുടിയേറ്റക്കാർ അവരുടെ വ്യാപാരവ്യാപനം സാധിത മാക്കിയത്. ആദിമനിവാസികളുടെ എതിർപ്പിനെ അവഗണിച്ചും തൃണ വല്ഗണിച്ചുമാണ് വെള്ളക്കാരായ കുടിയേറ്റക്കാർ അവരുടെ ഭൂദാഹം തീർത്തത്. എതിർപ്പുമായി വന്ന ആദിമനിവാസികൾ നിഷ്കരുണം വധി ക്കപ്പെട്ടു.

ഇപ്പോഴും അബോറിജിൻസിന്റെ പതിത്വം ഇല്ലാതായില്ല. കോടതി കളിൽ സ്വതന്ത്രകുടിയേറ്റക്കാരെപ്പോലെ ഹാജരായി തെളിവ് നല്കാൻ ഇവരെ അനുവദിച്ചില്ല. വെള്ളക്കാരായ കുടിയേറ്റക്കാർക്ക് ഇവരോടുണ്ടാ യിരുന്ന ശത്രുതാമനോഭാവം ഒന്നുകൂടി വർദ്ധിച്ചതായി ചില സംഭവവികാ സങ്ങൾ സാക്ഷ്യപ്പെടുത്തുന്നു. 1838 ൽ വടക്കുപടിഞ്ഞാറൻ അതിർത്തി

പ്രദേശത്തെ കുറ്റവാളി കുടിയേറ്റക്കാരും മുൻകുറ്റവാളികളുമടങ്ങുന്ന കന്നുകാലിവളർത്തൽകാരുടെ ഒരുകൂട്ടം ഏകദേശം ഇരുപത്തെട്ടോളം ആദിമനിവാസികളെ കൊന്നൊടുക്കി. പ്രദേശത്തെ സൂപ്പർവൈസർ ഈ കൊലയെക്കുറിച്ച് അധികാരികൾക്ക് പരാതി നല്കി. പന്ത്രണ്ടുപേരട ങ്ങുന്ന ജൂറി ഇവർ കുറ്റക്കാരാണെന്ന് കണ്ടെത്തിയില്ല. പക്ഷേ, ഗവർണ്ണർ ഗിപ്പ്സ് ഈ നിഗമനത്തിൽ തൃപ്തനായില്ലെന്നുമാത്രമല്ല പുനർവിചാരണ നടത്തി കൊലയാളികൾക്ക് ശിക്ഷ വാങ്ങിക്കൊടുക്കുമെന്നും ഗവർണ്ണർ പ്രസ്താവിച്ചു. പുനർവിചാരണയുടെ അവസാനം ജൂറി കൊലയാളി കൾക്ക് ശിക്ഷ വിധിച്ചു.

ഈ വിധി ന്യൂസിലാൻഡിനെ ആകെ ഇളക്കിമറിച്ചു. വിധിയെ വിമർശിച്ചവർ വലിയ ബഹളമുണ്ടാക്കി. കറുത്തവരെ കൊന്നതിന് വെള്ള ക്കാരെ തൂക്കരുതെന്ന വാദം ഉയർത്തി പ്രക്ഷോഭം നടത്തി. ഇതു കൊണ്ടൊന്നും ഗവർണ്ണറുടെ നിലപാടിന് മാറ്റമൊന്നുമുണ്ടായില്ല. കേസിൽ കുറ്റക്കാരെന്ന് കണ്ട ഏഴുപേരെ തൂക്കിലേറ്റി. ഇതുകൊ ണ്ടൊന്നും രാജ്യത്തെ പൊതുമനോഭാവത്തിന് മാറ്റം ഉണ്ടാക്കാനായില്ല. ആദിമനിവാസികൾ വീണ്ടും കശാപ്പ് ചെയ്യപ്പെട്ടു. എല്ലാ കൊലയും നിയമത്തിന്റെ മുന്നിൽകൊണ്ടുവരാനും കഴിഞ്ഞില്ല. ബ്രിട്ടനിൽ പ്രകട മായ വിഗ്ലിബറലിസം ന്യൂസിലാന്റിൽ എത്തിച്ചേർന്നില്ല. ആദിമനിവാ സികളെ കൊല്ലുന്നത് ഒരു കുറ്റമായി വെള്ളക്കാരായ കുടിയേറ്റക്കാർ കണ്ടില്ല. ഭൂരിപക്ഷവും ഇവരോടൊപ്പമായിരുന്നു. ബ്രിട്ടീഷ്ഗവൺമെന്റിനും ഇതിലിടപെടുന്നതിന് ചില പരിമിതികളുണ്ടായിരുന്നു. കോളനിയിലെ വൂൾ [മൃഗങ്ങളുടെ രോമം] ബ്രിട്ടന് ആവശ്യമായിരുന്നു. കോളനി കേന്ദ്ര മാക്കി വികാസം പ്രാപിച്ച വൂൾ ട്രെയിഡ് ബ്രിട്ടന്റെ സാമ്പത്തികവളർച്ച യെയും സഹായിച്ചിരുന്നു. കൂടുതൽ വൂൾ ലഭിക്കുന്നതിന് കൂടുതൽ ആ ടുകളെ വളർത്തണം. കൂടുതൽ ആടുകളെ വളർത്തുന്നതിന് കൂടുതൽ ഭൂമി വേണം. കൂടുതൽ ഭൂമി എളുപ്പം ലഭിക്കാവുന്ന മാർഗ്ഗം ആദിമനിവാ സികളുടെ ഭൂമി അന്യായമായി പിടിച്ചെടുക്കുക എന്ന കുടിലതന്ത്രം പയറ്റി വിജയഗാഥ രചിച്ചവരാണ് വെള്ളക്കാരായ കുടിയേറ്റക്കാർ. വൂൾ ഇക്ക ണോമിക്സ് കോളനിയുടെ ചരിത്രത്തെ ആഴത്തിൽ സ്വാധീനിച്ചു.

ബ്രിട്ടീഷുഗവൺമെന്റ് ഇടപെടൽ എന്ന നിലയിൽ പ്രാധാന്യമർഹി ക്കുന്ന ഒരു നടപടി ഉണ്ടായത് കോളനിയിൽ നടപ്പാക്കിയ അസംബ്ലി സമ്പ്രദായമായിരുന്നു. 1842 ൽ സ്വതന്ത്രകുടിയേറ്റക്കാരുടെ സമ്മത ത്തോടെ ബ്രിട്ടീഷ് ഗവൺമെന്റ് കോളനിയിൽ ഏർപ്പെടുത്തിയ ലെജിസ്ലേറ്റീവ് കൗൺസിൽ അംഗങ്ങളുടെ മൂന്നിലൊന്നുഭാഗം നേരിട്ട് നിയമിക്കുന്നവരും മൂന്നിൽ രണ്ട് ഭാഗം നേരിട്ട് തിരഞ്ഞെടുക്കപ്പെടുന്ന വരും അടങ്ങിയ സംവിധാനമായിരുന്നു. ഭാഗികമായി തിരഞ്ഞെടുക്കപ്പെട്ട അംഗങ്ങളടങ്ങുന്ന ഈ കൗൺസിലിൽ സ്വത്തവകാശമുള്ള മുൻകുറ്റവാ ളികൾക്ക് തിരഞ്ഞെടുക്കപ്പെടാനും വോട്ടുചെയ്യാനും അവകാശം നല്കി യിരുന്നു.

ലിബറൽ പരിഷ്കാരങ്ങൾ കോളനികളിൽ നടപ്പാക്കാൻ തുനിഞ്ഞി റങ്ങിയ വെസ്റ്റ്‌വർത്ത് തന്റെ പരിഷ്കരണശ്രമങ്ങൾ തുടർന്നുകൊണ്ടി രുന്നു. സ്വയംഭരണാവകാശങ്ങൾ ലഭിക്കുന്നതിനായി അദ്ദേഹം പ്രവർത്ത നങ്ങൾ നടത്തി ഇപ്പോഴത്തെ ലെജിസ്ലേറ്റീവ് കൗൺസിലിന് നിയമം പാസാക്കാൻ അനുവാദം ലഭിച്ചുവെങ്കിലും ഗവർണ്ണറുടെ 'വീറ്റോ'ക്ക് വിധേയമായിരുന്നു. സ്വയംഭരണത്തിനായുള്ള മുറവിളി എല്ലാ കോളനി കളിലും ഒരേപോലെയായിരുന്നില്ല. കുറ്റവാളി കുടിയേറ്റക്കാർ കൂടുതലു ള്ളതും തീരെ ഇല്ലാത്തതുമായ കോളനികളുണ്ടായിരുന്നതുകൊണ്ടാണ് ഈ വ്യത്യാസം ഉണ്ടായത്. 1842 ൽ ന്യൂസൗത്ത് വെയിൽസ് കോളനി യിൽ ആസ്ത്രേലിയയുടെ കിഴക്കൻഭാഗങ്ങളെല്ലാം ഉൾപ്പെട്ടിരുന്നു. ഒപ്പം ഇപ്പോഴത്തെ വിക്ടോറിയ, ക്വീൻസ് ലാൻഡ് പ്രദേശങ്ങളും. ടാസ്മാനി യയിൽ കുറ്റവാളി കുടിയേറ്റക്കാർ ധാരാളമുണ്ടായിരുന്നു. വെസ്റ്റേൺ ആസ്ത്രേലിയ, സൗത്ത് ആസ്ത്രേലിയ എന്നീ കോളനികളിൽ കുറ്റവാളി കുടിയേറ്റക്കാർ ഇല്ലായിരുന്നു. സ്വയംഭരണം എന്ന ആവശ്യം ഉയർത്തി യതിലും കോളനികൾ തമ്മിൽ ഐകരൂപ്യം ഉണ്ടായിരുന്നില്ല. 1840 കളിൽ പ്രാദേശികഭരണത്തിൽ കോളനികൾക്ക് കൂടുതൽ അവകാശങ്ങൾ നല്കണമെന്ന് സൗത്ത് ആസ്ത്രേലിയ, ടാസ്മാനിയ, ന്യൂസൗത്ത് വെയിൽസ് എന്നീ കോളനികൾ ശക്തിയായി വാദിക്കുകയുണ്ടായി. ഭൂനിയ ന്ത്രണം എന്ന പ്രത്യേക അധികാരത്തിനായിട്ടാണ് സ്വയംഭരണാ വകാശങ്ങൾ അനുവദിക്കാൻ ശക്തിമത്തായി ചില കോളനികൾ മുന്നോ ട്ടുവന്നത്. ഭൂമിയുടെ മേലുള്ള അധികാരം അതുള്ളവർക്ക് വലിയ ശക്തി നല്കിയിരുന്നു. ഈയൊരു പശ്ചാത്തലത്തിൽ ഈ ആവശ്യത്തിന് പ്രസ ക്തിയേറി.

ആസ്ത്രേലിയയിൽ ആദ്യംവന്ന കുടിയേറ്റക്കാർ പെരുമാറിയത് എല്ലാ ഭൂമിയും അവരുടേതാണെന്ന ബോധത്തിലായിരുന്നു. കഴിയുന്നത്ര അവർ അധീനതയിലാക്കുകയും ഉണ്ടായി. 1846 ൽ കോളനികളുടെ ചുമ തലയുള്ള മന്ത്രിയായി ഗ്രേപ്രഭു [Lord Grey] അധികാരമേറ്റപ്പോൾ അദ്ദേ ഹത്തിനും ഇതു ബോദ്ധ്യമായി. ആദ്യംവന്നവർ ഭൂമി കൈയടക്കിയതിനെ അദ്ദേഹം എതിർത്തു. ആദിമനിവാസികൾക്ക് അവരുടെ ഭൂമിയിൽ നായാട്ട് നടത്തുവാനുള്ള അവകാശം വകവെച്ച് കൊടുക്കാൻ ഗ്രേ നിഷ്കർഷിച്ചു.

1850 ൽ സതേൺ ആസ്ത്രേലിയയ്ക്കും ടാസ്മാനിയയയ്ക്കും ഭാഗി കമായി തിരഞ്ഞെടുക്കുന്ന കൗൺസിലുകൾ അനുവദിച്ചു. ന്യൂസൗത്ത് വെയിൽസിൽനിന്നും വിക്ടോറിയയെ വിഭജിക്കാനും അവർക്ക് പ്രത്യേക കൗൺസിലുകൾ ഉണ്ടാക്കുവാനും നടപടികളുണ്ടായി. ഗ്രേ പ്രഭുവിന്റെ താല്പര്യം കുറ്റവാളികളെ വീണ്ടും ആസ്ത്രേലിയയിലേക്ക് കയറ്റി അയയ്ക്കുന്നതിലായിരുന്നു. ഇതിനെതിരെ വ്യാപകമായ പ്രക്ഷോഭങ്ങൾ ഉണ്ടായി. ടാസ്മാനിയയിൽ ഇതൊരു ദേശീയ പ്രക്ഷോഭമായി വളർന്നു. ഈ അവസരത്തിൽ കോളനിക്കാർ ഉയർന്ന രാഷ്ട്രീയബോധത്തോടെ

ആസ്ത്രേലിയയിലെ വിസ്തൃത ദേശീയ ഉദ്യാനമായ
ഉളുറു (അയേഴ്സ് റോക്ക്)

പ്രവർത്തിച്ചു.

കുറ്റവാളികളുടെ ഇറക്കുമതി നിർത്തലാക്കുന്നതിന് വ്യക്തമായ പ്രക്ഷോഭപരിപാടികൾ ആസൂത്രണംചെയ്തു. മെൽബൺ, സിഡ്നി എന്നിവിടങ്ങളിലേക്ക് പ്രതിനിധികളെ അയച്ച് അവരുടെ സഹകരണം ഉറപ്പുവരുത്തി. ആസ്ത്രേലിയൻ പതാക ഉണ്ടാക്കിയത് ഈ പ്രക്ഷോഭ കാലത്താണ്. കുറ്റവാളികളെ ഇനി ജോലിക്കെടുക്കില്ലെന്നവർ പ്രതിജ്ഞ ചെയ്തു. ഈ അപമാനത്തിൽനിന്നും അവരെ രക്ഷിക്കാൻ ബ്രിട്ടീഷ്ജന തയോട് അഭ്യർത്ഥന നടത്തി.

എൺപത് വർഷം മുമ്പ് അമേരിക്കൻ കോളനിവാസികൾ മാതൃ രാജ്യമായ ബ്രിട്ടനെതിരെ നടത്തിയ പ്രക്ഷോഭസമരങ്ങളെ അനുസ്മരി പ്പിക്കുംവിധമായിരുന്നു ഈ സമരം. റബലുകളാവാൻ അവർക്ക് താല്പ ര്യമുണ്ടായിരുന്നില്ല. ഭൂരിപക്ഷത്തിന്റെയും പ്രതീക്ഷ ബ്രിട്ടൻ കനിയും എന്നുതന്നെയായിരുന്നു. ആയുധമെടുക്കുന്നതിന് അവർ എതിരായിരുന്നു. പ്രക്ഷോഭം കൊടുമ്പിരിക്കൊണ്ട അവസരത്തിലും ടാസ്മാനിയയിലേക്ക് കുറ്റവാളികളെ ബ്രിട്ടൻ അയയ്ക്കുന്നത് നിർത്തിയില്ല. ഇക്കാര്യത്തിൽ ഗ്രേപ്രഭു മർക്കടമുഷ്ടിക്കാരനായിരുന്നു.

ആസ്ത്രേലിയയിൽ ആഭ്യന്തരമായി പലമാറ്റങ്ങളും ഉണ്ടായി. 1851 ലെ തണുപ്പുകാലത്ത് ന്യൂസൗത്ത് വെയിൽസിലും വിക്ടോറിയയിലും സ്വർണ്ണഖനനമാരംഭിച്ചു. 1852 ൽ നടന്ന തിരഞ്ഞെടുപ്പിൽ ഗ്രേ പരാജയ പ്പെട്ടതിനാൽ അദ്ദേഹം ഇംഗ്ലണ്ടിൽ അധികാരത്തിൽനിന്നും പുറത്തായി. കോളനികളുടെ ചുമതലയേറ്റ പുതിയ മന്ത്രി കുറ്റവാളികളെ കയറ്റിഅ യയ്ക്കുന്ന സമ്പ്രദായം പാടേ നിർത്തലാക്കി. വെസ്റ്റേൺ ആസ്ത്രേലിയ

ആദിവാസികളുടെ ഒരു ഉത്തമ കലാസൃഷ്ടി

ഒഴിച്ച്, ദരിദ്രപ്രദേശമായതുകൊണ്ട് വെസ്റ്റേൺ ആസ്ത്രേലിയക്കാർ കോൺവിക്റ്റ്സിനെ ആവശ്യപ്പെട്ടിരുന്നു. ഒടുവിൽ ഈ കോളനി ഒഴികെ എല്ലാ കോളനികളിലും ബ്രിട്ടൻ സ്വയംഭരണം അനുവദിച്ചു.

ആസ്ത്രേലിയൻ ചരിത്രത്തിലെ ഒരു പ്രധാന നാഴികക്കല്ലായി ഇത്. ബ്രിട്ടനിൽനിന്നും അവർ ആവശ്യപ്പെട്ട അവകാശങ്ങളും പൗരസ്വാതന്ത്ര്യ ങ്ങളും ബ്രിട്ടീഷ്മാതൃകയിൽ ഉരുത്തിരിഞ്ഞതായിരുന്നു. ബ്രിട്ടനിൽനിന്നും വിട്ടുപോവാതെ അവർക്ക് സ്വയംഭരണം ലഭിച്ചതും പ്രാധാന്യമർഹി ക്കുന്നു. വർഷങ്ങൾക്കുമുമ്പ് നടന്ന അമേരിക്കൻസ്വാതന്ത്ര്യസമരത്തിന്റെ പാഠം ഉൾക്കൊണ്ട പ്രക്ഷോഭകാരികൾ ശുഭവിശ്വാസികളായിരുന്നു. അമേ രിക്കൻമോഡൽ പ്രതിജ്ഞയെഴുത്ത് വൈകാരികഐക്യം കോളനി ക്കാർക്കുണ്ടാക്കുന്നതിൽ അവർ വിജയിച്ചു.

7

വോട്ടവകാശത്തിലേക്ക് (1850-1880)

പുരുഷന്മാർക്ക് വോട്ടവകാശം ലഭിക്കണമെന്നൊരു ആവശ്യം ശക്തി പ്പെട്ടുവന്നത് 19-ാം നൂറ്റാണ്ടിന്റെ മദ്ധ്യത്തോടുകൂടിയാണ്. ഇക്കാലത്ത് ഇംഗ്ലണ്ടിൽപോലും സ്ത്രീകൾക്ക് വോട്ടവകാശം ലഭിച്ചിട്ടില്ലാത്തതിനാൽ ആസ്ത്രേലിയയിലും അതേപ്പറ്റി ആരും ബോധവാന്മാരായിരുന്നില്ല. 1852 ൽ ബ്രിട്ടൻ അവർക്ക് സ്വന്തം ഭരണഘടനയുണ്ടാക്കാനുള്ള സ്വയംഭരണാ വകാശം നല്കിയ കാര്യം പറഞ്ഞുവല്ലോ. ബ്രിട്ടീഷ്ഭരണഘടന അലി ഖിതമെങ്കിലും നിയമപരമായ അവകാശങ്ങൾ എല്ലാവർക്കും തുല്യമായി നല്കിയിരുന്നു. പക്ഷേ, രാഷ്ട്രീയാവകാശങ്ങൾ തുല്യമായിരുന്നില്ല.

ഈ പശ്ചാത്തലത്തിലാണ് ഇംഗ്ലണ്ടിൽ ഭരണഘടനാപരിഷ്കാരത്തി നായി റിഫോംബിൽ (1832) അവതരിപ്പിച്ചത്. റിഫോംബിൽ പാസായ തോടെ മദ്ധ്യവർഗ്ഗ (middle class)ക്കാർക്ക് വോട്ടവകാശം ലഭിച്ചു. എങ്കിലും തൊഴിലാളികൾക്ക് വോട്ടവകാശം ലഭിക്കാത്ത അവസ്ഥയിൽ 1852 ലെ ചാർട്ടിസ്റ്റ് പ്രസ്ഥാനം ആരംഭിച്ചു. തൊഴിലാളികളുടെ അവകാശപ്രഖ്യാ പനവുമായി ചാർട്ടർ തയ്യാറാക്കി ഭീമഹർജി നല്കി തൊഴിലാളികൾക്ക് വോട്ടവകാശം നല്കാനായി ജനങ്ങൾ തെരുവിലിറങ്ങി.

രാഷ്ട്രീയാവകാശങ്ങളുടെ പ്രക്ഷോഭകാര്യത്തിൽ ആസ്ത്രേലിയൻ കോളനിവാസികളും ബ്രിട്ടനിലെ തൊഴിലാളികളും തമ്മിൽ നിരവധി വ്യത്യാസങ്ങളുണ്ടായിരുന്നു. അതിൽ പ്രധാനപ്പെട്ടത് ആസ്ത്രേലിയ യിലെ തൊഴിലാളികൾ ഇംഗ്ലണ്ടിലെ അദ്ധ്വാനവിഭാഗം (working class)പോലെ പട്ടിണിയിലായിരുന്നില്ല. ഇംഗ്ലണ്ടിലെ വർക്കിങ്ക്ലാസിന്റെ അവസ്ഥ പട്ടിണിയും പരിവട്ടവും ആയിരുന്നു. ആസ്ത്രേലിയയിലേക്ക് 1830, 40, 50 കളിൽ കുടിയേറിപ്പാർത്ത അദ്ധ്വാനവിഭാഗം ജനാധിപത്യ ത്തെക്കുറിച്ച് വിജ്ഞാനം നേടിയവരായിരുന്നു. എങ്കിലും ഇംഗ്ലണ്ടിൽ

ഒരു ആദിവാസി കല

ആഞ്ഞടിച്ചതുപോലെ ചാർട്ടിസ്റ്റ്പ്രസ്ഥാനം ആസ്ത്രേലിയൻ കോളനി കളിലുണ്ടായില്ല.

കാര്യങ്ങൾ ഇങ്ങനെയൊക്കെ ആണെങ്കിലും രാഷ്ട്രീയാവകാശ ങ്ങൾക്കുവേണ്ടി ശബ്ദമുയർത്താൻ ഇക്കാലത്ത് ചില സംഘടനകൾ സ്ഥാപിതമായി. അതിൽ ആദ്യത്തേത് 1848 ൽ സിഡ്നിയിൽ സ്ഥാപിത മായ ജനാധിപത്യവാദികളുടെ സംഘടനയായിരുന്നു. ഹെൻറി പാർക്ക്സ് (Henry Parkes)എന്ന വ്യക്തിയായിരുന്നു സ്ഥാപകനേതാവ്. കാര്യമായ പ്രവർത്തനമൊന്നും ഇവർക്ക് നടത്താനായില്ല. കാരണം ചെറുപ്പക്കാരായ ആസ്ത്രേലിയക്കാർക്ക് രാഷ്ട്രീയത്തിൽ താല്പര്യമില്ലായിരുന്നു. സ്പോർട്സിലും മദ്യപാനത്തിലുമായിരുന്നു അവരുടെ താല്പര്യം.

ഡെമോക്രാറ്റുകളുടെ സംഘടനാരൂപീകരണത്തിനുശേഷം റിപ്പബ്ലി ക്കൻ വിശ്വാസികളും ഒരു സംഘടനയുമായി രംഗത്തുവന്നു. ഇംഗ്ലീഷ്രാ ജ്ഞിയോട് വലിയ വിധേയത്വം പ്രഖ്യാപിച്ചായിരുന്നു ഇവരുടെ പ്രവർത്തനം. റിപ്പബ്ലിക്കൻ പാർട്ടിയുടെ കോളനിയിലെ ധീരനായ നേതാ വായി അറിയപ്പെട്ടത് റവ.ജോൺ ഡൺ മോർ ലാങ് എന്ന പുരോഹിത നാണ്. പ്രസ് ബിറ്റീരിയൻ വിശ്വാസിയായ ഇദ്ദേഹം 1850 ൽ ആസ്ത്രേ ലിയയ്ക്ക് പരിപൂർണ്ണ സ്വാതന്ത്ര്യവും സ്വാശ്രയത്വവും വേണമെന്ന് ഉറക്കെ പ്രഖ്യാപിച്ചു. ഡെമോക്രാറ്റ് പാർട്ടി നേതാവായ ഹെൻറി പാർക്ക്സ് റിപ്പബ്ലിക്കൻ പാർട്ടിയുമായി സഹകരിച്ച് പ്രവർത്തിക്കാൻ തയ്യാറായി. ബ്രിട്ടനിൽനിന്നും മോചനം ആവശ്യപ്പെട്ടെങ്കിലും ഇവരാരം ഭിച്ച പ്രസ്ഥാനം ക്രമേണ ദുർബ്ബലപ്പെട്ടുപോവുകയാണുണ്ടായത്.

പിന്നീട് സിഡ്നിയിൽ വിളിച്ചുചേർത്ത ജനാധിപത്യവാദികളുടെ

സംഘടന വലിയൊരു പൊതുസമ്മേളനം സംഘടിപ്പിച്ച് വോട്ടവകാശം ലഭിക്കാനായി ചർച്ചകൾ നടത്തി. എല്ലാവർക്കും വോട്ടവകാശം നല്ക ണമെന്ന് വാദിക്കാൻ അവർക്ക് ധൈര്യമുണ്ടായില്ല. അങ്ങനെ ചെയ്താൽ ചാർട്ടിസ്റ്റുകളെന്ന് മുദ്രകുത്തുമെന്നായിരുന്നു അവരുടെ ഭയം. ബ്രിട്ടീഷ് ഗവൺമെന്റിന് സമർപ്പിച്ച നിവേദനത്തിൽ അവർ ആവശ്യപ്പെട്ടത്, ലജി സ്ലേറ്റീവ് കൗൺസിലിലേക്കുള്ള വോട്ടവകാശത്തിന് വാർഷിക വാടക (Annual Rent) 10 പൗണ്ട് ആക്കി ചുരുക്കണമെന്നായിരുന്നു. ന്യൂസൗത്ത് വെയിൽസിൽനിന്നും ധനികനായി തിരിച്ചെത്തിയ റോബർട്ട് ലോ എന്ന വക്കീൽ ഉന്നയിച്ച വാദം മുൻകുറ്റവാളികൾക്ക് വോട്ടുണ്ട്. പക്ഷേ, സ്വ തന്ത്രകുടിയേറ്റക്കാർക്ക് ഇല്ല. അതുകൊണ്ട് വോട്ടവകാശത്തിന് നിശ്ച യിച്ച വാർഷികതുക 10 പൗണ്ട് ആയി നിജപ്പെടുത്തുന്നു. ഒടുവിൽ ഹൗസ് ഓഫ് ലോർഡ്സ് ഇടപെട്ട് ഈ ആവശ്യം അംഗീകരിച്ചു.

സിഡ്നിയിലെ ജനാധിപത്യവിശ്വാസികളെ അമ്പരപ്പിക്കുകയും ആഹ്ലാദിപ്പിക്കുകയും ചെയ്ത നടപടിയായിരുന്നു ഇത്. ഈ പരിഷ്കാരം മൂലം വോട്ടവകാശം വിപുലീകരിച്ചുവെങ്കിലും 10 പൗണ്ട് വാർഷികവാ ടക അടയ്ക്കാത്ത സാധാരണക്കാർക്ക് ഗുണം ലഭിച്ചില്ല. വലിയ ഭൂവുടമ കളും ബിസിനസുകാരും തൊഴിൽമേഖലകളിലുള്ളവരും, വൻമേച്ചിൽ സ്ഥലഉടമകളും അങ്ങനെ കൗൺസിൽ അംഗങ്ങളായി. കൗൺസിൽ അംഗങ്ങൾക്ക് പ്രതിഫലമൊന്നും നല്കിയിരുന്നില്ല. ഇലക്ഷൻ നടത്തിയ വർഷം 1851 ആയിരുന്നു.

ആസ്ത്രേലിയയിൽ വലിയ സാമൂഹ്യസാമ്പത്തിക മാറ്റങ്ങൾ ഇക്കാ ലത്ത് ഉടലെടുത്തു. വിക്ടോറിയ, ന്യൂസൗത്ത് വെയിൽസ് എന്നീ പ്രവി ശ്യകളിൽ ആരംഭിച്ച സ്വർണ്ണഖനനം ക്രമേണ പുരോഗമിച്ചു വന്നു. വസ്തുവിലകൾ വാണം പോലെ കുതിച്ചുകയറി. ടാസ്മാനിയ ഒഴിച്ചുള്ള പ്രവിശ്യകളിലെല്ലാം ഇതായിരുന്നു സ്ഥിതി. മെൽബൺ, സിഡ്നി, അഡ ലെയ്ഡ് എന്നിവിടങ്ങളിലെ ഏറ്റവും വിലകുറഞ്ഞ ഗൃഹങ്ങളിൽ താമ സിക്കുന്നവർക്ക് പോലും വോട്ടവകാശം ലഭിച്ചു. ഇങ്ങനെ വോട്ടവകാശം സർവ്വസാധാരണമാകുമ്പോൾ കൺസർവേറ്റീവ് ചിന്താഗതിക്കാരും ഇട പെട്ട് അഭിപ്രായം രൂപീകരണം നടത്തി. വസ്തുവകകളോ വാടകയോ ഒന്നും ഇല്ലാത്ത ഭൃത്യർ, കന്നുകാലി ഇടയന്മാർ, ചെറുപ്പക്കാരായ ഗുമ സ്തന്മാർ തുടങ്ങിയവർക്കും വോട്ടവകാശം നല്കാൻ ആവശ്യമുയർന്നു. പക്ഷേ, ഈ നീക്കത്തിലെ വിചിത്രമായ സത്യം പ്രായപൂർത്തി വോട്ടവ കാശം തടഞ്ഞുനിർത്താനായിരുന്നെന്ന് പിന്നീട് തെളിഞ്ഞു. ജനാധിപത്യ പ്രക്രിയകളെ തടഞ്ഞുനിർത്താനുള്ള തന്ത്രപരമായ ഒരടവ് പ്രയോഗമാ യിരുന്നു ഇത്.

8

ഭരണഘടനാ നിർമ്മാണത്തിലേക്ക്

പുരുഷന്മാർക്ക് വോട്ടവകാശം ലഭിക്കണമെന്നൊരു ആവശ്യം ശക്തി പ്പെട്ടുവന്നത് 19-ാം നൂറ്റാണ്ടിൽ ബ്രിട്ടനിലുണ്ടായ രാഷ്ട്രീയഉദാരവല്ക്ക രണവും ഭരണപരിഷ്കാരഭ്രമവും കോളനികളിൽ വഹിച്ച സ്വാധീനശക്തി യെക്കുറിച്ച് സൂചിപ്പിച്ചുവല്ലോ. ആസ്ത്രേലിയൻ കോളനികളായ ന്യൂ സൗത്ത് വെയിൽസിലും വിക്ടോറിയ, ടാസ്മാനിയ, സതേൺ ആസ്ത്രേ ലിയ എന്നിവിടങ്ങളിൽ മേൽ പ്രസ്താവിച്ച അനുകൂലകാലാവസ്ഥയിൽ പുതിയ ഭരണഘടനയുണ്ടാക്കുന്നതിനുള്ള ഗൗരവതരമായ ചർച്ചകൾ ഉണ്ടായി.

കോളനികളിൽവെച്ച് ന്യൂസൗത്ത് വെയിൽസിലായിരുന്നു ഈ പ്രക്രിയയുടെ തുടക്കം. നേതാവായി എത്തിച്ചേർന്ന വെന്റ്‌വർത്തിന്റെ നേതൃത്വത്തിൽ ബ്രിട്ടീഷ്‌മാതൃകയിലുള്ള ഒരു ഭരണഘടന ആണ് വിഭാ വനം ചെയ്തത്. ഈ മാതൃകയിലാണെങ്കിൽ പാർലമെന്റിന്റെ ഇരുസഭ കളായ ഹൗസ് ഓഫ് കോമൺസും ഹൗസ് ഓഫ് ലോർഡ്സും ഉണ്ടാ കണം. പക്ഷേ, കോളനിയിൽ പ്രഭുക്കൾ (Lords) ഇല്ലാത്തതിനാൽ കാന ഡയിൽ ചെയ്തതുപോലെ നോമിനേഷൻ ആകാമെന്ന് ഒരു പക്ഷം അഭി പ്രായപ്പെട്ടു. 1852 ൽ കോളനികാര്യങ്ങൾക്കായുള്ള മന്ത്രി സർ ജോൺ പാർക്കിങ്ടൺ കൗൺസിലുകളിലേക്ക് നോമിനേഷൻ ആകാമെന്ന വാദ ഗതിയുടെ വക്താവായിരുന്നു. ഒരു തീരുമാനത്തിലെത്തിച്ചേരുന്നതിന് മുൻപായി ന്യൂകാസിൽ പ്രഭു (Duke of New Castle) പുതിയ കോളനി കാര്യമന്ത്രിയായി. അദ്ദേഹം നോമിനേഷനുപകരം ഇലക്ഷൻ ആകാം എന്ന അഭിപ്രായക്കാരനായിരുന്നു.

വെന്റ്‌വർത്തിന്റെ ഭരണഘടനാരൂപീകരണശ്രമങ്ങൾക്ക് വലിയ തിരി ച്ചടി നേരിട്ടത് വൻകിട ബിസിനസുകാരിൽനിന്നായിരുന്നു. ലിബറൽ ആശ

യക്കാരായ ബിസിനസുകാർ 10 പൗണ്ട് വാടകനല്കുന്നവരെയും അലഞ്ഞുനടക്കുന്നവരെയും വോട്ടർമാരാക്കുന്നതിനെ ശക്തിയായി എതിർത്തു. എന്തായാലും വെസ്റ്റ് വർത്തിന്റെ പദ്ധതിയിൽ കോളനിയിൽ പ്രഭുക്കളെ ഉണ്ടാക്കുന്ന വ്യവസ്ഥ ഒഴികെയുള്ള ഭരണഘടനാ നിർദ്ദേശ ങ്ങൾ ലെജിസ്ലേറ്റീവ് കൗൺസിൽ പാസാക്കി. പുതിയ ഭരണഘടനയ്ക്ക് ബ്രിട്ടനിൽനിന്നും അംഗീകാരം വാങ്ങുന്നതിനും വാദിക്കുന്നതിനുമായി വെസ്റ്റ്‌വർത്ത് ലണ്ടനിലേക്ക് തിരിച്ചു. ഈ സമയത്ത് കോളനികാര്യമന്ത്രി ജോൺ റസ്സൽ പ്രഭു പുതിയ സംഭവവികാസങ്ങളിൽ അതീവദു:ഖിത നായിരുന്നു. കാരണം ഈ ഭരണഘടനപ്രകാരം മൂന്നിൽ രണ്ട് ഭൂരിപക്ഷ മുണ്ടെങ്കിൽ മാത്രമേ ഭരണഘടനയിൽ പ്രധാന വ്യവസ്ഥകൾ ഭേദ ഗതിചെയ്യാൻ ആവുമായിരുന്നുള്ളൂ.

വെസ്റ്റ് വർത്തിന്റെ ഭരണഘടനയ്ക്കെതിരായി കോളനി മന്ത്രി റസ്സ ലിന് നിരവധി പരാതികൾ ലഭിച്ചു. കോളനിയിലെ ലിബറൽവിഭാഗവും ഡമോക്രാറ്റുകളും യോജിച്ചായിരുന്നു എതിർപ്പ്. ഈ പ്രശ്നം സമർത്ഥ മായി കൈകാര്യം ചെയ്ത മന്ത്രി പുതിയൊരു വ്യവസ്ഥ ഏർപ്പെടുത്തി. വെസ്റ്റ്‌വർത്തിന്റെ മൂന്നിൽ രണ്ട് ഭൂരിപക്ഷം വേണമെന്ന നിയമം മറി കടന്നു. പുതിയതായി ഉൾക്കൊള്ളിച്ച വ്യവസ്ഥപ്രകാരം ഭരണഘടന യുടെ ഏതുഭാഗവും സാധാരണഭൂരിപക്ഷപ്രകാരം ഭേദഗതി ചെയ്യാം. മാത്രവുമല്ല മൂന്നിൽ രണ്ടു ഭൂരിപക്ഷപ്രകാരം എന്ന വ്യവസ്ഥകൂടി സാധാ രണ ഭൂരിപക്ഷത്തിൽ മാറ്റാമെന്ന സ്ഥിതിയുണ്ടായി. മന്ത്രിയുടെ ഇട പെടൽ വെസ്റ്റ് വർത്തിനെ കോപാകുലനാക്കി. രോഷാഗ്നിയിൽ മനമെ രിഞ്ഞ വെസ്റ്റ്‌വർത്ത് നാട്ടിലേക്ക് മടങ്ങിയില്ല. ന്യൂസൗത്ത് വെയിൽസ് കോളനിയുടെ ചരിത്രം നമ്മെ ഓർമ്മിപ്പിക്കുന്നത് അവിടെ കൊളോണി യൽ അരിസ്റ്റോക്രസി സ്ഥാപിച്ചുകിട്ടുന്നതിന് ആത്മാർത്ഥമായും പ്രതീ ക്ഷയോടെയും പരിശ്രമിക്കുന്നതിനുള്ള ഒരു കൂട്ടം ആൾക്കാർ വെസ്റ്റ്‌വർ ത്തിന്റെ അനുയായികളായി ഉണ്ടായിരുന്നു എന്ന വസ്തുതയാണ്. മറ്റു കോളനികളിൽ വെസ്റ്റ്‌വർത്തിനെപ്പോലെ കൊളോണിയൽ അരിസ്റ്റോ ക്രസി സ്ഥാപിക്കാൻ ശ്രമിച്ച വക്താക്കളില്ലാതിരുന്നതുകൊണ്ട് അവിട ങ്ങളിൽ ഉപരിസഭയിലേക്കും തിരഞ്ഞെടുപ്പുതന്നെയാണ് സ്വീകരിച്ചത്. ഉദാഹരണമായി വിക്ടോറിയ, ടാസ്മാനിയ, സൗത്ത് ആസ്ത്രേലിയ എന്നീ കോളനികൾ. പുതിയ ഭരണഘടനകൾ ഉണ്ടാക്കിയ കോളനിക ളിലെ സംഭവവികാസങ്ങൾ ഇപ്രകാരമാണ്.

വിക്ടോറിയ

1853 ൽ സ്വർണ്ണഖനനം മൂർദ്ധന്യത്തിലെത്തിയപ്പോഴാണ് വിക്ടോ റിയൻ കോളനിയിൽ ഭരണഘടന രൂപീകൃതമായത്. സ്വർണ്ണഖനിയുമായി ബന്ധപ്പെട്ട പ്രശ്നങ്ങളാണ് അവർക്ക് പരിഹരിക്കേണ്ടിയിരുന്നത്. സ്വർണ്ണ ഖനി തൊഴിലാളികളായ ഡിഗ്ഗേഴ്സിന് വോട്ടവകാശം നല്കിയിരുന്നില്ല. വാർഷികലൈസൻസുള്ളവർക്ക് വോട്ടവകാശം നല്കാമെന്ന് പറഞ്ഞി

രുന്നു. അവകാശങ്ങൾ നേടിയെടുക്കാനായി ബല്ലാറട്ട്ഫോം ലീഗ് എന്നൊരു സംഘടനയും രൂപീകൃതമായി. ഇംഗ്ലണ്ടിലെ ചാർട്ടിസ്റ്റ് പ്രസ്ഥാനത്തിൽനിന്നും പ്രചോദനം ഉൾക്കൊണ്ട ഇവരുടെ നേതാവ് മുൻചാർട്ടിസ്റ്റായ ജോൺ ഹംഫ്രെ (John Humffray) ആണ്. ചാർട്ടിസ്റ്റ് ആവശ്യമായ രഹസ്യവോട്ട് എന്ന ആവശ്യം അവർ മുന്നോട്ടുവെച്ചു.

പ്രക്ഷോഭകരിൽ രണ്ടുവിഭാഗം രൂപപ്പെട്ടു. ധാർമ്മികശക്തിയുടെ (Moral Force) അടിസ്ഥാനത്തിൽ പ്രവർത്തിക്കുന്നവരും ശാരീരികശക്തിയുടെ (Physical Force) പേരിൽ പ്രക്ഷോഭം നടത്തണമെന്ന് വാദിച്ചവരുമായിരുന്നു ഈ രണ്ടു വിഭാഗക്കാർ. 1854 ഡിസംബർ മൂന്നിന് ഫിസിക്കൽ ഫോഴ്സ് വിഭാഗത്തിനെതിരെ ആക്രമണമുണ്ടായി. 30 ഖനി തൊഴിലാളികളും അഞ്ച് സൈനികരും വധിക്കപ്പെട്ടു. തുടർന്ന് ഇതുവരെ അനുഭാവം പ്രകടിപ്പിക്കാതിരുന്ന നിരവധി പേർ അനുഭാവികളായി രംഗത്തു വന്നു. യൂനിയൻ ജാക്ക് ഇല്ലാത്ത സതേൺ ക്രോസ് ആലേഖനം ചെയ്തതായിരുന്നു ഇവരുടെ പതാക. ആക്രമണസംഭവത്തിനുശേഷം നിയമിതമായ റോയൽ കമ്മീഷൻ സമർപ്പിച്ച ശുപാർശപ്രകാരം ഒരു പൗണ്ട് നല്കിയാൽ തൊഴിലാളികൾക്ക് വാർഷികലൈസൻസ് നല്കണം. ഇതോടുകൂടി വോട്ടർമാരുടെ എണ്ണം ക്രമാതീതമായി വർദ്ധിച്ചു.

1856 ൽ നടന്ന ലെജിസ്ലേറ്റീവ് കൗൺസിൽ തിരഞ്ഞെടുപ്പിൽ ആദ്യമായി രഹസ്യബാലറ്റ് സമ്പ്രദായം ഏർപ്പെടുത്തി. ഇതോടെ ചാർട്ടിസ്റ്റുകളുടെ രണ്ടാമത്തെ ആവശ്യവും പരിഹൃതമായി. രഹസ്യബാലറ്റ് സമ്പ്രദായത്തിന് പല നേട്ടങ്ങളുമുണ്ട്. രഹസ്യമായി വോട്ടുചെയ്യുവാനുള്ള അധികാരം ജനാധിപത്യാവകാശികളുടെ വിപുലീകരണചരിത്രത്തിൽ രജതരേഖയായി നിലകൊള്ളുന്നു. ഇതിന്റെ അഭാവത്തിൽ വോട്ടർമാർ ഭീഷണിക്കും പലവിധ സമ്മർദ്ദങ്ങൾക്കും ശാരീരികഉപദ്രവങ്ങൾക്കുപോലും ഇരകളായിത്തീരാറുണ്ട്. ഈ സമ്പ്രദായത്തിന്റെ മേന്മകളെക്കുറിച്ച് എത്ര വർണ്ണിച്ചാലും അധികമാവില്ല.

രഹസ്യബാലറ്റ് സമ്പ്രദായം ഏർപ്പെടുത്താനായി ശക്തമായി വാദിച്ച രാഷ്ട്രീയപരിഷ്കർത്താവ് ഹെൻറി ചാപ്പ്മാൻ (Henry chappman) ലണ്ടനിലെ ഒരു ലെജിസ്ലേറ്റീവ് കൗൺസിലർ ആയിരുന്നു. വിക്ടോറിയൻ സംസ്ഥാനം ഈ രീതി സ്വീകരിച്ചതിനുശേഷം ബ്രിട്ടനും (1872) രഹസ്യബാലറ്റ്സമ്പ്രദായം സ്വീകരിച്ചു. ഈ രീതി തുടർന്ന് പല ലോകരാഷ്ട്രങ്ങളിലും സ്വീകരിക്കാൻ തുടങ്ങി. അമേരിക്കയിൽ ഈ സമ്പ്രദായം 'ആസ്ത്രേലിയൻ ബാലറ്റ് (Australian Ballot) എന്ന പേരിലറിയപ്പെടുന്നു. രാഷ്ട്രീയ അഴിമതി ഇല്ലാതാക്കാൻ അമേരിക്ക പത്തൊമ്പതാം നൂറ്റാണ്ടിന്റെ ഒടുവിലാണ് ഈ സമ്പ്രദായം സ്വീകരിച്ചത്.

ടാസ്മാനിയ ആന്റ് ആസ്ത്രേലിയ

ടാസ്മാനിയ, സൗത്ത് ആസ്ത്രേലിയ എന്നീ കോളനികളിൽ ഉപരിസഭയിലേക്ക് നോമിനേഷൻ സ്വീകരിക്കാം എന്നാണ് ഗവർണ്ണർമാർ ആഗ്ര

ഹിച്ചത്. ഇംഗ്ലണ്ടിലെ കൊളോണിയൽ ഓഫീസ് ആകട്ടെ ഉപരിസഭയി ലേക്ക് തിരഞ്ഞെടുപ്പ് ആകാം എന്നും നിർദ്ദേശിച്ചിരുന്നു. ഈ കോളനി യിൽ അമ്പത് പൗണ്ടിന്റെ സ്വത്ത് ഉള്ളവർക്കേ വോട്ടവകാശം ഉണ്ടായി രുന്നുള്ളൂ. സൗത്ത് ആസ്ട്രേലിയൻ ഗവർണ്ണർ യങ്ങിന് (young)കോള നികാര്യമന്ത്രി ന്യൂകാസിൽപ്രഭു അയച്ച സന്ദേശം അദ്ദേഹം രഹസ്യ മായി വെച്ചു. അതായത് ഇലക്ഷൻ അല്ലെങ്കിൽ നോമിനേഷൻ എന്ന്. ലെജിസ്ലേറ്റീവ് കൗൺസിൽ ഉപരിസഭയിലേക്ക് നോമിനേഷൻ രീതി അവ ലംബിക്കുന്ന ഭരണഘടന സ്വീകരിച്ചില്ല. പക്ഷേ, ഗവർണ്ണർ രഹസ്യമായി വെച്ച സന്ദേശത്തിന്റെ കാര്യം പുറത്തായി. വലിയ ബഹളം ഇതുമൂലം ഉണ്ടായി. ഈ ഭരണഘടന സ്വീകരിക്കരുതെന്ന നിവേദനങ്ങൾ ഇംഗ്ലണ്ടി ലേക്ക് പ്രവഹിച്ചു. സൗത്ത് ആസ്ട്രേലിയൻ കോളനിയിൽ തുടർന്ന് ഏത് ഭരണഘടന വേണമെന്ന് തീരുമാനിക്കാൻ വീണ്ടും തിരഞ്ഞെടുപ്പ് നടത്താൻ തീരുമാനിച്ചു. ഭൂരിപക്ഷതീരുമാനം ലെജിസ്ലേറ്റീവ് കൗൺസി ലിന്റെ ഉപരിസഭയിലേക്ക് നോമിനേഷൻ വേണ്ട എന്നായിരുന്നു.

സൗത്ത് ആസ്ട്രേലിയ എന്ന ഏകകോളനിയിൽമാത്രമാണ് ഇങ്ങനെ സംഭവിച്ചത്. അവരുണ്ടാക്കിയ ഭരണഘടനയിൽ ജനാധിപത്യ ത്തിന്റെ അടിത്തറ വിപുലീകരിക്കുന്നതിനുള്ള ചില നടപടികളുണ്ടായി. എല്ലാവർക്കും വോട്ടവകാശം, രണ്ടു നിയമനിർമ്മാണസഭകളും തിരഞ്ഞെ ടുപ്പിലൂടെ എന്നീ പ്രത്യേകതകളാണ് അവിടെ ഉണ്ടാക്കിയത്. ഇത്രയ്ക്കു ജനാധിപത്യം മിക്കവർക്കും വേണ്ടായിരുന്നു. സ്വത്തവകാശത്തിന് വോട്ട വകാശത്തിൽ പ്രാധാന്യം നല്കാത്തതിലും എതിർപ്പുണ്ടായി. 1851 ൽ സൗത്ത് ആസ്ട്രേലിയയിൽ ഉണ്ടാക്കിയ ഭരണഘടന ജനാധിപത്യ ത്തിന്റെ മാതൃകയായിട്ടാണ് അറിയപ്പെടുന്നത്. ചാർട്ടിസ്റ്റ് ആവശ്യങ്ങളായ പ്രായപൂർത്തി വോട്ടവകാശം, വോട്ടവകാശത്തിന് സ്വത്ത് പരിഗണന നല്കാതിരിക്കൽ, രഹസ്യബാലറ്റ് എന്നിവ നടപ്പിലാക്കി.

1850 കളിൽ കോളനികളിൽ ബ്രിട്ടന്റെ അനുവാദത്തോടെ ഭരണഘ ടനകൾ രൂപീകരിച്ചത് ആസ്ട്രേലിയയുടെ ചരിത്രപഥത്തിൽ ദിശാസ്തം ഭങ്ങളായി ദീർഘകാലം അവ നിലനില്ക്കുകയും ചെയ്തു. വലിയ മാറ്റ ങ്ങളില്ലാതെ ദീർഘകാലം നിലനിന്നതിന്റെ ശേഷം കാലോചിതമായ ചില മാറ്റങ്ങളുണ്ടായി എന്നതൊഴിച്ചാൽ ഭരണഘടന ഭരണസമ്പ്രദായത്തിന്റെ അടിസ്ഥാനശിലകളായി പ്രശോഭിച്ചു. നേരത്തേ സൂചിപ്പിച്ചതുപോലെ, ബ്രിട്ടനിൽനിന്നും അകലെയാണെങ്കിലും അവിടെ വീശിയടിച്ച ലിബ റൽപരിഷ്കരണവാദത്തിന്റെ അലയൊലികൾ കോളനികളുടെ രാഷ്ട്രീ യാവകാശമുന്നേറ്റങ്ങളിൽ പ്രതിഫലിച്ചു. ഇതിൽ ഏറ്റവും പ്രധാനം ചാർട്ടിസ്റ്റ്പ്രസ്ഥാനത്തിന്റെ സ്വാധീനശക്തിയായിരുന്നു.

വിക്ടോറിയൻ കോളനിയിൽ ആദ്യമായി നടപ്പിലാക്കിയ രഹസ്യ ബാലറ്റ് വർഷങ്ങൾക്കുശേഷം 1872 ൽ മാത്രമാണ് ബ്രിട്ടനിൽ നിലവിൽ വരുന്നത്. കോളനികളിൽ സ്വീകരിച്ച ചില നടപടികൾ പിന്നീട് ബ്രിട്ടനും ലോകരാഷ്ട്രങ്ങളും അംഗീകരിച്ചത് കോളനിയിലെ പരിഷ്കരണവാദി

കളുടെ ദീർഘദർശിത്വത്തിനുള്ള സാക്ഷ്യപത്രമാണ്. അതിലൊന്നാണ് സൗത്ത് ആസ്ത്രേലിയൻ ഭരണഘടന വിഭാവനംചെയ്ത വോട്ടവകാശ ത്തിന് സ്വത്തവകാശം ആവശ്യമില്ല എന്ന നിലപാട്. മാതൃകാപരമായി മാറി ഈ പരിഷ്കാരം. ഇവിടെ മുൻകുറ്റവാളികളോ ഖനി തൊഴിലാളി കളോ (Diggers) ഇല്ലായിരുന്നതുകൊണ്ട് ഇവരുടെ രാഷ്ട്രീയചരിത്രം മറ്റു കോളനികളിൽനിന്നും വ്യത്യസ്തമാണ്.

1851 ൽ ബ്രിട്ടീഷ്സാമ്രാജ്യത്തിൽതന്നെ ആദ്യമായി ചർച്ചും സ്റ്റേറ്റും തമ്മിൽ വിഭജനരേഖയുണ്ടാക്കിയ (seperation of church and state) കോ ളനി സൗത്ത് ആസ്ത്രേലിയ ആണ്. തികച്ചും പുരോഗമനപരമായ ഭരണ ഘടനപരിഷ്കാരങ്ങൾ മറ്റ് കോളനികൾ സ്വീകരിച്ച് നടപ്പിലാക്കുന്നതും കാണാം. വിക്ടോറിയ സ്റ്റേറ്റിൽ 1857 ൽ പ്രായപൂർത്തി വോട്ടവകാശവും വോട്ടവകാശത്തിനുവേണ്ടിയിരുന്ന സ്വത്തവകാശ നിരാകരണവും സ്വീ കരിച്ചു. ന്യൂസൗത്ത് വെയിൽസിൽ അടുത്തവർഷം മേൽപറഞ്ഞ രണ്ടു പരിഷ്കാരങ്ങളോടൊപ്പം രഹസ്യബാലറ്റും സ്വീകരിച്ച് നടപ്പിലാക്കി.

ദീർഘകാലസമരങ്ങളോ വൻപ്രക്ഷോഭങ്ങളോ ഇല്ലാതെതന്നെ പ്രായപൂർത്തിവോട്ടവകാശം അംഗീകരിക്കപ്പെട്ടത് ആസ്ത്രേലിയൻ ചരി ത്രത്തിലെ ആകസ്മികസംഭവമാണ്. ആസ്ത്രേലിയയിലെ രാഷ്ട്രീയമാ റ്റങ്ങൾക്കും പരിഷ്കാരങ്ങൾക്കും വലിയൊരളവോളം പങ്ക് വഹിച്ചത് ബ്രിട്ടന്റെ നിലപാടുകളായിരുന്നു. ലിബറലുകളെയും ഡെമോക്രാറ്റുക ളെയും സന്തോഷിപ്പിച്ച ബ്രിട്ടന്റെ നിലപാടുകൾ കൺസർവേറ്റീവ്സിനെ വിറളിപിടിപ്പിച്ചു. ഭരണഘടനയിൽ അരിസ്റ്റോക്രസി ആഗ്രഹിച്ച കൺസർവേറ്റീവ്സിനെ വെട്ടിലാക്കിയത് പുരോഗമനചിന്താഗതിക്കാരായ ബ്രിട്ടീഷ്ഗവർണ്ണർമാരായ ന്യൂകാസിൽ പ്രഭുവും ജോൺറസ്സൽ പ്രഭുവു മായിരുന്നു.

1859 ൽ ന്യൂസൗത്ത് വെയിൽസ് വിഭജിച്ച് ക്വീൻസ് ലാന്റ് കോളനി യുണ്ടാക്കി. പുതിയ കോളനിക്ക് ന്യൂസൗത്ത് വെയിൽസിന്റെ ഭരണഘ ടന പോരെന്നും അവർക്കുവേണ്ടിയുണ്ടാക്കുന്ന ഭരണഘടനയിൽ വോട്ട വകാശത്തിന് സ്വത്തവകാശം നിലനിർത്തണമെന്നും കൺസർവേറ്റീവ് ആശയക്കാരനായ ഗവർണ്ണർ ശഠിച്ചു. അതിനാൽ ക്വീൻസ്ലാന്റ് അസംബ്ലി ഇലക്ഷന് സ്വത്തവകാശവും നിശ്ചിത വാടകത്തുകയും ഏർപ്പെടുത്തി. 1872 ൽ പ്രായപൂർത്തി വോട്ടവകാശം ഏർപ്പെടുത്തുന്ന തുവരെ ഈ വ്യവസ്ഥകൾ നിലനിന്നു.

9

ഭൂപരിഷ്കരണത്തിനായി നീക്കം

പത്തൊൻപതാം നൂറ്റാണ്ടിന്റെ മധ്യകാലഘട്ടത്തിൽ കോളനി കൾക്ക് എല്ലാം സ്വന്തമായ ഭരണഘടനയുണ്ടായി. വ്യക്തമായ ആശയ സംഹിതകളുടെ അടിസ്ഥാനത്തിൽ രാഷ്ട്രീയപാർട്ടികളുടെ രൂപീകരണം കുറേകൂടി കഴിഞ്ഞതിനുശേഷമാണ് നടന്നത്. എങ്കിലും ഓരോ പ്രശ്ന ങ്ങൾ ഉയർന്നുവരുമ്പോൾ തല്പരകക്ഷികൾ ശക്തമായി പോരാടിയി രുന്നു. ഇക്കാലത്ത് കോളനികളിൽ ഉയർന്നുവന്ന രൂക്ഷമായ പ്രശ്നം ഭൂപരിഷ്കരണനിയമങ്ങളുടെ അഭാവംകൊണ്ടുള്ളതായിരുന്നു. ഉപഭൂഖ ണ്ഡത്തിലുള്ള വിസ്തൃതമായ ഭൂമി കുടിയേറ്റക്കാർ കൈവശപ്പെടുത്തി യത് ഒരു നിയമത്തിന്റെയും പിൻബലത്തിലായിരുന്നില്ല. ആദിമനിവാസി കൾക്കുള്ള ഭൂഅവകാശം പാടെ നിരാകരിച്ച് അവരെ ആട്ടിപ്പായിച്ചു. കാടു കൾ വെട്ടിത്തെളിച്ച് കൃഷിക്കുപയുക്തമാക്കിയ ഭൂമിക്കും മേച്ചിൽസ്ഥല ങ്ങൾക്കും പ്രിയമേറി.

ആസ്ത്രേലിയയിൽ എത്തിച്ചേർന്ന കുടിയേറ്റക്കാരുടെ എണ്ണം വർദ്ധി പ്പിച്ചപ്പോൾ ഫലപ്രദമായ ഭൂനിയമങ്ങൾക്കുവേണ്ടിയുള്ള മുറവിളിയായി. നിശ്ചിതതുക ഡപ്പോസിറ്റ് നല്കുന്ന ആൾക്ക് വേണ്ടുന്ന ഭൂമി തിരഞ്ഞെ ടുക്കാവുന്ന നിയമമാണ് 1860 കളിൽ ഉണ്ടായിരുന്നത്. ദി സ്ക്വാറ്റേർസ് (The Squaters) എന്നറിയപ്പെടുന്ന ഇടനിലക്കാർ വാടകയ്ക്ക് ആളുകളെ കൂട്ടി ഭൂമിക്ക് ഡെപ്പോസിറ്റ് നല്കി തെരഞ്ഞെടുത്ത് സ്വന്തമാക്കിയിരുന്നു. ഇത്തരക്കാർ ഡമ്മീസ് എന്നറിയപ്പെട്ടു. ന്യൂസൗത്ത് വെയിൽസിൽ ഇങ്ങനെ ഭൂമി സെലക്റ്റ് ചെയ്തവർ മൂന്ന് വർഷം താമസിച്ച് വികസിപ്പി ച്ചാൽ ഉടമസ്ഥാവകാശം നല്കി. ഇത്രയും കാലം ഡമ്മികളെ സ്ക്വാ റ്റർമാർ സഹായിച്ചുകൊണ്ടിരിക്കും. എല്ലാ കോളനികളിലും സ്ഥിതി ഇതാ യിരുന്നില്ല.

വിക്ടോറിയയിലെ ഭൂനിയമപ്രകാരം സെലക്റ്റർമാർക്ക് (ഡമ്മീസ്) മുഴുവൻ തുകയും നല്കി ഉടനെ ഭൂവുടമസ്ഥനാകാം. സ്ക്വാറ്റർമാർ നൂറു കണക്കിന് ഡമ്മികളെയുണ്ടാക്കി ഭൂമി സ്വന്തമാക്കി. ഈ സാഹചര്യത്തിൽ ചെറുകിട കൃഷിക്കാരുണ്ടായില്ല. എല്ലാവരും വിപുലമായ ഭൂവുടമ സ്ഥർമാത്രം. ചെറുകിടക്കാർ ഇല്ലാത്തത് പാർലമെന്റിനുതന്നെ ചീത്ത പ്പേരുണ്ടാക്കി. ചെറുകിടക്കാർ ഇല്ലാത്തതിനാൽ റെയിൽവേസമ്പ്രദായം ആരംഭിക്കുന്നതുവരെ കൃഷിക്കാർക്ക് ഗോതമ്പുമാർക്കറ്റിൽ എത്തിക്കാൻ കഴിഞ്ഞിരുന്നില്ലത്രെ. നീതിയുക്തമായ ഭൂനിയമങ്ങൾ ഇല്ലാതിരുന്നതി നാൽ തട്ടിപ്പും അഴിമതിയും വിളയാടുകയും ഉള്ള നിയമങ്ങൾ അവർക്ക് കൂട്ടുനില്ക്കുകയും ചെയ്തു.

കോളനികളിൽ ഭരണഘടനയും പാർലമെന്റും മറ്റും ഉണ്ടായെങ്കിലും ഇവയുടെ പ്രവർത്തനങ്ങളിൽ ഏകീകൃതമായ ശൈലി ഇല്ലായിരുന്നു വെന്നുമാത്രമല്ല ഓരോ പാർലമെന്റും ഓരോ രീതിയിലാണ് ആരംഭകാ ലത്ത് പ്രവർത്തിച്ചത്. പാർലമെന്റ് മെമ്പർമാർ അവരുടെ പ്രവർത്തന ത്തിൽ മാന്യതയോ ധാർമ്മികമൂല്യങ്ങൾക്ക് വിലയോ കല്പിച്ചിരുന്നില്ല. മാന്യതയില്ലാത്ത മെമ്പർമാർ സഭയിൽ അസഭ്യം ചൊരിയുന്നത് പതി വായിരുന്നു. സഭാഅദ്ധ്യക്ഷന്മാരായ സ്പീക്കർമാർ സഭ നടത്തിക്കൊണ്ടു പോകാൻ പാടുപെട്ടു. പത്തൊമ്പതാം നൂറ്റാണ്ട് ഇംഗ്ലണ്ടിൽ കർശനമായ വിക്ടോറിയൻ സാന്മാർഗ്ഗികതയുടെ കാലമായിരുന്നുവെങ്കിലും കോള നികളിൽ ഇതൊന്നും പ്രതിഫലിച്ചുകണ്ടില്ല. പ്രത്യേകിച്ചും എം പി മാ രിൽ.

ജോൺ ഹോർസ്റ്റ് (John Hirst) എന്ന ചരിത്രകാരൻ രേഖപ്പെടുത്തി യത് നോക്കൂ.

"രാഷ്ട്രീയജീവിതംതന്നെ നശിപ്പിക്കാൻ പര്യാപ്തമായ പ്രവൃത്തി കളാണ് ചില എം പി മാർ ചെയ്തിരുന്നത്."

ഹെൻറി പാർക്ക്സ് എന്ന രാഷ്ട്രീയനേതാവിനെക്കുറിച്ചും അദ്ദേഹം രേഖപ്പെടുത്തി. ന്യൂസൗത്ത് വെയിൽസിലെ പ്രധാനമന്ത്രിയായി അഞ്ചു തവണ തിരഞ്ഞെടുക്കപ്പെട്ട ഹെൻറി പാർക്സ് മൂന്നുതവണ ദീപാളി കുളിച്ച ആളും (Bankrupt) വെപ്പാട്ടിയിൽ സ്വന്തം കുട്ടികൾക്ക് ജന്മം നല്കിയ വ്യക്തിയും ആയിരുന്നു. ടാസ്മാനിയയിലെ പ്രശസ്തനായ പ്രൈമിനിസ്റ്ററായിരുന്നു ജോർജ് റെയ്ബി. (George Reiby) കോടതി യിൽ ഇദ്ദേഹത്തിനെതിരായി വന്ന ഒരു കേസിൽ അദ്ദേഹത്തിന്റെ അടുത്ത സുഹൃത്തിന്റെ ഭാര്യയെ മാനഭംഗപ്പെടുത്തിയതായി കോടതി നിരീ ക്ഷിച്ചത് കുറച്ചുവർഷങ്ങൾക്കുള്ളിലാണ് അദ്ദേഹം തിരഞ്ഞെടുക്കപ്പെ ട്ടത്. മാത്രമല്ല, അന്നേരം അദ്ദേഹം ചർച്ച് ഓഫ് ഇംഗ്ലണ്ടിലെ ആർച്ച് ഡീക്കൺ ആയിരുന്നു. സതേൺ ആസ്ത്രേലിയയിലെ അറ്റോർണി ജന റലായിരുന്ന ചാൾസ് കിങ്സ്റ്റണെക്കുറിച്ചും സദാചാര വിരുദ്ധപ്രവർത്ത നങ്ങളിലേർപ്പെട്ട കാര്യം പറയാറുണ്ട്. മറ്റൊരാളിന്റെ ഭാര്യയുമായി ലൈംഗികബന്ധത്തിലേർപ്പെട്ടതായി ചാൾസ്കിങ്സ്റ്റണെക്കുറിച്ച് പരാതി

യുണ്ടായി. കൂടാതെ അദ്ദേഹം പ്രധാനമന്ത്രിയായപ്പോൾ ദ്വന്ദയുദ്ധത്തി ലേർപ്പെടാൻ തയ്യാറായതിന് അറസ്റ്റ്ചെയ്യപ്പെടുകയുണ്ടായി.

മേലുദ്ധരിച്ച വ്യക്തികളുടെ ഉദാഹരണങ്ങൾ ചരിത്രകാരന്മാർ നിര ത്തുന്നത് ഒരുകാര്യം സ്പഷ്ടമാക്കുന്നതിനായിരുന്നു. അതായത് ധാർമ്മിക അധ:പതനത്തിന്റെയും മൂല്യച്യുതിയുടെയും കാലമായിട്ടാണ് പത്തൊംപതാം നൂറ്റാണ്ടിന്റെ രണ്ടാംപകുതി കോളനികളിൽ രേഖപ്പെടു ത്തിയിട്ടുള്ളത്. ഇത്തരം അധാർമ്മികരാഷ്ട്രീയം (immoral politics) പരോ ക്ഷമായി മറ്റൊരു വാദഗതിയെ പ്രോത്സാഹിപ്പിച്ചു. ഈ കാലഘട്ടത്തിൽ പുരുഷന്മാർക്കുമാത്രമേ വോട്ടവകാശമുണ്ടായിരുന്നുള്ളൂ. സ്ത്രീകൾക്കും വോട്ടവകാശം വേണമെന്ന ആവശ്യം ഉയർന്നുവന്നപ്പോൾ അതിന്റെ വക്താക്കൾ സൂചിപ്പിച്ചത് സ്ത്രീകൾക്ക് വോട്ടവകാശം നല്കിയാൽ സദാ ചാരവിരുദ്ധമായ പുരുഷന്മാർക്ക് അവർ വോട്ടുചെയ്യില്ല എന്നാണ്.

1850 നും 1880 നും ഇടയിലുള്ള കാലം ഭരണഘടനയ്ക്ക് നിരവധി വെല്ലുവിളികളും സംഘർഷങ്ങളും പ്രദാനംചെയ്തു. നിയമസഭാ മെമ്പർമാർക്ക് ശമ്പളം നല്കിയില്ലെങ്കിലും മന്ത്രിമാർക്ക് അത് ലഭിച്ചിരു ന്നു. ഇക്കാലത്തുണ്ടായ അർത്ഥവത്തായ മറ്റൊരു സംഭവവികാസം രാഷ്ട്രീയപാർട്ടികളുടെ ഉദയംകുറിച്ചതായിരുന്നു. ഉദാഹരണമായി ലിബ റൽ, കൺസർവേറ്റീവ് പാർട്ടികൾ.

ഇക്കാലത്തുണ്ടായ മറ്റൊരു സംഭവവികാസം ചർച്ച് സ്കൂളുകൾക്ക് നല്കിവന്നിരുന്ന ഫണ്ട് നിർത്തലാക്കിയതായിരുന്നു. ആദ്യകാലംമുതൽ ചർച്ച് സ്കൂളുകൾക്ക് ഗവൺമെന്റ് ഫണ്ട് ലഭിച്ചിരുന്നു. പിന്നീട് പാർല മെന്റ് തീരുമാനിച്ചത് ഗവൺമെന്റ് സ്കൂളുകൾക്ക് മാത്രം ഫണ്ട് നല്കി യാൽ മതി എന്നാണ്. തിരഞ്ഞെടുപ്പ് ചെലവുകളെല്ലാം സ്ഥാനാർത്ഥി കൾതന്നെ വഹിക്കണം എന്നും തീരുമാനമുണ്ടായി. ആദിമനിവാസിക ളോടുള്ള നിലപാടിൽ മാറ്റമൊന്നുമുണ്ടായില്ല. ഈ കാലഘട്ടത്തിലും അവരെ അടിച്ചോടിച്ചുകൊണ്ടിരുന്നു. "നേറ്റീവ് പൊലീസി"നെ (Native) ഉണ്ടാക്കി ആദിമനിവാസികളെ അറസ്റ്റുചെയ്ത് ചങ്ങലയ്ക്കിട്ട് ജയിലിൽ പാർപ്പിച്ചു. ഭരണഘടനയോ നിയമസഭകളോ അവരുടെ സഹായത്തി നെത്തിയില്ല.

ആസ്ത്രേലിയ ബ്രിട്ടനു വഴികാണിക്കുന്നു

പത്തൊംപതാം നൂറ്റാണ്ടിന്റെ അവസാനദശകങ്ങൾ വ്യത്യസ്തങ്ങ ളായ രാഷ്ട്രീയചർച്ചകൾക്കും തീരുമാനങ്ങൾക്കും കോളനികൾ സാക്ഷ്യംവഹിച്ചു. ഇക്കാലത്തെ രാഷ്ട്രീയചർച്ചകളുടെ പ്രാധാന്യവും സാമൂഹ്യപ്രസക്തിയും കണക്കിലെടുത്ത് ചിലർ കോളനികളെ "സാമൂഹ്യപരീക്ഷണശാല" (Social Laboratory)എന്നുപോലും വിശേ ഷിപ്പിക്കുകയുണ്ടായി. 1867 ൽ ബ്രിട്ടീഷ് പാർലമെന്റ് ടൗണുകളിലെ തൊഴിലാളികൾക്ക് വോട്ടവകാശം നല്കി. 1884 ൽ ഇത് വിപുലീകരിച്ച് വാടകനല്കി താമസിച്ചിരുന്ന ഗാർഹികളുടമസ്ഥർക്കും നഗരേതരപ്രദേ

ശങ്ങളിൽ വോട്ടവകാശം നല്കി. സാർവത്രികമായി ഈ അവകാശം എല്ലാവർക്കും നല്കുന്നത് 1918 ൽ മാത്രമാണ്. പുതിയ തിരഞ്ഞെടുപ്പ് പരിഷ്കാരങ്ങൾ രാജ്യത്ത് പല മാറ്റങ്ങളുമുണ്ടാക്കി. അതിലൊന്ന് പുതിയ രാഷ്ട്രീയപാർട്ടികളുടെ ജനനമായിരുന്നു. 1891 ൽ നാഷണൽ ലേബർപാർട്ടിയും ലിബറൽ പ്രോഗ്രസീവ് ലിബറൽ എന്നിവയുമായിരുന്നു പുതിയപാർട്ടികൾ. ഖനികളിലും തുറമുഖങ്ങളിലും നടന്ന തൊഴിലാളി പണിമുടക്കുകൾ അടിച്ചമർത്തപ്പെട്ടുവെങ്കിലും അത് ലേബർപാർട്ടിയുടെ ഉദയത്തിനും വളർച്ചയ്ക്കും ഇടയാക്കി.

വിക്ടോറിയ സംസ്ഥാനത്ത് നടപ്പിലാക്കിയ സുപ്രധാനമായ ഒരു പരിഷ്കാരം നിയമസഭാംഗങ്ങൾക്ക് വേതനം നല്കുക എന്നതായിരുന്നു. 1870 ലാണ് വിക്ടോറിയ ഈ പരിഷ്കാരം ഏർപ്പെടുത്തിയത്. കുറേ ക്കാലത്തേക്ക് മറ്റ് കോളനികളൊന്നും ഇത് കണ്ടതായി ഭാവിച്ചില്ല. പക്ഷേ, 1890 ആയപ്പോഴേക്കും എല്ലാ കോളനികളിലും നിയമസഭ അംഗങ്ങൾക്ക് ശമ്പളം നല്കുന്ന സമ്പ്രദായം ആരംഭിച്ചു.

സ്ത്രീകൾക്കും വോട്ടവകാശം- വിക്ടോറിയ വഴി കാട്ടുന്നു

ലെജിസ്ലേറ്റർമാർക്ക് വേതനം നല്കാൻ ആദ്യമായി തീരുമാനമെ ടുത്ത വിക്ടോറിയയയിൽ തന്നെയാണ് സ്ത്രീകൾക്കും വോട്ടവകാശം ആവശ്യപ്പെട്ട് പ്രക്ഷോഭം ആരംഭിച്ചത്. ആസ്ത്രേലിയയിൽ ആദ്യമായി വനിതാ വോട്ടവകാശ സൊസൈറ്റി (women's suffrage society) 1884 ൽ വിക്ടോറിയയിൽ സ്ഥാപിതമായി. സ്ത്രീ വോട്ടവകാശം ആവശ്യപ്പെട്ട് ചെറുസംഘടനകൾ പല കോളനികളിലും രംഗത്തുവന്നു.

സ്ത്രീവോട്ടവകാശത്തെ പരോക്ഷമായി സഹായിച്ച ഘടകം അമേ രിക്കൻ സംഘടനയായ ക്രിസ്ത്യൻ വനിത ടെംപറൻസ് യൂണിയൻ (womens christian temperence union) ആസ്ത്രേലിയയിലും ശാഖകൾ ആരംഭിച്ചതായിരുന്നു. ഈ സംഘടനയിൽ ധാരാളം സ്ത്രീകൾ അംഗ ങ്ങളായി ചേർന്നു. ഭർത്താക്കന്മാർ മദ്യപിച്ച് സ്ത്രീകളെ ശാരീരികമായി ഉപദ്രവിക്കുന്നതിനെ പ്രസ്തുത സംഘടന പരസ്യമായി എതിർത്തു. മദ്യ ത്തിനെതിരെ സ്ത്രീശക്തി ഉയർത്തുന്നതിന് സ്ത്രീകൾക്ക് വോട്ടവ കാശം വേണം എന്ന ആവശ്യത്തിന് പ്രസക്തിയേറി. രസകരമായ വസ്തുത സ്ത്രീകൾക്ക് വോട്ടവകാശം നല്കി രാഷ്ട്രീയക്കാരാക്കാന ല്ലെന്ന് പലരും വിശ്വസിച്ചു. പ്രചാരണവും ഇതേദിശയിലായിരുന്നു. ഇത് അപകടകരമല്ലെന്ന് ചില പുരുഷന്മാരും കരുതി.

ഇതേ കാലഘട്ടത്തിൽ ബ്രിട്ടനിലും അമേരിക്കയിലും സ്ത്രീകളുടെ ആവശ്യങ്ങൾ വ്യത്യസ്തമായിരുന്നു. അവിടങ്ങളിൽ വിദ്യാഭ്യാസം ലഭിച്ച സിംഗിൾ വനിതകൾ പുരുഷന്മാരേക്കാൾ അധികമായിരുന്നു. ആസ്ത്രേ ലിയയിലാകട്ടെ ജനസംഖ്യയിൽ സ്ത്രീകളേക്കാൾ പുരുഷന്മാരായിരുന്നു. അതുകൊണ്ട് അവരെ ഭയക്കേണ്ടതില്ല എന്ന ചിന്താഗതികൊണ്ടാകണം സ്ത്രീകൾക്ക് വോട്ടവകാശം നല്കിയത്. ആസ്ത്രേലിയൻ കോളനിക

ലിൽ ഒരേസമയത്തല്ല സ്ത്രീകൾക്ക് വോട്ടവകാശം നല്കിയത്. മറിച്ച് വ്യത്യസ്ത വർഷങ്ങളിലായിരുന്നു. 1894 ൽ സൗത്ത് ആസ്ട്രേലിയ, 1899 ൽ വെസ്റ്റേൺ ആസ്ട്രേലിയ, 1902 ൽ ന്യൂസൗത്ത് വെയിൽസ്, ടാസ്മാ നിയ, 1903, 1904 ൽ ക്വീൻസ് ലാന്റ്, 1908 ൽ വിക്ടോറിയ എന്നീ ക്രമ ത്തിലാണ് സ്ത്രീകൾക്ക് വോട്ടവകാശം നല്കി നിയമം പാസാക്കിയത്.

കോളനികളിൽ ആരംഭിച്ച മറ്റൊരു സമ്പ്രദായമാണ് റഫറണ്ടം. ഗവൺമെന്റുകൾക്ക് തീരുമാനമെടുക്കാൻ കഴിയാതെവരുമ്പോൾ ജന ഹിതം അറിയുന്നതിനുവേണ്ടിയാണ് റഫറണ്ടം നടത്തുക. രണ്ട് പ്രധാന വിഷയങ്ങളിൽ തീരുമാനമെടുക്കുന്നതിന് ഇക്കാലത്ത് റഫറണ്ടം നടത്തി യിരുന്നു. ഉദാഹരണമായി, സ്റ്റേറ്റ് സ്കൂളുകളിൽ മതപഠനം അനുവദി ക്കാമോ എന്ന വിഷയത്തിൽ റഫറണ്ടം നടത്തിയപ്പോൾ പാടില്ല എന്നാണ് അറിയിച്ചത്. ഹോട്ടലുകൾ വൈകുന്നേരം ആറുമണിക്ക് അടയ്ക്കണമോ എന്ന കാര്യത്തിൽ ആകാമെന്നും മറുപടി കിട്ടി.

ഡെമോക്രാറ്റിക് കോമൺവെൽത്ത് ഓഫ് ആസ്ട്രേലിയ 1901

ആസ്ട്രേലിയൻ കോളനികളുടെ ഒരു ഫെഡറേഷൻ ഉണ്ടാക്കുന്ന തിനുള്ള ശ്രമങ്ങൾ 1890 ൽ ആരംഭിച്ചു. 1889 ൽ ഹെൻറി പാർക്ക്സ് എന്ന എഴുപത്തിനാലുവയസ്സുകാരൻ ഫെഡറേഷനുവേണ്ടി ഒരു ഒറ്റ യാൾപോരാട്ടം തുടങ്ങിവെച്ചു. 1891 ൽ എല്ലാ കോളനികളുടെയും പ്രതിനി ധികളുടെ ഒരു ഭരണഘടന കൺവെൻഷൻ സിഡ്നിയിൽ ചേർന്നു. ഈ ദിശയിലെ ആദ്യത്തെ സംരംഭം ആയിരുന്നു ഇത്. ഓരോ കോളനിയും ഏഴുവീതം പ്രതിനിധികളെ അയയ്ക്കണമെന്നായിരുന്നു തീരുമാനം. കോളനികളിലെ പാർലമെന്റ് തിരഞ്ഞെടുത്ത് അയച്ചവരായിരുന്നു പ്രതി നിധികൾ.

അഞ്ച് ആഴ്ചകൾക്കകം ആസ്ട്രേലിയൻ ഫെഡറൽ കോൺസ്റ്റി റ്റ്യൂഷൻ എഴുതി തയ്യാറാക്കി. ക്വീൻസ് ലാന്റിലെ പ്രധാനമന്ത്രി സാമു വൽ ഗ്രാഫിത്ത് എന്ന ആസ്ട്രേലിയൻ ഭരണഘടനാശില്പി ഫെഡ റൽ ഭരണഘടന വിശദമായ ചർച്ചകൾക്ക് വിധേയമാക്കി. ഒടുവിൽ 1901 ജനുവരി 1-ാം തീയതി ആറ് കോളനികളും ചേർന്ന് കോമൺവെൽത്ത് ഓഫ് ആസ്ട്രേലിയ രൂപീകരിച്ചു.

കോമൺവെൽത്ത് പാർലമെന്റിലേക്ക് അംഗങ്ങളെ തിരഞ്ഞെടുക്കു ന്നതിന് ആർക്കൊക്കെ വോട്ടുചെയ്യാം എന്ന പ്രശ്നം 1902 ൽ പാർല മെന്റിൽ ചർച്ചയ്ക്ക് വന്നു. അബോറിജിൻസുകൾക്ക് വോട്ടവകാശം നിഷേധിക്കുവാനും അവരുടെ മേൽ വെള്ളക്കാരുടെ വംശീയമേധാവിത്വം അരക്കിട്ടുറപ്പിക്കുന്നതിനും പല സ്റ്റേറ്റുകളിൽനിന്നുള്ള പ്രതിനിധികൾ മുന്നോട്ടുവന്നു. ക്വീൻസ്ലാന്റ്, വെസ്റ്റേൺ ആസ്ട്രേലിയ എന്നീ സ്റ്റേറ്റു കളിലെ മെമ്പർമാർ ആദിമനിവാസികൾക്ക് വോട്ടവകാശം നല്കുന്നതിനെ എതിർത്തു. ഈ എതിർപ്പിന് ഉപോദ്ബലകമായി അവർ ചൂണ്ടിക്കാട്ടി യത് അവരുടെ സംസ്ഥാനങ്ങളിൽ സ്വത്തവകാശമുള്ള ആദിമനിവാസി

കൾക്കുമാത്രമേ വോട്ടവകാശം നല്കിയിട്ടുള്ളൂ എന്നതാണ്. മറ്റ് നാലു കോളനികളിലും അവർക്ക് വോട്ടവകാശം ഉണ്ടായിരുന്നു. തർക്കപരിഹാരത്തിനായി ഗവൺമെന്റ് ഇടപെട്ടുണ്ടാക്കിയ തീരുമാനപ്രകാരം മുമ്പുതന്നെ വോട്ടവകാശമുള്ള ആദിമനിവാസികൾക്ക് ഫെഡറൽ പാർല മെന്റിലേക്ക് വോട്ടുചെയ്യാം.

കോമൺവെൽത്ത് രൂപീകരണത്തിനുശേഷം സംഭവിച്ചത് അബോറി ജിൻസുകളെ കഴിയുന്നത്ര വോട്ടർപട്ടികയിൽനിന്നും അകറ്റിനിർത്തുക എന്ന നയമായിരുന്നു. ഇലക്ഷൻ സമ്പ്രദായത്തിന്റെ മേൽനോട്ടം വഹിച്ച ഉദ്യോഗസ്ഥപ്രമാണികൾ വംശീയ വൈരം വെച്ചുപുലർത്തുകയും ആദിമ നിവാസികളോട് ക്രൂരമായ പക്ഷപാതിത്വം കാണിക്കുകയുമുണ്ടായി. രക്തത്തെ അടിസ്ഥാനപ്പെടുത്തിയ വംശീയമേധാവിത്വം ആസ്ത്രേലിയ യിൽ ദൃഢമായി വേരുറപ്പിച്ച കാലഘട്ടമായിരുന്നു കഴിഞ്ഞനൂറ്റാണ്ടിന്റെ ആദ്യദശകങ്ങൾ.

ആസ്ത്രേലിയൻ ഐഡന്റിറ്റിയുടെ ഭാഗമായി വെള്ളക്കാരുടെ വർഗ്ഗത്തെ ഗൗരവമായി കാണാൻ തുടങ്ങിയതും ഇക്കാലത്താണ്. അതിന്റെ ഉത്തമദൃഷ്ടാന്തം വോട്ടവകാശത്തിൽനിന്നും വലിയൊരു വിഭാഗം ആദിമനിവാസികളെ ഒഴിവാക്കിയതാണ്. മാത്രമല്ല അവരുടെ നിരവധി പൗരാവകാശങ്ങൾ എടുത്തുമാറ്റിക്കൊണ്ട് സംസ്ഥാനങ്ങൾ നിയ മനിർമ്മാണവും ആരംഭിച്ചു. അവരുടെ താമസം, വിവാഹം, കുട്ടികളുടെ സംരക്ഷണം എന്നീ കാര്യങ്ങളിൽ ഗവൺമെന്റ് നിയന്ത്രണങ്ങളുണ്ടാ യി. മറ്റുവാക്കുകളിൽ പറഞ്ഞാൽ വംശീയവെറി സമൂഹത്തിൽ രൂഢമൂ ലമാവുകയും ആസ്ത്രേലിയൻ കോമൺവെൽത്ത് ചരിത്രത്തിൽ കറുത്ത പാടുകൾ സമ്മാനിച്ച സംഭവവികാസങ്ങളിലൂടെ രാജ്യത്തിന് കടന്നുപോ വേണ്ടിയും വന്നു.

കോമൺവെൽത്ത് ഭരണഘടന അതിന്റെ രൂപത്തിനും ഭാവത്തിനും അമേരിക്കൻ ഭരണഘടനയോട് കടപ്പെട്ടിരിക്കുന്നു. അമേരിക്കൻ ഐക്യ നാടുകളിൽ എന്നപോലെ പാർലമെന്റിനു രണ്ടു സഭകൾ. പ്രതിനിധി സഭയും സെനറ്റും. ഇവയുടെ രൂപീകരണവും ഒരുപോലെ. സെനറ്റിൽ സംസ്ഥാനങ്ങളുടെ അംഗസംഖ്യക്ക് തുല്യവും ജനപ്രതിനിധിസഭ (House of representatives)യിൽ അംഗങ്ങൾ ജനസംഖ്യാനുപാതികവുമാണ്. ഭരണഘടന വ്യാഖ്യാനിക്കാനുള്ള അധികാരം ഐക്യനാടുകളിലെന്ന പോലെ ഹൈക്കോർട്ടിനുതന്നെ. പ്രസിഡന്റ് പദവി ഇല്ല എന്നതാണ് പ്രധാന വ്യത്യാസം. അതിൽ വെസ്റ്റ് മിനിസ്റ്റർ മാതൃക പിൻതുടർന്ന് പ്രധാനമന്ത്രി എന്ന പദവി ഉണ്ടാക്കി.

കോമൺവെൽത്തിൽ ഗവർണ്ണർ ജനറൽ പദവി ഉണ്ടാക്കിയിരുന്നു. 1965 വരെ ആസ്ത്രേലിയൻ ഗവർണ്ണർജനറൽമാരെ ബ്രിട്ടനാണ് നിർമ്മി ച്ചിരുന്നത്. കോമൺവെൽത്ത് പ്രവർത്തനമാരംഭിച്ചതോടെ വിവിധ രാഷ്ട്രീയപാർട്ടികളും ഉദയം ചെയ്തു. ലിബറൽ, ലേബർ, നാഷനൽ പാർട്ടി എന്നിവയായിരുന്നു പ്രധാന രാഷ്ട്രീയപാർട്ടികൾ. ഇതിനെക്കു റിച്ച് വേറൊരു അദ്ധ്യായത്തിൽ വിവരിക്കുന്നുണ്ട്.

10
ആസ്ത്രേലിയയിലെ കമ്യൂണിസം

കേരളത്തിൽനിന്നും എത്തിയ ഒരു ചരിത്രവിദ്യാർത്ഥി എന്ന നില യിൽ എനിക്ക് അതീവ താല്പര്യം തോന്നിയ കാര്യം ആസ്ത്രേലിയ യിൽ കമ്യൂണിസ്റ്റ് പാർട്ടിയുടെ പ്രവർത്തനം ഇപ്പോഴുമുണ്ടോ അല്ലെങ്കിൽ ആരംഭിച്ചത് എപ്പോഴാണ് എന്നൊക്കെയായിരുന്നു.

ചരിത്രപുസ്തകങ്ങളിൽ രേഖപ്പെടുത്തിയപ്രകാരം 1920 ൽ സിഡ്നി യിലാണ് പാർട്ടി രൂപീകരിച്ച് പ്രവർത്തനം ആരംഭിച്ചത്. സിഡ്നിയിലെ ആദ്യസമ്മേളനത്തിൽ കുറച്ച് ആളുകൾ മാത്രമാണ് ഒത്തുചേർന്നതെ ങ്കിലും അവർ പാർട്ടിയുടെ ആസ്ത്രേലിയൻഘടകം സ്ഥാപിച്ചതായി പ്രഖ്യാപിച്ചു. ന്യൂസൗത്ത് വെയിൽസിൽ പാർട്ടി ഒരു നിർണ്ണായകഘട കമായി മാറി. വിവിധ ട്രേഡ്യൂണിയനുകളുടെ നേതാക്കൾ പാർട്ടിയിൽ ചേർന്ന് പ്രവർത്തിച്ചു. ട്രെയിഡ് ആന്റ് ലേബർകൗൺസിൽ എന്ന തൊഴി ലാളി സംഘടനയുടെ നേതാവായ ജോക്ക് ഗാർഡൻ (Jock Garden)പാർട്ടി യുടെ അനിഷേദ്ധ്യനേതാവായി.

1922 ൽ ജോക്ക്ഗാർഡൻ മോസ്കോയിൽ വച്ചുനടന്ന അന്താരാ ഷ്ട്രീയ കമ്യൂണിസ്റ്റ് കോൺഫറൻസിൽ സംബന്ധിക്കുകയുണ്ടായി. ജോക്ക് ഗാർഡൻ പ്രസ്തുത കോൺഫറൻസിൽ ഇപ്രകാരം പ്രസ്താ വിച്ചു.

"ആസ്ത്രേലിയയിലെ കമ്മ്യൂണിസ്റ്റുകാർ 400000 അംഗസംഖ്യയുള്ള തൊഴിലാളിസംഘടനയ്ക്ക് നേതൃത്വം നല്കുന്നുണ്ടെന്നും ലേബർയൂണി യനെ സ്വാധീനിച്ച് അധികാരത്തിൽ വരാൻ സാധിക്കും." ലേബർപാർട്ടി യുടെ പിന്തുണ കമ്മ്യൂണിസ്റ്റുകാർക്ക് ലഭിച്ചിരുന്നു.

ജോക്ക് ഗാർഡന്റെ ധീരമായ പ്രഖ്യാപനം ജനങ്ങളെ ഭയചകിതരാ ക്കിയത്രേ. കമ്മ്യൂണിസ്റ്റുകാർ അധികാരത്തിൽവരുമോ, വന്നാൽ എന്തു സംഭവിക്കും എന്ന കാര്യങ്ങളിൽ ജനങ്ങൾക്ക് ഭയാശങ്കകളുണ്ടായി. കമ്യൂ

ണിസ്റ്റുകാർ വിപ്ലവം നടത്തുകയാണെങ്കിൽ അതിനെ നേരിടുന്ന മാർഗ്ഗ ങ്ങളെക്കുറിച്ചായി ജനങ്ങളുടെ ചിന്ത. അത്തരം സാഹചര്യമുണ്ടാവുക യാണെങ്കിൽ സ്വകാര്യസൈന്യങ്ങളെ സംഘടിപ്പിച്ച് എതിർക്കാൻ വൻകിട ബിസിനസുകാരും പ്രൊഫഷണലുകളും തയ്യാറായി.

1923 ൽ ജോക്ക്ഗാർഡന്റെ നിർദ്ദേശപ്രകാരം കമ്മ്യൂണിസ്റ്റുകാർ ലേബർപാർട്ടിയിൽ അംഗങ്ങളായി ചേർന്നു. ഒരുവർഷത്തെ ഔദ്യോഗിക അനുമതി മാത്രമാണ് ലേബർപാർട്ടിക്ക് ഉണ്ടായത്. ദീർഘമായ വാദപ്രതി വാദങ്ങൾ നടന്നത് കമ്യൂണിസ്റ്റുകാരെ ലേബർപാർട്ടിയിൽ അംഗങ്ങളാ ക്കണമോ എന്നതിനെക്കുറിച്ചായിരുന്നു. അനുകൂലമായും പ്രതികൂല മായും നിരവധി വാദമുഖങ്ങൾ നിരത്തപ്പെട്ടു. അങ്ങനെ ഫെഡറൽ രാഷ്ട്രീയത്തിൽ മർമ്മപ്രധാനസ്ഥാനം കമ്യൂണിസത്തിന് ലഭിച്ചു. വ്യവ സായങ്ങളിൽ സമരമില്ലാതെ നോക്കാൻ ആർബിട്രേഷൻ നടപ്പിലാക്കി. കമ്യൂണിസ്റ്റ്നേതൃത്വത്തിലുണ്ടായേക്കാവുന്ന സമരങ്ങൾക്ക് തടയണ ഒരു ക്കുകയായിരുന്നു ലക്ഷ്യം.

1928 ലെ തിരഞ്ഞെടുപ്പിൽ മുഖ്യവിഷയം കമ്യൂണിസം തന്നെയാ യിരുന്നു. കമ്യൂണിസ്റ്റാശയം ശക്തിപ്പെട്ടതോടെ ഗവൺമെന്റ് കമ്യൂണിസ്റ്റ് വിരുദ്ധപ്രചാരണങ്ങൾക്കും മുൻകൈ എടുത്തു.

ഇക്കാലത്ത് കമ്യൂണിസ്റ്റ് ആശയങ്ങളുടെ പ്രചാരണം തടയുന്നതിന് ഗവൺമെന്റ് പല നടപടികളും സ്വീകരിച്ചു. അതിൽ പ്രധാനപ്പെട്ടത് വിപ്ലവ സംഘടനയേയും അതിന്റെ പ്രസിദ്ധീകരണങ്ങളേയും നിയമവിരുദ്ധമായി പ്രഖ്യാപിക്കലായിരുന്നു. (Revolutionary association and their publica- tion unlawful act) ഈ നിയമപ്രകാരം ആരെയും അറസ്റ്റുചെയ്യുന്നതിന് കഴിഞ്ഞില്ലെങ്കിലും കുറേ കമ്യൂണിസ്റ്റ് പ്രസിദ്ധീകരണങ്ങൾ പിടിച്ചെടു ത്തു. അധികം താമസിയാതെ ആഗോളസാമ്പത്തികമാന്ദ്യത്തിന്റെ പിടി യിൽ ആസ്ത്രേലിയ അകപ്പെട്ടതോടെ കമ്യൂണിസ്റ്റുകാർക്ക് പ്രവർത്തി ക്കാൻ ഏറെ അവസരങ്ങൾ ലഭിച്ചു.

മുപ്പതുകളിലെ സാമ്പത്തികമാന്ദ്യം

ലോകത്തെ ആകമാനം ഗ്രസിച്ച സാമ്പത്തികവിപത്തായിരുന്നു തൊള്ളായിരത്തി മുപ്പതുകളിൽ അനുഭവപ്പെട്ട ഗുരുതരമായ സാമ്പത്തിക മാന്ദ്യം. (Great Economic depression)ഇതിന്റെ കാരണങ്ങളിലേക്ക് പ്രവേ ശിക്കുന്നില്ലെങ്കിലും മറ്റ് നിരവധി ലോകരാഷ്ട്രങ്ങളെപ്പോലെ ആസ്ത്രേ ലിയയിലും മുതലാളിത്തം രൂക്ഷമായ പ്രതിസന്ധിയിലകപ്പെടുകയു ണ്ടായി.

ആസ്ത്രേലിയയെ സംബന്ധിച്ച് പറയുകയാണെങ്കിൽ ഗോതമ്പ്, വൂൾ എന്നിവയായിരുന്ന തകർച്ചയ്ക്കുമുമ്പ് മുഖ്യ കയറ്റുമതി സാധന ങ്ങളുടെ വില കുത്തനെ ഇടിഞ്ഞു. സാമ്പത്തികപ്രതിസന്ധി മറികടക്കാൻ ഗവൺമെന്റ് കടംവാങ്ങി ചെലവഴിച്ചുകൊണ്ടിരുന്നു. കടബാധ്യതയുടെ പലിശയടച്ച് ഗവൺമെന്റ് തളർന്നുപോയി എന്നാണ് വിലയിരുത്തപ്പെ

ട്ടത്. തൊഴിലില്ലായ്മ ക്രമാതീതമായി ഉയർന്നു. രാജ്യത്ത് തൊഴിൽ എടുത്ത് ജീവിച്ചിരുന്ന തൊഴിലാളികളിൽ പകുതിയോളംപേർക്ക് തൊഴിൽ നഷ്ടപ്പെട്ടു.

ദുരിതപൂർണ്ണമായ സാമ്പത്തികാവസ്ഥയിൽ നിസ്സഹായരായ തൊഴി ലാളികൾക്ക് അല്പമെങ്കിലും ആശ്വാസമെത്തിക്കാൻ ചെറിയതോതിൽ സൗജന്യഭക്ഷണം നല്കി. ചാരിറ്റിഭക്ഷണം എന്നറിയപ്പെട്ട ഈ സൗജന്യം മാത്രമാണ് നിരവധിപേർക്ക് ആശ്വാസം നല്കിയത്. ക്രമേണ ഗവൺമെന്റ് തലത്തിൽത്തന്നെ ഭക്ഷണം നല്കാൻ നടപടികളുണ്ടായി. ചെറിയ സാമ്പത്തികസഹായവും (Money Dole) ചെറിയ ആശ്വാസ ത്തിന് പണിയും നല്കുന്ന സംവിധാനങ്ങളും നടപ്പിലാക്കിയിരുന്നു. കമ്മ്യൂ ണിസ്റ്റുകാരെ സംബന്ധിച്ചിടത്തോളം ആഗോളസാമ്പത്തികത്തകർച്ച ഒരു പരീക്ഷണഘട്ടമായിരുന്നു. ആസ്ത്രേലിയയിൽ തൊഴിൽരഹിതരുടെ സംഘടനയുണ്ടാക്കി പ്രവർത്തനം ആരംഭിച്ചു. മുപ്പതിനായിരത്തോളം അംഗങ്ങൾ ഈ സംഘടനയിൽ ചേർന്നു. വാടക കൊടുക്കാത്തതിന് ഒഴി പ്പിക്കപ്പെടുന്നവരെ സഹായിക്കുന്നതിന് ലോക്കൽ ഗറില്ല ഗ്രൂപ്പുകളുണ്ടാ ക്കിയത് ശ്രദ്ധേയമായ കമ്മ്യൂണിസ്റ്റുപ്രവർത്തനമായിരുന്നു.

തൊഴിൽരഹിതരെ സംഘടിപ്പിച്ചതും അവരുടെ നേതൃത്വം കമ്മ്യൂ ണിസ്റ്റ്പാർട്ടി ഏറ്റെടുത്തതും ഗവൺമെന്റ് അസന്തുഷ്ടിയോടെയാണ് വീക്ഷിച്ചത്. നേതൃത്വത്തിനെതിരെ പിഴ, ജയിൽ, അറസ്റ്റ് തുടങ്ങിയ പ്രതി കാരനടപടികളുമായി സർക്കാർ മുന്നോട്ടുപോയി. കമ്മ്യൂണിസ്റ്റുകാരെ ഭയ ന്നത് സർക്കാർ മാത്രമായിരുന്നില്ല. രാജ്യത്തെ വൻകിട ബിസിനസു കാരും കമ്മ്യൂണിസ്റ്റുകാർക്കെതിരെ തിരിഞ്ഞ കാഴ്ചയാണ് പിന്നീട് ദൃശ്യ മായത്. കമ്മ്യൂണിസ്റ്റുകാരെ നേരിടുന്നതിന് സ്വകാര്യസൈന്യത്തെ സജ്ജീ കരിച്ചുകൊണ്ടാണ് വൻകിട ബിസിനസുകാർ രംഗത്തിറങ്ങിയത്. ന്യൂ സൗത്ത് വെയിൽസ്, വിക്ടോറിയ എന്നീ സംസ്ഥാനങ്ങളിലായിരുന്നു ബിസിനസുകാർ ഇത്തരം പ്രവർത്തികളിലേർപ്പെട്ടത്.

ഈ അവസരത്തിൽ ആസ്ത്രേലിയയിലുണ്ടായ മറ്റൊരു സംഭവവി കാസം കമ്മ്യൂണിസ്റ്റുകാർക്കും സോഷ്യലിസ്റ്റുകാർക്കും എതിരെ അഭി പ്രായസമന്വയം ഉണ്ടാക്കുന്നതിന് ചില ഗ്രൂപ്പുകാർ രംഗപ്രവേശം ചെയ്ത താണ്. "ആസ്ത്രേലിയൻ ലീഗ്" (All Australian League)എന്നറിയപ്പെട്ട ഇത്തരത്തിലുള്ള ഒരു സംഘടന രാഷ്ട്രീയപാർട്ടികൾക്കെതിരായിരുന്നു. അരാഷ്ട്രീയവാദികളായ ഇവർ സുശക്തമായ ഒരു സാമ്പത്തികസ്ഥിതി ക്കുവേണ്ടി ശബ്ദമുയർത്തി. കമ്മ്യൂണിസ്റ്റുകാരെ സംബന്ധിച്ചിടത്തോളം സർക്കാറിന്റെ അടിച്ചമർത്തൽ നടപടികളോടൊപ്പം അരാഷ്ട്രീയവാദിക ളായ ആസ്ത്രേലിയൻ ലീഗിനെയും നേരിടേണ്ടതായി വന്നു.

തൊള്ളായിരത്തി മുപ്പതുകളിൽ ആസ്ത്രേലിയയിൽ കമ്യൂണിസ്റ്റു കാർ ശ്രദ്ധേയമായ പ്രവർത്തനങ്ങൾ നടത്തിയതായി കാണാം. നിരവധി തൊഴിൽ യൂണിയനുകളുടെ നേതൃത്വം അവർ ഏറ്റെടുത്തു. ഖനി, റെയിൽവേ, ഇരുമ്പ്, ഉരുക്കുശാലകൾ, തുറമുഖം എന്നിവിടങ്ങളിൽ കമ്യൂ

ണിസ്റ്റുകാരുടെ നേതൃത്വത്തിൽ പൊരുതുന്ന സംഘടനകൾ ജന്മമെടുത്തു. അംഗങ്ങളുടെ അവകാശപ്പോരാട്ടങ്ങളിൽ അവരുടെ ഭാഗത്ത് അചഞ്ചല മായി നിലയുറപ്പിച്ചതിനാൽ യൂണിയൻ നേതാക്കൾ ഉന്നതമായ കമ്യൂ ണിസ്റ്റ്മൂല്യങ്ങളുടെ വക്താക്കളായി ഗണിക്കപ്പെട്ടു. 1938 ൽ കെമ്പ്ള തുറ മുഖത്തിലെ തൊഴിലാളി നേതാവ് ടെഡ്റോച്ച് (Ted Roach) ജപ്പാനി ലേക്ക് പിഗ്അയേൺ കയറ്റുമതി ചെയ്യുന്നതിനെതിരെ സമരാഹ്വാനം നടത്തി. സർക്കാർ നിലപാട് ജപ്പാനെതിരെ ആസ്ത്രേലിയയിലെ ഒരു തൊഴിൽയൂണിയന് സമരം പ്രഖ്യാപിക്കാൻ കഴിയില്ല എന്നതായിരുന്നു. സമരക്കാരുമായി സർക്കാർ ചർച്ച നടത്തി സമരം പിൻവലിപ്പിക്കുകയാ യിരുന്നു. പൊതുവേ യൂണിയൻ പ്രവർത്തനങ്ങളും നേതാക്കളുടെ നേതൃത്വപാടവവും ശ്രദ്ധിക്കപ്പെട്ടു.

1940കളുടെ തുടക്കത്തോടെ ആസ്ത്രേലിയൻ കമ്യൂണിസ്റ്റുകളുടെ നിലനില്പിനെത്തന്നെ ചോദ്യംചെയ്യപ്പെടുന്ന സംഭവവികാസങ്ങളുണ്ടായി. കമ്യൂണിസ്റ്റ്പാർട്ടി 1940 ൽ നിരോധിക്കപ്പെട്ടു. രണ്ടുവർഷക്കാലത്തോളം നിരോധനം നീണ്ടുനിന്നു. 1942 ഡിസംബറിൽ അധികാരത്തിൽവന്ന ലേബർപാർട്ടി പ്രീമിയർ കർട്ടിൻസ് (curtins) പാർട്ടിയുടെ മേലുള്ള നിരോ ധനം നീക്കുകയും പ്രവർത്തനസ്വാതന്ത്ര്യം അനുവദിക്കുകയുംചെയ്തു.

യുദ്ധാനന്തരകാലം പാർട്ടിയെ സംബന്ധിച്ചിടത്തോളം വലിയ ശക്തിയും പ്രാമുഖ്യവും കൈവരിക്കാൻ കഴിഞ്ഞകാലമായിരുന്നു. രണ്ടാം ലോകമഹായുദ്ധം കൊണ്ടുണ്ടായ വലിയ നേട്ടങ്ങളിലൊന്ന് ജനാധിപത്യം ഒരു രാഷ്ട്രീയതത്ത്വശാസ്ത്രം എന്ന നിലയിൽ ആഗോളാടിസ്ഥാന ത്തിൽതന്നെ സ്വീകാര്യത കൈവരിച്ചു എന്നുള്ളതാണ്. ജനാധിപത്യം എന്ന ആശയം ലോകരാഷ്ട്രങ്ങളിൽ ചേരിതിരിവുണ്ടാക്കി. യുദ്ധാനന്തര റഷ്യ ജനാധിപത്യത്തിനുവേണ്ടി നിലകൊണ്ട രാജ്യങ്ങളുടെ ഒരു സഖ്യ കക്ഷിയായി മാറി. വർത്തമാനപ്പത്രങ്ങൾ തുടങ്ങിയ മാധ്യമങ്ങളും ചുകപ്പ് റഷ്യയെ പുകഴ്ത്തി.

സോവിയറ്റ് റഷ്യയുടെ ഉദയം ലോകചരിത്രത്തിലെ മഹാസംഭവ ങ്ങളിലൊന്നായിരുന്നു. സ്വേച്ഛാധിപത്യത്തിനും ഏകാധിപത്യത്തിനും ബദ ലായി സോഷ്യലിസ്റ്റ് ആശയങ്ങളുടെ സമ്പൂർണ്ണതയിൽ സ്ഥാപിതമായ സോവിയറ്റ് റഷ്യ ലോകത്തെമ്പാടുമുള്ള കർഷക-തൊഴിലാളി വിഭാഗ ങ്ങളെ ഹഠാദാകർഷിക്കുകയും സന്തോഷഭരിതമാക്കുകയും ചെയ്തു. മുതലാളിത്തചൂഷണത്തിൽനിന്നും വിമോചിതരായ അദ്ധ്വാനിക്കുന്ന ജന വിഭാഗം പ്രത്യാശയുടെ പൊൻകിരണങ്ങൾ കിനാക്കണ്ടു. ഇന്ത്യയടക്ക മുള്ള രാജ്യങ്ങൾ സോവിയറ്റ് റഷ്യയുടെ ജനനത്തെ സന്തോഷാശ്രുക്ക ളോടെ സ്വീകരിച്ചിരുന്നു. ഇന്ത്യയുടെ ആദ്യത്തെ പ്രധാനമന്ത്രിയായിരുന്ന ജവഹർലാൽ നെഹ്റു സോവിയറ്റ് റഷ്യ സന്ദർശിക്കുകയും സോഷ്യ ലിസ്റ്റ്വ്യവസ്ഥയുടെ മൂല്യങ്ങളെക്കുറിച്ച് വിസ്തരിച്ച് പ്രതിപാദിക്കുകയും ചെയ്തു. ജാതിജന്മി സമ്മർദ്ദങ്ങളിൽ നട്ടംതിരിഞ്ഞിരുന്ന കേരളംപോലുള്ള പ്രദേശങ്ങളിൽ ജീവിച്ചിരുന്ന എഴുത്തുകാരിൽ ചിലർ ഇങ്ങനെ പാടി.

"സോവിയറ്റ് എന്നൊരു നാടുണ്ടത്രേ
പോകാൻ കഴിഞ്ഞെങ്കിലെന്തുഭാഗ്യം."

ലോകചരിത്രത്തിൽത്തന്നെ നിർണ്ണായകമായ ഈ സംഭവം ആസ്ത്രേലിയയിലും അനുരണനങ്ങളുണ്ടാക്കി. വർത്തമാനപ്പത്രങ്ങൾ ചുകപ്പ് റഷ്യയെ പുകഴ്ത്തി. പ്രധാനമന്ത്രി അങ്കിൾ ജോ ആയി അവ രോധിക്കപ്പെട്ടു. രണ്ടാം ലോകമഹായുദ്ധത്തിൽ റഷ്യൻസൈന്യം പ്രകടി പ്പിച്ച ധൈര്യവും നിശ്ചയദാർഢ്യവും വലിയ മതിപ്പുണ്ടാക്കി. 1917 ൽ റഷ്യ ക്കനുകൂലമായ തരംഗങ്ങളുണ്ടായതുപോലെ ഇപ്പോഴും ഉണ്ടായി. എഴു ത്തുകാർ, ബുദ്ധിജീവികൾ, കലാകാരന്മാർ, വിദ്യാർത്ഥികൾ, തൊഴിലാ ളികൾ എന്നിവർ കമ്യൂണിസ്റ്റ്പാർട്ടിയിലേക്ക് ഒഴുകി.

1945 ൽ നാഷണൽ കോൺഗ്രസ് ഓഫ് ദി ആസ്ത്രേലിയൻ കൗൺസിൽ ഓഫ് ട്രേഡ് യൂണിയനിൽ കമ്യൂണിസ്റ്റുകാർക്കും അവരുടെ സഖ്യകക്ഷികൾക്കും വ്യക്തമായ ഭൂരിപക്ഷം നേടാനായി. കമ്യൂണിസ്റ്റ് പാർട്ടി നേടിയെടുത്ത ഈ മുൻകൈ അധികകാലം നിലനിർത്താൻ രാഷ്ട്രീയസാഹചര്യങ്ങൾ അനുവദിച്ചില്ല. ആസ്ത്രേലിയൻ ലേബർ പാർട്ടിക്ക് കമ്യൂണിസ്റ്റുകാരോട് കണ്ണുകടിയുണ്ടായിരുന്നു. ലേബർപാർട്ടി കമ്യൂണിസ്റ്റുപാർട്ടിക്കെതിരെ നിലപാടുകൾ സ്വീകരിച്ചു. ലേബർപാർട്ടി യുടെ അടിത്തറയായ തൊഴിൽയൂണിയനുകളിൽ കമ്യൂണിസ്റ്റുകാർക്ക് ഭൂരിപക്ഷമുണ്ട് എന്ന വൈരുദ്ധ്യവും നിലനിന്നു.

ട്രേഡ് യൂണിയനുകളിലെ കമ്യൂണിസ്റ്റ് ഭൂരിപക്ഷം എങ്ങനെയെ ങ്കിലും തകർക്കാനുള്ള വഴികൾ ലേബർപാർട്ടി ആരാഞ്ഞുകൊണ്ടിരുന്നു. അതിനവർ സ്വീകരിച്ച കുതന്ത്രം തൊഴിലാളിയൂണിയനുകളിൽ "ഇന്റ ഡസ്ട്രിയൽ ഗ്രൂപ്പ്സ്" എന്ന പേരിൽ ചെറുഗ്രൂപ്പുകളാക്കി കമ്യൂണിസ്റ്റു കാരെ പുറത്തെറിയുക എന്നതായിരുന്നു. ഈ നീക്കം ഇൻഡസ്ട്രിയൽ ഗ്രൂപ്പ്സ് മൂവ്മെന്റ് (Industrial Groups)എന്നറിയപ്പെട്ടു.

ഇതേ ലക്ഷ്യവുമായി ആസ്ത്രേലിയയിൽ മറ്റൊരു രഹസ്യസംഘ ടന പ്രവർത്തിക്കുന്നുണ്ടായിരുന്നു. കത്തോലിക്ക ബിഷപ്പുമാരുടെ പിന്തു ണയോടെ പ്രവർത്തിച്ച ഈ രഹസ്യസംഘടന "മൂവ്മെന്റ്" (move- ment) എന്നറിയപ്പെട്ടു. വ്യവസായ യൂണിയനുകളിലെ കത്തോലിക്കരെ തിരഞ്ഞുപിടിച്ച് കമ്യൂണിസ്റ്റ് വിരുദ്ധരാക്കാനാണ് ബിഷപ്പുമാർ ഒത്താശ ചെയ്തത്. പ്രവർത്തനം രഹസ്യമായിട്ടായിരുന്നുവെങ്കിലും അസാധാരണ വ്യക്തിപ്രഭാവമുള്ള ഒരു നേതാവിനെ സംഘടനയ്ക്ക് ലഭിച്ചു.

സാന്റ മരിയ എന്ന അസാധാരണനായ വ്യക്തിയായിരുന്നു കമ്യൂണിസ്റ്റ് വിരുദ്ധസംഘടനയെ നയിച്ചത്. നല്ല ചിന്തകനും സംഘാടകനും ചാര പ്രതിഭയും ആയിരുന്നു സാന്റ മരിയ. ആസ്ത്രേലിയൻ ഇറ്റാലിയൻ രക്ഷി താക്കൾക്ക് ജനിച്ച മകനായ സാന്റ മരിയ പഠനത്തിൽ മിടുക്ക് കാട്ടിയിരുന്നു. ബ്രൺസ്വിക്ക് സ്കോളർഷിപ്പോടെ മെൽബൺ യൂണിവേഴ്സിറ്റിയിൽ പഠനം നടത്തി. കമ്യൂണിസ്റ്റുകാരെ അടിച്ചമർത്തുന്നതിനും ഇല്ലാതാക്കു ന്നതിനും സാന്റ മരിയ പദ്ധതിയുണ്ടാക്കി. അതിന്റെ വിശദാംശങ്ങൾ ഇങ്ങനെ:

കമ്യൂണിസ്റ്റ് ഗ്രൂപ്പുകളും പഠനം നടത്തിയിരുന്നത് രഹസ്യരൂപേണ ആയതിനാൽ അതേ നാണയത്തിൽ തിരിച്ചടിക്കുക എന്ന തന്ത്രമായി രുന്നു സാന്റ് മറിയയുടേത്. ആക്റ്റിവിസ്റ്റുകൾക്ക് പരിശീലനം നല്കി ചെറുഗ്രൂപ്പുകളുടെ ചുമതല ഏല്പിച്ച് രഹസ്യനിരീക്ഷണം നല്കുക യായിരുന്നു പതിവ്. ഗ്രൂപ്പുകൾക്ക് അവരുടെ നേതാവിനെ ഇങ്ങനെ പരി ശീലനം ലഭിച്ചവരിൽ നിന്നുമാത്രമേ തെരഞ്ഞെടുക്കുവാൻ പാടുള്ളൂ. ഗ്രൂപ്പിലെ അംഗങ്ങളുടെ മുഖ്യലക്ഷ്യം മറ്റുള്ളവരെ അവരുടെ ചിന്താഗതി യിലേക്ക് രഹസ്യമായി കൊണ്ടുവരികയാണ്. ഈ ലക്ഷ്യം വളരെ രഹ സ്യമായി സൂക്ഷിച്ചിരുന്നു യൂണിയൻ അംഗങ്ങൾക്കുപോലും ഈ അറിവ് ഉണ്ടായിരുന്നില്ല. ഓരോ യൂണിയനും നേതാക്കന്മാരെ തെരഞ്ഞെടുക്കു വാനുള്ള സമയമായപ്പോൾ രഹസ്യസംഘടനാപ്രവർത്തനത്തിൽ മുഴുകി കമ്യൂണിസ്റ്റ് അല്ലാത്ത ഭാരവാഹിയെ തെരഞ്ഞെടുക്കണം. ലേബർപാർട്ടി യുടെ നേതൃത്വത്തിൽ രൂപീകരിച്ച "ഇൻഡസ്ട്രിയൽ ഗ്രൂപ്പ്സു" മായി ഇവർ പെട്ടെന്ന് താദാത്മ്യം പ്രാപിച്ചു. ഇത്തരം ഐക്യപ്പെട്ടവരെ "ഗ്രൂപ്പേഴ്സ്" എന്നാണറിയപ്പെട്ടിരുന്നത്.

സാന്റ് മറിയയുടെ സൂക്ഷ്മമായ പ്രവർത്തനങ്ങൾ ലേബർപാർട്ടിക്ക് സമ്മാനിച്ചത് വലിയൊരു വിഷമവൃത്തമായിരുന്നു. അദ്ദേഹത്തിന്റെ പ്രഥമ ലക്ഷ്യം കമ്യൂണിസ്റ്റുകാരെ പരാജയപ്പെടുത്തുകയാണെങ്കിലും ക്രമേണ ലേബർപാർട്ടിയുടെ നിയന്ത്രണം കൈവശപ്പെടുത്തുക, കത്തോലിക്കാ മതത്തിന്റെ വികസനത്തിന് സൗകര്യമൊരുക്കുക എന്നിവയും സാന്റ മറിയയുടെ കർമ്മപദ്ധതിയിൽപെട്ട ലക്ഷ്യങ്ങളായിരുന്നു. വൻനഗരങ്ങ ളിലെ ജീവിതം മതത്തെ കൊല്ലുന്നതാണെന്ന് സാന്റമറിയ വിശ്വസിച്ചു. ആസ്ത്രേലിയ ചെറുകിടഫാമുകളുടെയും ചെറുപട്ടണങ്ങളുടെയും നാടായും അതിൽ ബഹുഭൂരിപക്ഷംപേരും വസ്തുടമകളും ആകണ മെന്നും സഹകരണസംഘങ്ങളും ക്രെഡിറ്റ് യൂണിയനുകളും സ്വകാര്യ വ്യാപാരസ്ഥാപനങ്ങൾക്കും ബാങ്കുകൾക്കും പകരമാവണമെന്നും സാന്റ് മറിയ വിഭാവനം ചെയ്തിരുന്നു. സാന്റമറിയയുടെ ഇത്തരം ഭാവനാവി ലാസങ്ങൾ നേരത്തേ സൂചിപ്പിച്ചതുപോലെ ലേബർപാർട്ടിക്ക് വലിയ തല വേദന സൃഷ്ടിച്ചു. രാജ്യംതന്നെ ഒരാഭ്യന്തരയുദ്ധത്തിന്റെ വക്കിലോള മെത്തിച്ചേർന്നു. അഭിപ്രായവ്യത്യാസങ്ങൾ വലിയ വിഭാഗീയത സൃഷ്ടിച്ചു. ഒരു വിഭാഗം ആസ്ത്രേലിയ കമ്യൂണിസ്റ്റ് പാതയിലേക്ക് പോകണമെന്നും മറുഭാഗം കാത്തലിക് ആസ്ത്രേലിയ ആകണമെന്നും ശഠിച്ചു.

സാർവ്വദേശീയരംഗത്തും യുദ്ധാനന്തരം കമ്യൂണിസം ശക്തിപ്രാപി ക്കുകയും വ്യാപകമാവുകയും ചെയ്തു. നാസിപ്പടയിൽനിന്നും റെഡ് ആർമി മോചിപ്പിച്ച രാജ്യങ്ങളിൽ സ്റ്റാലിൻ കമ്യൂണിസ്റ്റുഭരണം ഏർപ്പെ ടുത്തുകയുമുണ്ടായി. ഏഷ്യയിലും കമ്യൂണിസ്റ്റ് ആശയങ്ങൾക്ക് നല്ല സ്വീകാര്യത ലഭിച്ചു. യുദ്ധാനന്തര സംഭവവികാസങ്ങളിൽ ഏറ്റവും പ്രധാ ന്യമേറിയ വസ്തുത ശീതയുദ്ധം (coldwar) ഒരു യാഥാർത്ഥ്യമായി എന്നു ള്ളതാണ്. അമേരിക്കയുടെയും റഷ്യയുടെയും നേതൃത്വത്തിൽ നില

കൊണ്ട രാജ്യങ്ങളിൽ രാഷ്ട്രീയധ്രുവീകരണം സംഭവിക്കുകയും അത് ലോകരാഷ്ട്രങ്ങൾക്കിടയിൽ അശാന്തിയും യുദ്ധഭീതിയും ജനിപ്പിക്കു കയും ചെയ്തത് ലോകചരിത്രത്തിന്റെ ഭാഗമാണ്. ശാക്തികചേരികൾ തമ്മിൽ പ്രത്യക്ഷത്തിൽ ഏറ്റുമുട്ടുമോ എന്ന ഭയാശങ്കകൾ അന്തരീക്ഷ ത്തിൽ തുടിച്ചുനിന്നകാലമായിരുന്നു ശീതയുദ്ധകാലം.

ഇത്തരം ഒരു പശ്ചാത്തലത്തിൽ ആസ്ത്രേലിയയിൽ സംഭവവികാ സങ്ങൾ അടിവരയിട്ടത് ലേബർപാർട്ടിയും കമ്യൂണിസ്റ്റുകാരും തമ്മിലുള്ള ഏറ്റുമുട്ടലായിരുന്നു. ലേബർ ഗവണ്മെന്റ് തൊഴിലാളിവിരുദ്ധസമീപന മാണ് സ്വീകരിച്ചുകൊണ്ടിരിക്കുന്നത് എന്ന് തുറന്നുകാട്ടുന്നതിനാണ് കമ്യൂ ണിസ്റ്റുകാർ ശ്രമിച്ചത്. അവരുടെ നിയന്ത്രണത്തിലുള്ള ട്രേഡ്യൂണിയ നുകളിൽ സമരങ്ങളും മെല്ലെപ്പോക്കും സംഘടിപ്പിച്ചുകൊണ്ട് അവർ ലേബർഗവണ്മെന്റിനെ വെല്ലുവിളിച്ചു. ആർബിട്രേഷൻ കോടതികൾ നല്കിയതിലും കൂടുതൽ നേട്ടമുണ്ടാക്കാൻ കമ്യൂണിസ്റ്റുകാർ ശ്രമിച്ചു. ലേബർപാർട്ടി ആർബിട്രേഷന്റെ വക്താക്കളായിരുന്നു. കമ്യൂണിസ്റ്റുകാർ അതിനെ "ബോസുമാരുടെ ട്രിക്ക്" എന്ന് കുറ്റപ്പെടുത്തി പ്രസ്താവനക ളിറക്കി.

1949 ൽ ആരംഭിച്ച കോൾഫീൽഡ് സമരം ഒരു വഴിത്തിരിവായി. കല്ക്കരിപ്പാടത്തെ സമരംമൂലം ആവി എഞ്ചിൻ, ലൈറ്റ്, കുക്കിങ്, ഫാക്ട റികൾ എന്നിവ നിശ്ചലമായി. ഈ അവസരത്തിൽ രാജ്യം ഭരിച്ചിരുന്നത് ലേബർ പ്രധാനമന്ത്രി ബെൻ ചീഫ്ലി (Ben chiefly) ആയിരുന്നു. ഒരു എഞ്ചിൻ ഡ്രൈവറായി ജീവിതമാരംഭിച്ച ബെൻ ചീഫ്ലി 1917 ൽ ന്യൂ സൗത്ത് വെയിൽസിൽ ഉണ്ടായ ഒരു പണിമുടക്കിൽ പങ്കെടുത്ത വ്യക്തി കൂടിയായിരുന്നു. പറഞ്ഞിട്ടെന്ത് കാര്യം. ഇപ്പോൾ തൊഴിലാളിസമരം തന്നെ നേരിടേണ്ടിവന്ന പ്രധാനമന്ത്രിയായിപ്പോയല്ലോ. അദ്ദേഹം സമ രത്തെ നേരിട്ടരീതി ഇപ്രകാരം. തൊഴിലാളിയൂണിയന്റെ ബാങ്കിലുള്ള ഫണ്ടുകൾ മരവിപ്പിച്ചു. സമരക്കാർക്ക് പണമില്ലാതെയായി. നേതാക്കളെ തടവിലിട്ടു. സൈന്യത്തെ അയച്ച് കല്ക്കരിപ്പാടങ്ങളിൽ പ്രവൃത്തി പുന രാരംഭിക്കാൻ ഉത്തരവിറക്കി. ഇത്തരം നടപടികൾമൂലം ഖനി തൊഴിലാ ളികൾ സമരം നിർത്താൻ നിർബ്ബന്ധിതരായി. സമരപരാജയം കമ്യൂണി സ്റ്റുകാർക്ക് വലിയ അടിയായി.

പഴയ തൊഴിലാളിയായ ബെൻ ചീഫ്ലി ഖനി തൊഴിലാളികളുടെ സമരം പൊളിച്ചു എങ്കിലും ബാങ്കുകൾ ദേശസാല്ക്കരിക്കുകയുണ്ടായി. ഈ നടപടി പ്രിവി കൗൺസിലിന്റെ ഇടപെടലിന് വഴിയൊരുക്കി. ഒടു വിൽ സ്വകാര്യബാങ്കുകളെ ദേശസാല്ക്കരണത്തിൽനിന്നും ഒഴിവാക്കി. ലേബർപാർട്ടി മാത്രമല്ല കമ്യൂണിസ്റ്റുകാരെ എതിർത്തിരുന്നത്. ലിബ റൽപാർട്ടിയും അവർക്കെതിരായിരുന്നു. 1949 ലെ പൊതുതിരഞ്ഞെടുപ്പ് സമയത്ത് ഇവരും കമ്യൂണിസ്റ്റ്പാർട്ടിയെ നിരോധിക്കുമെന്ന് പ്രഖ്യാപി ച്ചിരുന്നു.

കമ്യൂണിസ്റ്റ്പാർട്ടിയെ നിരോധിച്ച് കല്പന ഉണ്ടായപ്പോൾ കമ്യൂ
ണിസ്റ്റ് യൂണിയനുകൾ നിരോധനം ഹൈക്കോടതിയിൽ ചോദ്യംചെയ്യു
കയുണ്ടായി. ബെൻ ചീഫ്ലിയുടെ ഡപ്യൂട്ടിഡോക്ടർ ബെർട്ട് ഇവാറ്റ്
(Dr.Bert Evatt) കമ്യൂണിസ്റ്റുകാർക്കുവേണ്ടി വാദിക്കാൻ സ്വയം സന്ന
ദ്ധത പ്രകടിപ്പിക്കുകയുണ്ടായി. ബെർട്ട് ഇവാറ്റിന് ജനമനസ്സുകളിലുള്ള
സ്ഥാനം പൗരസ്വാതന്ത്ര്യത്തിന്റെ കാവൽഭടൻ എന്ന നിലയിലാണ്.
ഇവാറ്റ് എന്ന അഭിഭാഷകന്റെ സമർത്ഥമായ വാദമുഖങ്ങൾക്കുമുന്നിൽ
ഗവൺമെന്റ് അടിയറവു പറഞ്ഞു. കമ്യൂണിസ്റ്റുകാർക്കെതിരായ നിരോ
ധനം നിയമപരമായി നിലനില്ക്കത്തക്കതല്ലെന്ന് കോടതിവിധി പ്രസ്താ
വിച്ചു. സമാധാനകാലത്ത് കമ്യൂണിസ്റ്റുകാരുടെ പേരിൽ നിരോധനമിറ
ക്കാൻ ഫെഡറൽ ഗവൺമെന്റിന് അധികാരമില്ലെന്ന് ഹൈക്കോടതി നിരീ
ക്ഷിച്ചു. സർക്കാറിന്റെ വാദം രാജ്യരക്ഷയ്ക്കുവേണ്ടി എന്നതായിരുന്നു.
കമ്യൂണിസ്റ്റുകാർക്കെതിരായ നീക്കം ഇവിടെയും അവസാനിച്ചില്ല.

സർക്കാർ ആകട്ടെ നിരോധനപ്രശ്നം ജനങ്ങളിലെത്തിച്ച് മുഖം
രക്ഷിക്കാനുള്ള ശ്രമങ്ങളും ആരംഭിച്ചു. ഈ കാര്യത്തിൽ ഒരു റഫറണ്ടം
നടത്തുന്നതിനുവേണ്ടി ഭരണഘടന ഭേദഗതി കൊണ്ടുവന്നു. 1951 ൽ
ലേബർപാർട്ടി നേതാവ് ചീഫ്ലി മരിച്ചു. തുടർന്ന് നേതൃസ്ഥാനത്തെത്തിയ
ഇവാറ്റ് കമ്യൂണിസ്റ്റ് നിരോധനകാര്യത്തിൽ ശക്തമായി ഇടപെടുകയും
രൂക്ഷമായ വിമർശനങ്ങൾ സർക്കാറിനെതിരെ തൊടുത്തുവിടുകയുമു
ണ്ടായി. 1949 ലെ തിരഞ്ഞെടുപ്പിൽ മെൻസിസ് പ്രധാനമന്ത്രിയായി തിര
ഞ്ഞെടുക്കപ്പെട്ടു. ബ്രിട്ടീഷ് നീതിന്യായ സമ്പ്രദായത്തെ ചുറ്റികകൊണ്ട
ടിച്ച് തകർക്കുകയാണ് പ്രീമിയർ മെൻസിസ് ചെയ്യുന്നതെന്ന് ഇവാറ്റ്
തുറന്നു പറഞ്ഞു. കമ്യൂണിസ്റ്റുകാരെ നേരിടുന്നതിന് നിരോധനമല്ലാതെ
മറ്റു വഴികളുണ്ടെന്നും ഇവാറ്റ് പറഞ്ഞു. മെൻസിസ് ഒരു ഫാസിസ്റ്റ്
ആണെന്ന് കമ്യൂണിസ്റ്റുകാർ കുറ്റപ്പെടുത്തി. അഭിപ്രായസർവ്വേയിൽ 80
ശതമാനം ജനങ്ങൾ കമ്യൂണിസ്റ്റുപാർട്ടി നിരോധനത്തെ അനുകൂലിച്ചു.

കമ്യൂണിസ്റ്റെന്ന് ഒരാളെ ബ്രാൻഡ് ചെയ്താൽ അല്ലെന്ന് തെളിയി
ക്കേണ്ട ബാദ്ധ്യത ആ വ്യക്തിക്കാണെന്ന സർക്കാർവാദം ആസ്ത്രേലി
യയെ ഒരു സ്വേച്ഛാധിപത്യ സ്റ്റേറ്റാക്കി മാറ്റി എന്ന് ഇവാറ്റ് കുറ്റപ്പെടുത്തി.
ഒടുവിൽ നിരോധനത്തെ എതിർത്തവർ നേരിയ ഭൂരിപക്ഷം നേടിയത്
ഒരർത്ഥത്തിൽ വലിയ വിജയമായി. വിജയം നേടിയത് സിവിൽ
സ്വാതന്ത്ര്യം എന്ന തത്ത്വമായിരുന്നു.

കമ്യൂണിസ്റ്റുകാരും കത്തോലിക്കരും തമ്മിൽ ട്രേഡ് യൂണിയനുക
ളിലുണ്ടായ യുദ്ധം തുടർന്നുകൊണ്ടിരുന്നു. കത്തോലിക്കർ കരുതലോടെ
മുന്നേറുകയും കൂടുതൽ യൂണിയനുകളുടെ നേതൃത്വം കൈവശപ്പെടു
ത്തുകയും ചെയ്തു. 1954 ൽ രണ്ടുകൂട്ടരും തമ്മിലുള്ള തർക്കം രൂക്ഷ
മായി. ഇവാറ്റ് ഈ യുദ്ധത്തിലെ ഒരു കക്ഷിയായ കത്തോലിക്കർക്കെ
തിരെ പരസ്യമായി രംഗത്തുവന്നു. കത്തോലിക്കർക്കുവേണ്ടി
തൊഴിൽസംഘടനകളിൽ രഹസ്യമായി പ്രവർത്തിച്ചുകൊണ്ടിരുന്ന നേതാ

വായ സാന്റാ മറിയയെക്കുറിച്ച് ജനം ആദ്യമായി മനസ്സിലാക്കി. രഹസ്യ മായി പ്രവർത്തിച്ച ഈ സംഘടനയെക്കുറിച്ചറിഞ്ഞ പ്രൊട്ടസ്റ്റന്റ് വിഭാഗം വലിയ അമ്പരപ്പിലായി. അവരെ സംബന്ധിച്ചിടത്തോളം ചർച്ചും സ്റ്റേറ്റും തമ്മിൽ കർശനവിഭജനരേഖയുണ്ട്. ആർച്ച് ബിഷപ്പ് മാനിക്സിന്റെ (Mannix)സഹായത്തോടെ രഹസ്യമായി ലേബർപാർട്ടി പിടിച്ചെടുക്കാൻ സാന്റമറിയ നടത്തിയ ശ്രമം വലിയ വിമർശനത്തിനു വഴിയൊരുക്കി. ഈ സാഹചര്യത്തിൽ കത്തോലിക്ക വിരുദ്ധമനോഭാവം ഇവാറ്റ് സ്വീക രിച്ചു. യൂറോപ്പിലെ കത്തോലിക്ക ഭൂരിപക്ഷപ്രദേശങ്ങളായ ഇറ്റലി യിൽനിന്നും ആസ്ത്രേലിയയിലേക്കുള്ള കുടിയേറ്റത്തെ ഇവാറ്റ് ശക്ത മായി എതിർത്തു. കാരണം ഇത്തരത്തിലുള്ള കുടിയേറ്റം, കത്തോലിക്ക രുടെ അംഗസംഖ്യ വർദ്ധിക്കുന്നതിനും തദ്വാര ആസ്ത്രേലിയയിൽ കത്തോലിക്കാ ചർച്ച് കൂടുതൽ ശക്തിപ്പെടുകയും ചെയ്യുമല്ലോ.

ഇവാറ്റിന്റെ കത്തോലിക്കാവിരുദ്ധമനോഭാവം മറ്റുചില രാഷ്ട്രീയ മാറ്റങ്ങൾക്കിടയാക്കി. അതായത് ലേബർപാർട്ടിയിൽ ഒരു പിളർപ്പുണ്ടാ ക്കാൻ പോന്നതായിരുന്നു ഇവാറ്റിന്റെ കത്തോലിക്കാവിരുദ്ധത. അമ്പതു ശതമാനത്തോളം കത്തോലിക്കർ പാർട്ടിയിൽനിന്നും പുറത്താക്കപ്പെടു കയും അവർ പുതിയൊരു പാർട്ടി ഉണ്ടാക്കുകയും ചെയ്തു. ഡെമോ ക്രാറ്റിക് ലേബർപാർട്ടിയുടെ ജനനം അങ്ങനെയാണുണ്ടായത്. പുതിയ പാർട്ടി കമ്യൂണിസ്റ്റ്വിരുദ്ധത അവരുടെ പ്രഖ്യാപിതലക്ഷ്യവും കൊടിയ ടയാളവുമായി സ്വീകരിച്ചു. അധികാരത്തിലെത്തുമെന്ന് പ്രതീക്ഷയില്ലെ ങ്കിലും കമ്യൂണിസ്റ്റ് യൂണിയനുകളിൽനിന്ന് പുറന്തള്ളുന്നവരെ സ്വാഗതം ചെയ്ത് ലേബർപാർട്ടിക്ക് ക്ഷീണമുണ്ടാക്കാൻ ശ്രമിച്ചുകൊണ്ടിരുന്നു. ഇവ രുടെ തന്ത്രഫലമായി ലേബർപാർട്ടി ദീർഘകാലം അധികാരത്തിൽനിന്നും അകന്നുകഴിയേണ്ടിവന്നു. അനുയായികളോട് ഡെമോക്രാറ്റിക് ലേബർപാർട്ടി അവരുടെ തിരഞ്ഞെടുപ്പിലെ രണ്ടാം പ്രിഫറൻസ് ലിബ റൽപാർട്ടിക്ക് നല്കാനും നിർദ്ദേശിച്ചിരുന്നു. 1972 വരെ ലിബറൽപാർട്ടിക്ക് ഇങ്ങനെ ലഭിച്ച വോട്ടുകൾമൂലം അവരുടെ അധികാരം നിലനിർത്താൻ സാധിച്ചു.

കത്തോലിക്ക സ്കൂളുകൾക്ക് സ്റ്റേറ്റ്സഹായം:-

ലേബർപാർട്ടിയിലുണ്ടായ പിളർപ്പും തുടർന്നുണ്ടായ രാഷ്ട്രീയ സാഹചര്യങ്ങളും ആസ്ത്രേലിയയിൽ ദീർഘവ്യാപകമായ മാറ്റങ്ങൾക്കി ടയാക്കി. 1963 ൽ പ്രധാനമന്ത്രി മെൻസിസ് (Menzies)കത്തോലിക്ക സ്കൂളുകൾക്കും മറ്റ് സ്വകാര്യസ്കൂളുകൾക്കും സർക്കാർഫണ്ട് (state aid) നല്കാൻ തീരുമാനിച്ചു. ഈ നടപടിയാകട്ടെ കഴിഞ്ഞ എൺപതു വർഷമായി ലേബർ ഗവൺമെന്റുകൾ നിഷേധിച്ചതിനുള്ള അംഗീകാര വുമായി. കത്തോലിക്കരുടെ കമ്യൂണിസ്റ്റ് വിരുദ്ധതയുടെ പശ്ചാത്തലത്തി ലാണ് അവർ നടത്തിവന്ന സ്വകാര്യസ്കൂളുകൾക്ക് സർക്കാർഫണ്ട് അനു വദിച്ചുകിട്ടിയത് എന്നത് ഒരു വസ്തുതയാണ്.

ട്രേഡ് യൂണിയൻ തിരഞ്ഞെടുപ്പുകളിൽ ലേബർഅംഗങ്ങൾ ചില പ്പോൾ കമ്മ്യൂണിസ്റ്റുകാരോട് ചേർന്ന് കത്തോലിക്കഗ്രൂപ്പിനെതിരെ മത്സ രിച്ചിരുന്നു. ലിബറൽപാർട്ടിക്കാർ ഇക്കാര്യം പറഞ്ഞ് ലേബർപാർട്ടിയെ ആക്ഷേപിക്കാനും മടിച്ചില്ല. വിദേശകാര്യങ്ങളിലും ലിബറൽപാർട്ടി കമ്മ്യൂ ണിസ്റ്റ്കാർക്കെതിരെയുള്ള ചേരിയിൽ സ്ഥാനംപിടിച്ചു. തൊള്ളായിരത്തി അമ്പതുകളിൽ ഏഷ്യയിൽ നടന്ന യുദ്ധങ്ങളിലും അറുപതുകളിൽ വിയറ്റ്നാംയുദ്ധത്തിലും ലേബർ എതിർനിലപാട് സ്വീകരിച്ചിരുന്നു.

1966 ൽ ഹാരോൾഡ് ഹോൾട്ടിന്റെ നേതൃത്വത്തിൽ ലിബറൽപാർട്ടി അധികാരത്തിൽവന്നു. വിയറ്റ്നാംയുദ്ധത്തിന്റെ ഫലമായാണ് ഈ വിജയം എന്ന് രേഖപ്പെടുത്തിയതായി കാണാം. ഈ പരാജയത്തിനു ശേഷം ലേബർപാർട്ടി പുതിയ ലീഡറെ തിരഞ്ഞെടുത്തു. പുതിയലീഡർ ഗഫ്‌വിറ്റ്‌ലാം (Gough whitelam) രാജ്യത്ത് പല പുതിയതീരുമാന ങ്ങൾക്കും സാക്ഷിയായി. കത്തോലിക്ക സ്കൂളുകൾക്ക് സ്റ്റേറ്റ് ഫണ്ട് നല്കുന്നതിലുള്ള എതിർപ്പ് ഉപേക്ഷിച്ചു. ആവശ്യമുള്ളവർക്ക് സഹായം എന്ന വാദം ഉയർന്നുവന്നു. 1971 ൽ വിറ്റ്‌ലാം ചൈന സന്ദർശിച്ചു. നിർണ്ണാ യകമായിരുന്നു ഈ സന്ദർശനം. അതുവരെ ആസ്ത്രേലിയ അംഗീകരി ക്കാത്ത രാജ്യമായിരുന്നു ചൈന. ലേബർപാർട്ടി അധികാരത്തിൽവന്നാൽ ചൈനയെ അംഗീകരിക്കുമെന്ന് വിറ്റ്‌ലാം പ്രഖ്യാപിച്ചു. ലിബറൽപ്രധാന മന്ത്രി വില്യംമക്മോഹൻ ഈ പ്രഖ്യാപനത്തെ ശക്തിയായി കുറ്റപ്പെ ടുത്തി. ഇക്കാലത്ത് അമേരിക്കൻ ഐക്യനാടുകളുടെ പ്രസിഡണ്ട് നിക്സൺ ചൈന സന്ദർശിക്കാൻ തീരുമാനിച്ചു. റഷ്യയെ നിയന്ത്രിക്കാ നാണ് ചൈനയുമായി സൗഹൃദം ആരംഭിക്കുന്നതെന്ന വാദമാണ് അമേ രിക്ക ഉയർത്തിയത്. കമ്മ്യൂണിസത്തോടുള്ള ലോകരാജ്യങ്ങളുടെ പ്രതി കരണം വ്യത്യസ്തതലത്തിൽ ഉയർന്നുവന്ന കാലത്തുതന്നെ ആസ്ത്രേ ലിയൻ മണ്ണിൽ, ആസ്ത്രേലിയൻ രാഷ്ട്രീയത്തിൽ കമ്മ്യൂണിസം ഒരു ചർച്ചാവിഷയം എന്ന നിലയിൽ അവസാനശ്വാസം വലിച്ചിരുന്നു.

ആസ്ത്രേലിയൻ രാഷ്ട്രീയത്തിൽ കമ്മ്യൂണിസത്തിന് നേരിടേണ്ടി വന്ന ഏറ്റവും കരുത്തനായ എതിരാളി കത്തോലിക്കാമതമായിരുന്നുവെന്ന് കാണാം. രണ്ടാംലോകമഹായുദ്ധാനന്തരം ശക്തിനേടിയ കമ്മ്യൂണിസത്തെ സ്കോളർഷിപ്പോടുകൂടി മെൽബൺയൂണിവേഴ്സിറ്റിയിൽ പഠനത്തിനെ ത്തിയ സാന്റമറിയ മെനഞ്ഞെടുത്ത രഹസ്യതന്ത്രങ്ങളിലൂടെ കമ്മ്യൂണി സത്തെ ക്ഷീണിപ്പിക്കുന്നതും ഒടുവിൽ തറപറ്റിക്കുന്നതും ആസ്ത്രേലി യയുടെ വർത്തമാനകാലസചരിത്രത്തിന്റെ ഒരു ഭാഗമാണ്. കമ്മ്യൂണിസ്റ്റു കാരോട് കുരിശുയുദ്ധം പ്രഖ്യാപിച്ച കത്തോലിക്കർക്കാകട്ടെ അവർ മുൻകൈയെടുത്ത് സ്ഥാപിച്ച സ്കൂളുകൾക്ക് സർക്കാർ സഹായം ലഭി ച്ചത് വലിയ സഹായമായി. ആവശ്യമുള്ളവർക്ക് സഹായം എന്ന വാദമു യർന്നപ്പോൾ ലേബർപാർട്ടിതന്നെ മേൽക്കാര്യത്തിലുള്ള എതിർപ്പ് ഉപേ ക്ഷിച്ചു. കമ്മ്യൂണിസത്തെ തകർക്കാൻ മതം കൂട്ടുനിന്ന ചരിത്രം ഇവിടെ നിന്ന് പഠിക്കാം.

11

പുതിയ അവകാശങ്ങളും പരിമിതികളും (1960-2000)

ഇരുപതാംനൂറ്റാണ്ടിന്റെ തുടക്കത്തിൽത്തന്നെ ആസ്ത്രേലിയൻ കോമൺവെൽത്ത് രൂപീകരിച്ചിരുന്നുവെങ്കിലും അവർ രൂപംകൊടുത്ത ജനാധിപത്യസമ്പ്രദായം പല പോരായ്മകളും ഉള്ളതായിരുന്നു. ജനാ ധിപത്യസമ്പ്രദായത്തിന്റെ വീഴ്ച എന്നുതന്നെ പറയാവുന്ന ചില പോരായ് മകൾ പരിഹരിക്കുന്നത് ഇരുപതാംനൂറ്റാണ്ടിന്റെ അവസാനദശകങ്ങളി ലായിരുന്നു. അതുകൊണ്ട് ഈ കാലഘട്ടം പുതിയ അവകാശങ്ങളുടേ തായി ഗണിക്കപ്പെടുന്നു.

കോമൺവെൽത്ത് പാർലമെന്റിലേക്ക് 1901 മുതൽ തന്നെ എല്ലാ വർക്കും വോട്ടുചെയ്യാമായിരുന്നു. എങ്കിലും വിവിധ സംസ്ഥാനങ്ങളിലെ ലെജിസ്ലേറ്റീവ് കൗൺസിലുകളിൽ വോട്ടവകാശത്തിന് നിശ്ചിത സ്വത്ത വകാശം ആവശ്യമായിരുന്നു. പ്രോപ്പർട്ടി ക്വാളിഫിക്കേഷൻ നിശ്ചയിച്ചത് ആസ്ത്രേലിയൻ ഡെമോക്രാറ്റിക് സമ്പ്രദായത്തിന്റെ വലിയ ന്യൂനത യായി കണ്ട് പരിഹാരം ആവശ്യപ്പെടാനും ജനങ്ങൾ തയ്യാറായി. ഈ പശ്ചാത്തലത്തിൽ 1950 ൽ വിക്ടോറിയ സംസ്ഥാനവും വെസ്റ്റേൺ ആസ്ത്രേലിയ 1964 ലും ടാസ്മാനിയ 1968 ലും സൗത്ത് ആസ്ത്രേലിയ 1973 ലും വോട്ടവകാശത്തിനുള്ള സ്വത്തവകാശം എടുത്ത് കളഞ്ഞത് വലിയ സംഭവമായി. ക്വീൻസ്ലാൻഡ് സംസ്ഥാനം ലെജിസ്ലേറ്റീവ് കൗൺസിൽ ഉപേക്ഷിച്ച ആദ്യത്തെ സംസ്ഥാനമായി.

ഭരണത്തിൽ ജനങ്ങളുടെ അവകാശങ്ങൾ സംരക്ഷിക്കുന്നതിന് "ഓംബുഡ്സ്മാൻ" എന്ന അധികാരിയെ നിയമിക്കുന്നതിനും ചില ആസ്ത്രേലിയൻ സംസ്ഥാനങ്ങൾ മാതൃകകാട്ടി. ആദ്യമായി ന്യൂ സിലാൻഡിൽ ഈ സമ്പ്രദായം വിജയകരമായി പരീക്ഷിച്ചു. തുടർന്ന് 1973 ൽ വിക്ടോറിയയും വെസ്റ്റേൺ ആസ്ത്രേലിയ 1971 ലും സൗത്ത്

ആസ്ത്രേലിയ 1972 ലും ക്വീൻസ്ലാൻഡിലും ന്യൂസൗത്ത് വെയിൽസി ലും 1974 ലും ടാസ്മാനിയയിൽ 1978 ലും ഓംബുഡ്സ്മാന്മാരെ നിയമി ക്കുകയുണ്ടായി. ഗവൺമെന്റ് നടപടികളിലെ വീഴ്ചകൾ ചൂണ്ടിക്കാട്ടാനും കൂടുതൽ ജനോപകാരപ്രദമായ രീതിയിൽ ഭരണം നടത്തുന്നതിനും ഈ സമ്പ്രദായം ഉപകരിച്ചതായി കാണാം. സ്വയം അന്വേഷണം നടത്തി കാര്യ ങ്ങൾ മനസ്സിലാക്കുന്നതിനും പൗരന്മാർക്ക് അവസരം ലഭിക്കുന്നു എന്ന മെച്ചവും ഓംബുഡ്സ്മാൻ സമ്പ്രദായം നല്കുന്നുണ്ട്.

അബോറിജീനുകൾ പൗരന്മാരാകുന്നു

ജനകീയഅവകാശങ്ങളുടെ വ്യാപനത്തിൽ ഒരു സുവർണ്ണരേഖ യാണ് ആദിമനിവാസികൾക്ക് ലഭിച്ച പൗരത്വം. പത്തൊമ്പതാം നൂറ്റാ ണ്ടിലും ഇരുപതാം നൂറ്റാണ്ടിന്റെ ആദ്യദശകങ്ങളിലും ആദിമനിവാസിക ളുടെ പൗരാവകാശങ്ങൾ ചവിട്ടിമെതിക്കപ്പെട്ട വെള്ളക്കാരുടെ സമൂഹ മനസ്സ് നാം കണ്ടതാണ്. ഇവരെ നേരിടുന്നതിന് ഓരോ സംസ്ഥാനത്തിലും പ്രത്യേകനിയമങ്ങളുണ്ടാക്കിയിരുന്നു. സംസ്ഥാനനിയമങ്ങൾ പ്രകാരം ആദിമനിവാസികളെ ഓരോ മൂലയിൽ തളച്ചിടുന്നതിന് കഴിഞ്ഞു. വിവാഹം ചെയ്യുന്നതിന് അവർ അനുവാദം നേടണമായിരുന്നു. അവ രിൽനിന്നും അവരുടെ കുട്ടികളെ വേർപെടുത്തുക എന്ന ക്രൂരകൃത്യവും നടപ്പിലാക്കി. ആദിമനിവാസികളെ പാർപ്പിച്ചിരുന്ന റിസർച്ച്കോളനികളിലെ മാനേജർമാർ കുട്ടി സ്വേച്ഛാധിപതികളായിരുന്നു.

രണ്ടാം ലോകമഹായുദ്ധാനന്തരം സംസ്ഥാനങ്ങൾ ആദിമനിവാസി കളോടുള്ള നയം പുനരവലോകനത്തിന് വിധേയമാക്കിയതായി കാണാം. അവരോടുള്ള സമീപനത്തിൽത്തന്നെ കാതലായ മാറ്റം വന്നു. പൊതു സമൂഹത്തിൽനിന്നും അകറ്റിനിർത്തുന്നതിനുപകരം മറ്റുള്ളവർക്കൊപ്പം അവരെയും കൊണ്ടുവരാനുള്ള ശ്രമം ആരംഭിച്ചു. ഇത്രയും കാലത്തെ അനുഭവത്തിന്റെ വെളിച്ചത്തിൽ അധികാരികൾക്ക് വ്യക്തമായി മനസ്സി ലായ കാര്യം അവരെ എല്ലാവരെയും കൊന്നൊടുക്കാൻ കഴിയില്ലെന്നും എക്കാലത്തും രണ്ടാംതരം പൗരന്മാരായി കാണാനാവില്ല എന്നുമായി രുന്നു. കോളനി കാലഘട്ടത്തിൽ ആദിമനിവാസികളുടെ ആൾക്കഹോൾ അവകാശം എടുത്തുകളഞ്ഞിരുന്നു. യുദ്ധപശ്ചാത്തലത്തിലുള്ള മനുഷ്യാ വകാശപ്രഖ്യാപനം ആദിമനിവാസികളോടുള്ള സമീപനത്തിലും മാറ്റങ്ങൾ വരുത്തി. മനുഷ്യാവകാശപ്രഖ്യാപനം ആഗോളശ്രദ്ധയാകർഷിച്ചതിനാൽ ആസ്ത്രേലിയൻ സമൂഹം ആദിമനിവാസികളോട് പുലർത്തിവരുന്ന നിഷേധാത്മകസമീപനം ലോകം ശ്രദ്ധിക്കാനിടയായി.

ചില സംസ്ഥാനങ്ങളിൽ ആദിമനിവാസികളെ "ബഹുമാന്യപൗരന്മാ രായി" ജീവിക്കാൻ അനുവദിക്കുകയുണ്ടായി. മുൻപ് ആദിമനിവാസിക ളുടെമേൽ പല നിയന്ത്രണങ്ങളും സ്പെഷ്യൽ റൂൾസ് വഴി അടിച്ചേ ല്പിച്ചിരുന്നു. മാറിയ പരിതഃസ്ഥിതിയിൽ ചില സംസ്ഥാനങ്ങൾ നിയ ന്ത്രണസ്പെഷ്യൽ റൂൾസ് ഇവർക്ക് ബാധകമല്ലെന്ന് പറഞ്ഞു. നല്ല ഉദാ

ഹരണം, ആസ്ത്രേലിയൻ പൗരന്മാർക്ക് അല്ലാതെ മറ്റുള്ളവർക്ക് പട്ടി
കളെ വളർത്തുന്നതിന് ലൈസൻസ് അനുവദിച്ചിരുന്നില്ല. പൗരത്വം അംഗീ
കരിച്ചതോടെ ആദിമനിവാസികൾക്കും പട്ടിവളർത്താൻ ലൈസൻസ്
അനുവദിക്കപ്പെട്ടു.

ആദിമനിവാസികൾക്കനുകൂലമായി സമൂഹത്തിൽ വേറെയും ചല
നങ്ങളുണ്ടായി. വെള്ളക്കാരിൽത്തന്നെ ഒരുവിഭാഗം ഇവരോട് ക്രൂരത
കാണിക്കുന്നതിനെതിരായി നിലകൊണ്ടു. കൂടാതെ ക്രിസ്തീയദേവാല
യങ്ങൾ, സ്ത്രീസംഘടനകൾ, തൊഴിലാളി യൂണിയനുകൾ എന്നിവയും
ഇവർക്ക് അനുകൂലമായ നിലപാട് സ്വീകരിച്ചു. കമ്മ്യൂണിസ്റ്റ് ആശയങ്ങ
ളാൽ പ്രചോദിതരായ തൊഴിൽസംഘടനകൾ അമ്പതുകളിലും അറുപ
തുകളിലും മുന്നോട്ടുവന്നപ്പോൾ ആദിമനിവാസികളോട് അനുകമ്പകാട്ടി.
കമ്മ്യൂണിസം വംശീയത(Racism)ക്ക് എതിരായതിനാൽ അബോറി
ജിൻസുകളെ തുല്യരായി കണക്കാക്കാൻ മുന്നോട്ടുവരികയുണ്ടായി.

ആദിമനിവാസികൾ മുഖ്യധാരയിൽ ലയിച്ച് ചേരുമെന്നായിരുന്നു
സർക്കാറിന്റെ അനുമാനം അഥവാ പ്രതീക്ഷ. ചില ചരിത്രകാരന്മാർ സൂചി
പ്പിച്ചതുപോലെ ആദിമനിവാസികളെ സംബന്ധിച്ചിടത്തോളം ബഹുഭൂരി
പക്ഷത്തിനും അങ്ങനെതന്നെ നിലനില്ക്കണമെന്നായിരുന്നുവത്രേ
ആഗ്രഹം അല്ലെങ്കിൽ ആവശ്യം. അറുപതുകളുടെ അവസാനമാകുമ്പോ
ഴേക്കും ഒട്ടുമുക്കാൽ സംസ്ഥാനങ്ങളിലും അവർ സിവിൽ അവകാശങ്ങൾ
നേടിയെടുത്തു. ക്വീൻസ് ലാൻഡിൽ മാത്രമാണ് റിസർവ്വ് സെറ്റിൽ
മെന്റിൽ അവർക്ക് നിയന്ത്രണം ഉണ്ടായിരുന്നത്.

1962 ൽ കോമൺവെൽത്ത് തിരഞ്ഞെടുപ്പിൽ ആദിമനിവാസികൾക്ക്
വോട്ടവകാശം, ലഭിച്ചത് ഒരു നാഴികക്കല്ലായി. തുടർന്ന് സംസ്ഥാനങ്ങ
ളായ വെസ്റ്റേൺ ആസ്ത്രേലിയ 1962 ലും ക്വീൻസ് ലാൻഡ് 1965 ലും
ഇവർക്ക് വോട്ടവകാശം അനുവദിച്ചു. മറ്റ് സംസ്ഥാനങ്ങളിൽ ഇവർക്ക്
രാഷ്ട്രീയ അവകാശങ്ങൾ നഷ്ടപ്പെട്ടില്ലെങ്കിലും കോമൺവെൽത്ത് തിര
ഞ്ഞെടുപ്പ് പട്ടികയിൽ പേര് ചേർക്കാത്തവർക്ക് വോട്ടവകാശം നല്കി
യില്ല.

മേൽക്കാണിച്ചതുപോലെ പൗരാവകാശങ്ങൾ ലഭിച്ചുവെങ്കിലും
ആദിമനിവാസികളെ തുല്യരായി അംഗീകരിക്കാനോ തദനുസൃതമായ
സൗഹൃദ സമീപനമോ വെള്ളക്കാരിൽനിന്നും ഉണ്ടായില്ല എന്ന ഖേദക
രമായ പരമാർത്ഥം ശ്രദ്ധേയമാണ്. ചില സംസ്ഥാനങ്ങളിൽ ഇവരോടുള്ള
സമീപനം വിവേചനപരവും നികൃഷ്ടവുമായിരുന്നു. ന്യൂസിലാൻഡ് തുട
ങ്ങിയ സംസ്ഥാനങ്ങളിൽ ഉൾഭാഗങ്ങളിൽ ആദിമനിവാസികൾക്ക് തിയേ
റ്ററുകളിൽ ബാൽക്കണിയിൽ പ്രവേശനം നല്കിയില്ല. കൗൺസിലുകൾ
എന്നറിയപ്പെടുന്ന തദ്ദേശസ്വയംഭരണസ്ഥാപനങ്ങൾക്ക് കീഴിലുള്ള
നീന്തൽക്കുളങ്ങളിൽ നീന്താനും അനുവദിച്ചില്ല. നിന്ദ്യമായ ഇത്തരം നെറി
കെട്ട വിവേചനങ്ങൾ യുവമനസ്സുകളെ അത്യധികം ദു:ഖിതരാക്കി.

അമേരിക്കയിലെ നീഗ്രോ വിഭാഗത്തിന് ദീർഘകാലമായി അനുഭ

വിക്കേണ്ടിവന്ന പൗരാവകാശധ്വംസനങ്ങളുടെ കദനകഥകൾ ആസ്ത്രേ
ലിയയിലും അലയൊലികൾ സൃഷ്ടിച്ചു. അമേരിക്കയിലെ സിവിൽ
റൈറ്റ്സ് പ്രസ്ഥാനത്തിൽനിന്നും ആവേശമുൾക്കൊണ്ട സിഡ്നിയിലെ
ഒരുപറ്റം വിദ്യാർത്ഥികൾ ഉയർത്തിയ പ്രക്ഷോഭങ്ങൾ വ്യാപകശ്രദ്ധയാ
കർഷിച്ചു. വംശീയവിവേചനത്തിനെതിരെ സിഡ്നി യൂണിവേഴ്സിറ്റി
വിദ്യാർത്ഥികൾ 1965 ൽ നവീനമായ ഒരു പ്രതിഷേധസമരരീതി അവത
രിപ്പിച്ചു. "ഫ്രീഡം ബസ് യാത്ര" എന്ന് വിളിക്കപ്പെട്ട ഈ സമരത്തിൽ
വർണ്ണവ്യത്യാസങ്ങൾ അവഗണിച്ചുകൊണ്ടുള്ള യാത്രയിൽ നിരവധിപേർ
അണിചേർന്നു. അബോറിജിനുകളുടെ ഭാവിനേതാവ് ചാൾസ്
പെർക്കിസും കൂട്ടത്തിലുണ്ടായിരുന്നു. വിദ്യാർത്ഥിപ്രക്ഷോഭങ്ങളുടെ ഫല
മായി സിഡ്നിയിൽ വർണ്ണവിവേചനം ഉപേക്ഷിച്ചുവെങ്കിലും വെള്ളക്കാർ
ഇവരോട് കൂടുതൽ ശത്രുത കാണിക്കുവാൻ തുടങ്ങി.

ഈ പശ്ചാത്തലത്തിൽ രാജ്യത്ത് ഉയർന്നുവന്ന അഭിപ്രായം
കോമൺവെൽത്ത് ഭരണഘടനയിൽ ഭേദഗതിവരുത്തി ആദിമനിവാസി
കൾക്ക് തുല്യതവരുത്തണമെന്നായിരുന്നു. അബോറിജിൻസിനെ ഇതു
വരെ സംസ്ഥാന നിയമനിർമ്മാണപരിധിയിലാണ് ഉൾക്കൊള്ളിച്ചിരുന്നത്.
ഇതുവരെയുള്ള സെൻസസിൽ ഇവരെ കണക്കെടുപ്പിൽനിന്നും ഒഴിവാ
ക്കിയിരുന്നുവെന്ന വസ്തുത ഇവരോടുള്ള വിവേചനത്തിന്റെ ബീഭത്സ
രൂപം ദൃശ്യമാക്കുന്നു. 1967 ൽ ഭരണഘടന റഫറണ്ടം നടത്തി. ഇതിൽ
തൊണ്ണൂറുശതമാനവും ആദിമനിവാസികൾക്ക് അനുകൂലമായി അഭിപ്രായ
പ്രകടനം നടത്തി. അർട്ടിനെ നിയമപ്രകാരം തുല്യരായ ആസ്ത്രേലി
യൻ പൗരന്മാരായി ഇവർ ഉയർത്തപ്പെട്ടു. മറ്റ്ചില സംഭവവികാസങ്ങളും
ആദിമനിവാസികൾക്കനുകൂലമായി. വിയറ്റ്നാം യുദ്ധത്തിൽ ആസ്ത്രേ
ലിയ പങ്കെടുത്തതിലും നിർബ്ബന്ധ സൈനികസേവനമേർപ്പെടുത്തിയ
തിലും പ്രതിഷേധിച്ച് നിരവധി വിദ്യാർത്ഥികൾ പ്രക്ഷോഭത്തിനിറങ്ങി.
കമ്യൂണിസ്റ്റുകാരും യുദ്ധവിരുദ്ധപ്രക്ഷോഭങ്ങളിൽ സജീവമായി പങ്കെ
ടുക്കുകയുണ്ടായി. വടക്കൻ വിയറ്റ്നാം കമ്യൂണിസ്റ്റുകാരുടെ നിയന്ത്രണ
ത്തിലുമായിരുന്നു. കമ്യൂണിസ്റ്റുപ്രകടനങ്ങൾ സമാധാനപരമായിരുന്നുവെ
ങ്കിലും രാജ്യത്ത് ചർച്ചാവിഷയമായി. അറുപതുകളിൽ സമാധാനപരമാ
യിരുന്ന പ്രക്ഷോഭം 1970 ൽ പണിമുടക്ക് സമരംവരെ ആഹ്വാനംചെയ്യു
കയുണ്ടായി. ക്രിയാത്മകമായ മാറ്റങ്ങൾ രാജ്യത്തുണ്ടാക്കിയ വർഷങ്ങ
ളായിരുന്നു ഇരുപതാംനൂറ്റാണ്ടിന്റെ അന്ത്യദശകങ്ങൾ. 1982 ൽ വിവരാവകാശ
നിയമം പാസാക്കിയതോടെ ആസ്ത്രേലിയയിൽ ജനാധിപത്യം കൂടുതൽ
സുതാര്യമായ തലത്തിലേക്കുയർന്നു.

ആസ്ത്രേലിയൻ രാജ്യരൂപീകരണം

ജനാധിപത്യരാജ്യമായ ആസ്ത്രേലിയ ലോകത്തിലെ മറ്റ് സമാന
രാഷ്ട്രീയസ്വഭാവമുള്ള രാജ്യങ്ങളിൽനിന്നും പല സവിശേഷതകളും
വ്യത്യസ്തതകളും വെച്ചുപുലർത്തുന്നുണ്ട്. രാജ്യത്തിന്റെ പ്രത്യേകചരി

ത്രനാൾവഴികളും ബ്രിട്ടനുമായി ഇപ്പോഴും പുലർത്തുന്ന നാഭീനാളബ
ന്ധവുമാണ് ഒരു പ്രത്യേകത. ബ്രിട്ടനോട് സമരം ചെയ്തല്ല രാജ്യത്തിന്
സ്വയംഭരണം ലഭിച്ചത്. ബ്രിട്ടൻ അനുവദിച്ച് നല്കിയ ഭരണമാതൃകയും
സ്വയംഭരണവുമാണ് ആസ്ത്രേലിയയുടേത്.

രാഷ്ട്രീയപാർട്ടികളുടെ ഉത്ഭവചരിത്രം വളരെ രസാവഹമാണ്. ആദ്യ
മായി രൂപംകൊണ്ടത് ലേബർപാർട്ടി. ആദ്യം തൊഴിലാളിപാർട്ടിയായി
രംഗത്തുവന്നു. ക്രമേണ മദ്ധ്യവർഗ്ഗം, പ്രൊഫഷണൽ വിഭാഗം എന്നിവ
രുടെ പാർട്ടിയായി നിലകൊണ്ടു. മറ്റൊരു രാഷ്ട്രീയപാർട്ടിയായി പിന്നീട്
രംഗപ്രവേശനം ചെയ്ത ലിബറൽപാർട്ടിക്കാരേക്കാൾ വിപ്ലവാവേശം പ്രക
ടിപ്പിച്ചിരുന്നു. ജനാധിപത്യഭരണസംവിധാനം ആഗ്രഹിച്ച ഇവർ നിയമ
നിർമ്മാണസഭകൾക്ക് ഉപരിസഭ ആവശ്യമില്ലെന്ന് വിശ്വസിച്ചു. സോഷ്യ
ലിസ്റ്റ് ആശയങ്ങളാൽ പ്രചോദിതരായ ഒരുവിഭാഗം ലേബർപാർട്ടി വിട്ട്
1920 ൽ കമ്യൂണിസ്റ്റ്പാർട്ടി രൂപീകരിച്ചു. ലേബർപാർട്ടിയുടെ നയപരിപാ
ടികളിൽ നിരാശപൂണ്ടവരായിരുന്നു ഇവർ.

ലിബറൽപാർട്ടിയുടെ രൂപീകരണം 1940 കളിലായിരുന്നു. ഗവർണ്ണർ
മാരുടെ അധികാരം കുറയ്ക്കണമെന്നും ആസ്ത്രേലിയയിൽ എത്തി
ച്ചേർന്ന മുൻകുറ്റവാളികളായ തടവുകാർക്ക് മറ്റുള്ളവരെപ്പോലെ തുല്യ
അവകാശങ്ങൾ വേണമെന്നും വാദിച്ചവരായിരുന്നു ഈ പാർട്ടിയിൽ ആദ്യ
കാലത്ത് അണിനിരന്നത്. മദ്ധ്യവർഗ്ഗ, വ്യാപാരിവ്യവസായി, പ്രൊഫഷ
ണൽവിഭാഗങ്ങൾ ഈ പാർട്ടിയിൽ അണിനിരന്നു. ആദ്യകാലത്ത് ഇവർ
ജനാധിപത്യത്തിന് അനുകൂലമായിരുന്നില്ല. പുരുഷന്മാർക്ക് പ്രായപൂർത്തി
വോട്ടവകാശത്തിനുള്ള നീക്കത്തെ അവർ എതിർത്തിരുന്നില്ല. ക്രമേണ
സ്വകാര്യബിസിനസ് സംരഭകർക്ക് അനുകൂല നിലപാടെടുത്തു. ഇവരിൽ
യാഥാസ്ഥിതികവാദികളും പുരോഗമനവാദികളുമെന്ന ചേരിതിരിവും
ഉണ്ടായി. യാഥാസ്ഥിതികർ ജനാധിപത്യമാർഗ്ഗങ്ങളെ ശക്തമായി
എതിർത്തു. പുരോഗമനവാദികളായവരാകട്ടെ, ജനാധിപത്യസ്ഥാപനത്തി
നായി യത്നിച്ചു. ലേബർപാർട്ടിയെക്കുറിച്ച് പ്രത്യേകം പരാമർശിക്കേ
ണ്ടുന്ന ഒരു വസ്തുത ഇവർ പൊതുമേഖലയ്ക്കെതിരായിരുന്നുവെങ്കിലും
സർക്കാർ സ്ഥാപനങ്ങളായ ക്വൻടാസ് (quantas) വിമാനക്കമ്പനി,
കോമൺവെൽത്ത് ബാങ്ക് എന്നിവ നിലനിർത്തി.

ആദ്യകാലത്തുണ്ടായ മൂന്നാമത്തെ പാർട്ടി കൺട്രി പാർട്ടി (coun-
try party)എന്നറിയപ്പെട്ടു. ഇപ്പോൾ ഈ പാർട്ടി നാഷണൽ പാർട്ടി എന്ന
പേരിൽ നിലനില്ക്കുന്നു. പ്രാദേശികവ്യവസായങ്ങൾക്ക് എതിർഅഭി
പ്രായം പുറപ്പെടുവിച്ച കൺട്രി പാർട്ടി പിന്നീട് ലിബറൽപാർട്ടിയുമായി
അടുത്ത് പ്രവർത്തിച്ചു.

രാഷ്ട്രീയപാർട്ടികൾ പഴയപേർ നിലനിർത്തുന്നുവെങ്കിലും കാല
ത്തിനനുസരിച്ച് നയങ്ങളിൽ മാറ്റംവരുത്താറുണ്ട്. മറ്റൊരു സവിശേഷത
യായി മനസ്സിലാക്കാൻ കഴിഞ്ഞത് ഒരേ പാർട്ടിക്ക്തന്നെ വോട്ടുചെയ്യുന്ന

ആളുകൾ ഓരോ തെരെഞ്ഞെടുപ്പിലും മാറിവരും എന്നുള്ളതാണ്. സ്വത ന്ത്രർക്കും പ്രത്യേകമായി മൈനർപാർട്ടികളും ഉയർന്നുവരുന്നുണ്ട്.

1997 ൽ വൺനേഷൺ എന്ന പുതിയപാർട്ടി ഉണ്ടായപ്പോൾ വലിയ പാർട്ടികളായ ലേബറിനും ലിബറൽപാർട്ടിക്കും വലിയ ക്ഷീണമായി. ഇലക്ഷൻകാലം നമ്മുടെ രാജ്യവുമായി താരതമ്യപ്പെടുത്തുമ്പോൾ വലിയ അത്ഭുതം തോന്നാം. കാരണം ആസ്ത്രേലിയയിൽ ഇലക്ഷൻ സമയത്ത് നമ്മുടേതുപോലെ ലോക്കൽ മീറ്റിങ്ങുകൾ ഇല്ല. പ്രചാരണത്തിന്റെ ചുക്കാൻ പിടിക്കുന്നത് പാർട്ടിയുടെ സെൻട്രൽ ഓഫീസ് ആയിരിക്കും. ടെലിവിഷൻവഴി സായാഹ്നങ്ങളിൽ വോട്ടർമാരോട് അഭ്യർത്ഥന നടത്തും. വോട്ടർമാരെ നേരിട്ട്കണ്ട് അഭ്യർത്ഥന ഇല്ല. സെൻട്രൽഓഫീസിൽ നിന്നും കത്തുകൾവഴി വോട്ടർമാരെ ബന്ധപ്പെടുന്നു.

മറ്റൊരു സവിശേഷത, ഇലക്ഷൻ ചെലവുകൾ സർക്കാർഫണ്ട്വഴി യാണ് നിർവ്വഹിക്കുന്നത്. 1983 മുതൽ സർക്കാർ രാഷ്ട്രീയപാർട്ടികൾക്ക് ഇലക്ഷൻഫണ്ട് നല്കിവരുന്നു. ഏതുവിഷയത്തെക്കുറിച്ചും ചർച്ചനട ത്താൻ റേഡിയോവഴി സംവിധാനം (Talk back radio)നിലവിലുണ്ട്.

ഇന്ത്യൻരീതികളുമായി താരതമ്യംചെയ്യുമ്പോൾ ഒരു വലിയ പ്രത്യേ കതയായി തോന്നിയത് ഫെഡറൽ തിരഞ്ഞെടുപ്പുകളിൽ പൗരന്മാർ നിർബ്ബന്ധമായും വോട്ടുരേഖപ്പെടുത്തണം എന്ന വ്യവസ്ഥയാണ്. 1911 ൽ പാസാക്കിയ നിയമപ്രകാരം ഫെഡറൽ ഇലക്ഷന്റെ വോട്ടർപട്ടികയിൽ എല്ലാവരും നിർബ്ബന്ധമായും പേര് ചേർക്കണം. 1924 മുതൽ ഫെഡറൽ ഇലക്ഷനിൽ വോട്ടും നിർബ്ബന്ധമായി ചെയ്തിരിക്കണം എന്ന് വ്യവസ്ഥ ചെയ്തിട്ടുണ്ട്.

ആസ്ത്രേലിയൻ ഭരണകൂടം മനുഷ്യാവകാശങ്ങൾക്ക് പരമ പ്രാധാന്യം നല്കുന്നു. രാഷ്ട്രീയത്തിലെ മുഖ്യ അജൻഡ തന്നെ മനു ഷ്യാവകാശസംരക്ഷണമാണ്. സ്ത്രീകൾ, അംഗപരിമിതർ, കുട്ടികൾ എന്നിവരുടെ അവകാശസംരക്ഷണത്തിന് നല്ല പ്രാധാന്യം നല്കിയിട്ടു ണ്ട്. വംശീയവിവേചനത്തിനും എതിരെ ശക്തമായ നിയമങ്ങൾ രാജ്യത്ത് നിലവിലുണ്ട്. 1975 ലെ വംശീയ വിവേചനനിരോധനനിയമം, 1984 ലെ ലിംഗവിവേചനനിരോധനനിയമം, 1986 ലെ മനുഷ്യാവകാശ, തുല്യഅവ കാശ കമ്മീഷൻ എന്നിവ ഭരണഘടനാപരമായി പൗരന്മാരുടെ അന്ത സ്സുയർത്താനുദ്ദേശിച്ച് രൂപപ്പെടുത്തിയ നിയമകവചങ്ങളാണ്.

ആസ്ത്രേലിയൻ കോമൺവെൽത്ത് ഭരണഘടന ബ്രിട്ടീഷ്, അമേ രിക്കൻ ഭരണഘടനകളുടെ ഒരു മിശ്രിതമാണ്. ആദ്യകാലത്ത് ബ്രിട്ടീഷ്മാ തൃകയിൽ താല്പര്യമെടുത്തവർ ഇപ്പോൾ അമേരിക്കൻ മോഡലിൽ ആകൃഷ്ടരായത് കാണാം. അമേരിക്കൻ മാതൃകയിലുള്ള സെനറ്റും ഹൈക്കോടതിയും ജനവിശ്വാസം നേടിയ സ്ഥാപനങ്ങളാണ്. ജുഡീഷ്യ റിയുടെ പ്രാമുഖ്യം വെളിവാക്കിയ ചില അനുഭവങ്ങളും ആസ്ത്രേലി യൻ ചരിത്രത്തിലുണ്ട്. 1960 മുതൽ അബോറിജിൻസിന്റെ ഭൂഅവകാശ ത്തിനുവേണ്ടി പ്രക്ഷോഭങ്ങൾ രാജ്യത്തുണ്ടായി. ഇവർക്ക് ഭൂഅവകാശം

ചില വടക്കൻ പ്രദേശങ്ങളിലും ചില സംസ്ഥാനങ്ങളിലും മാത്രമേ അനു വദിച്ചിട്ടുള്ളൂ. ദേശീയനയം ഇക്കാര്യത്തിൽ ഇല്ല എന്നു വ്യക്തം. യൂറോ പ്യന്മാർ ആസ്ത്രേലിയയിൽ കാലുകുത്തി ഭൂമി പിടിച്ചെടുക്കുമ്പോൾ സ്വയം പ്രഖ്യാപിച്ച സിദ്ധാന്തമാണ് "ടെറനള്ളിയസ്" (Terra Nullius) അതായത് ഭൂമി ആരുടേതുമല്ല അല്ലെങ്കിൽ ആദിമവാസികളുടേതല്ല എന്ന്. ഒരു ജഡ്ജിയുടെ കോടതിവിധിപ്രകാരമാണ് ആദിവാസി ഭൂപ്രശ്നം പരി ഹൃതമായത്. ടെറനള്ളിയസ് സിദ്ധാന്തം ദൂരെയെറിയാൻ രാഷ്ട്രീയപാർട്ടി കൾക്ക് കഴിഞ്ഞില്ല. പക്ഷേ, ജഡ്ജിമാർക്ക് കഴിഞ്ഞു. (Mabo Judgment)

ആദ്യകാലത്തെ ആസ്ത്രേലിയൻ സമൂഹത്തിൽ അറുപത്ശതമാനം ഇംഗ്ലീഷുകാരും പതിനഞ്ചുശതമാനം സ്കോട്ട്ലാൻഡ്കാരും ബാക്കി ഐറിഷ്, കാത്തലിക് പ്രൊട്ടസ്റ്റന്റുവിഭാഗക്കാരുമായിരുന്നത്രേ. ചർച്ചും സ്റ്റേറ്റും തമ്മിൽ വേറിട്ട് നിന്നതും, സമൂഹത്തിൽ സമാധാനത്തിനുള്ള ആഗ്രഹവും ആദ്യകാലംമുതൽ തന്നെ ഉണ്ടായിരുന്നു. മതസ്പർദ്ധ ഇംഗ്ല ണ്ടിലേതുപോലെ ഇവിടെയുണ്ടായില്ല. എല്ലാവിഭാഗം ചർച്ചുകൾക്കും സർക്കാർ ഫണ്ടിങ് ഒരേതരത്തിലായിരുന്നു. ലിബറൽ ആശയങ്ങൾ ശക്തമായ രീതിയിൽ ആസ്ത്രേലിയയിൽ നിലനിന്നതിനാൽ മതം സാമൂഹ്യസമാധാനം തകർക്കാൻ ഇടവരുത്തിയില്ല. കോളനികാലത്തു തന്നെ എല്ലാവരുമായും രമ്യതയിൽ കഴിയാൻ ആഗ്രഹിച്ചതിനാൽ അവർ ബ്രിട്ടീഷ് എന്ന പദംകൊണ്ട് പരസ്പരം വിശേഷിപ്പിച്ചു.

ദേശീയചിഹ്നംതന്നെ പരസ്പരസഹവർത്തിത്വത്തിന്റെ സൂചനകൾ നല്കുന്നു. മൂന്നു രാഷ്ട്രങ്ങളുടെ പുഷ്പങ്ങളായ റോസ്, ഷാംറോക്ക്, തിസിൽ എന്നിവ ദേശീയചിഹ്നമായി സ്വീകരിക്കുകയുണ്ടായി. തിരഞ്ഞെ ടുപ്പുകളിൽ സ്ഥാനാർത്ഥികളുടെ മതപരമായ ബന്ധങ്ങൾ നോക്കിയല്ല വോട്ടർമാർ വോട്ടുനല്കുന്നത്. മതാതീതം എന്നു ഘോഷിക്കുന്ന രാജ്യ ങ്ങളിലെ സ്ഥിതി നമുക്കറിയാം. കത്തോലിക്കരും പ്രൊട്ടസ്റ്റന്റുകാരും തമ്മിൽ അന്യമതവിവാഹങ്ങളും സാധാരണമായിരുന്നു. രണ്ടാംലോക മഹായുദ്ധാനന്തരം യൂറോപ്പ്, ഏഷ്യ, ആഫ്രിക്ക, ലാറ്റിൻ അമേരിക്ക, മിഡിൽ ഈസ്റ്റ് തുടങ്ങിയ രാജ്യങ്ങളിൽനിന്നും ഇംഗ്ലീഷ് മാതൃഭാഷയ ല്ലാത്ത നിരവധിപേർ ആസ്ത്രേലിയയിലേക്ക് കുടിയേറിപ്പാർക്കുകയു ണ്ടായി.

കൂട്ടമായി കുടിയേറ്റം നടത്തിയ ജനങ്ങളെ "പുതിയ ആസ്ത്രേലി യക്കാർ" (New Australians) എന്ന് വിശേഷിപ്പിച്ച് സർക്കാർതന്നെ മുൻകൈയെടുത്ത് പുതിയ കുടിയേറ്റക്കാർക്ക് വാസമുറപ്പിക്കുന്നതിന് എല്ലാ സഹായവും ചെയ്യാനും നിർദ്ദേശിച്ചിരുന്നു. പ്രസ്തുത ആവശ്യ ത്തിനായി "നല്ല അയൽക്കൂട്ട കൗൺസിലു" (good neighbour council)കളും സ്ഥാപിച്ചു. ഇത്തരം നടപടികളിൽ സംശയാലുക്കളായ ആളുകൾ ഉണ്ടായിരുന്നുവെങ്കിലും അവർ പൊതുവെ സൗഹൃദം നടിച്ചു.

അന്യരാജ്യങ്ങളിൽനിന്നുള്ള ഒഴുക്ക് നിമിത്തം എഴുപതുകളിൽ ആസ്ത്രേലിയ വന്മാറ്റങ്ങൾക്ക് വിധേയമായി. സാംസ്കാരികബഹുസ്വ

രതയുടെ നാടെന്ന് പുതിയ നാമധേയം നല്കി ഗവൺമെന്റ് കുടിയേ
റ്റത്തെ പ്രോത്സാഹിപ്പിക്കുകയും ചെയ്തിരുന്നു. ജപ്പാൻ, ചൈന,
വിയറ്റ്നാം, മലേഷ്യ, ഇന്ത്യ എന്നിവിടങ്ങളിൽനിന്നുള്ള പുതിയ താമസ
ക്കാർ ആസ്ത്രേലിയയെ ഒരു കൗതുകകരമായ സാംസ്കാരികബഹു
സ്വരതാ രാജ്യമാക്കിയിട്ടുണ്ട്.

ബ്രിട്ടനുമായി നല്ല ബന്ധം കാത്തുസൂക്ഷിക്കുന്ന ആസ്ത്രേലിയ
ബ്രിട്ടനിലുള്ളതിനേക്കാളും നല്ലൊരു സമൂഹം ഇവിടെ ഉണ്ടാക്കിയതായി
അഭിമാനിക്കാറുണ്ട്. ഒരു ഗ്രന്ഥകാരൻ പ്രസ്താവിച്ചതുപോലെ ഇവിടെ
വലിയ പട്ടിണിയില്ല, അതുപോലെ ഇരപ്പാളികളുമില്ല. പ്രത്യേകഅവകാ
ശങ്ങളുള്ള ഉപരിവർഗ്ഗമോ, ജനനത്തിന്റെ അടിസ്ഥാനത്തിൽ മാന്യത
നല്കപ്പെട്ടവരോ ഇവിടെ ഇല്ല. എല്ലാവർക്കും ഒരേപോലെ അവസരം
ലഭിക്കുന്നു. ധനികരായ ആളുകളോട് അസൂയയില്ല. കാരണം, കഠിനാ
ദ്ധ്വാനംകൊണ്ടാണവർ ധനികരായത്. 19-ാം നൂറ്റാണ്ടിന്റെ അന്ത്യംവരെ
ഇൻകംടാക്സ് വസൂലാക്കിയിരുന്നില്ല.

ചില രാജ്യങ്ങളെപ്പോലെ തൊട്ടതിനും പിടിച്ചതിനുമൊക്കെ ദേശീയ
അവധി പ്രഖ്യാപിക്കാറില്ല. അൻസാക് (Anzac)ഡേ ഇതിനൊരു ദൃഷ്ടാ
ന്തമാണ്. ഒന്നാംലോകമഹായുദ്ധകാലത്ത് ആസ്ത്രേലിയ പ്രത്യേകയൂണി
റ്റായി തുർക്കി പ്രദേശത്തെ ഗല്ലിപ്പൊളി (Gallipoli)യിൽ യുദ്ധരംഗത്തിറ
ങ്ങുകയുണ്ടായി. ആസ്ത്രേലിയ, ന്യൂസിലാന്റ് ആർമികോർ എന്നതിന്റെ
ചുരുക്കമാണ് അൻസാക്. 1915 ഏപ്രിൽ 25നാണ് ഈ സംയുക്തസൈന്യം
യുദ്ധക്കളത്തിലിറങ്ങിയത്. ഈ തീയതി ഒരു അനൗദ്യോഗികദേശീയ
അവധിയായി രാജ്യത്ത് നിലവിൽ വന്നു. 1901 ജൂൺ ഒന്നാംതീയതിയാണ്
ആസ്ത്രേലിയൻ കോമൺവെൽത്ത് രൂപീകൃതമായെങ്കിലും ഈ തീയതി
ഒരു അവധിദിവസം പോലുമല്ല എന്നതും കൗതുകകരമാണ്. ആസ്ത്രേലി
യയെക്കുറിച്ച് പറയുമ്പോൾ ഏറ്റവും ശ്രദ്ധേയമായ വസ്തുത ബ്രിട്ടനു
മായുള്ള ബന്ധം അവർ ശക്തമായി കാത്തുസൂക്ഷിക്കുന്നു എന്നതാണ്.
ആസ്ത്രേലിയൻ ഗവർണ്ണർ ജനറലിനെ ഇപ്പോഴും നിയമിക്കുന്നത്, പ്രധാ
നമന്ത്രിയുടെ ശുപാർശമേൽ ബ്രിട്ടീഷ് രാജ്ഞിയാണ്. നൂറ്റാണ്ടുകളായി
തുടരുന്ന ഈ ചരിത്രസരണി നിർത്തലാക്കണമെന്ന് ചിലർക്ക് തോന്നാ
തിരുന്നിട്ടുമില്ല. ആസ്ത്രേലിയ ഒരു റിപ്പബ്ലിക്കായി മാറ്റാൻ 1991 ൽ ശക്ത
മായ ഒരുനീക്കമുണ്ടാവുകയും ഒരു റഫറണ്ടം പ്രയോഗത്തിൽ വരികയു
മുണ്ടായി. പക്ഷേ, 1999 ൽ പ്രസ്തുത റഫറണ്ടും പരാജയം കൈവരിച്ച്
പിൻവാങ്ങി.

ബ്രിട്ടീഷ്മാതൃകയുടെ സ്വാധീനം ദേശീയബഹുമതികൾ നിശ്ചയി
ച്ചിരിക്കുന്നതിലും കാണാം. ഇംഗ്ലണ്ടിലെപ്പോലെ ഇവിടെയും ഒരു
ജന്റിൽമെൻ കൾച്ചർ ധനികരായ ഭൂവുടമകൾക്കിടയിൽ നിലനിന്നു. ഇംഗ്ല
ണ്ടിലെ ധനികരായ ഭൂവുടമകളെ അനുകരിക്കുന്നതിൽ ഇവർ പിന്നിലാ
യിരുന്നില്ല. ഇംഗ്ലണ്ടിലേതുപോലെ പ്രഭുപദവി ബ്രിട്ടൻ ഇവിടെയും
കല്പിച്ച് നല്കി. അങ്ങനെ പ്രഭുപദവി ലഭിച്ചവർക്ക് സേർ എന്ന ടൈറ്റിലും

അവരുടെ ധർമ്മദാരങ്ങൾക്ക് ലേഡി പദവിയും ലഭിച്ചു. നൈറ്റ്, നൈറ്റ് കമാൻഡർ, നൈറ്റ് ഗ്രാന്റ് ക്രോസ് തുടങ്ങിയ ടൈറ്റിലുകളും നല്കി വരുന്നു.

ആസ്ത്രേലിയയിൽ കുടിയേറ്റം നടത്തിയ തൊഴിലാളിവിഭാഗ ത്തിൽപെട്ടവർക്കും ഈ പുതിയ ഭൂമിയിൽ സമൃദ്ധമായ ഒരു പുതു ജീവിതം നയിക്കാമെന്ന മോഹമുണ്ടായിരുന്നതായി പറയപ്പെടുന്നുണ്ട്. വ്യവസായവിപ്ലവം ഇംഗ്ലണ്ടിനെ ത്രസിപ്പിച്ചുകൊണ്ടിരുന്ന കാലത്തുതന്നെ യാണ് ആസ്ത്രേലിയൻ കോളനിവല്ക്കരണവും നടന്നത്. ആസ്ത്രേലി യയിലെ വിശാലമായ പുൽമേടുകളിൽ ആടുമാടുകളെ വളർത്തുന്ന പ്രവൃ ത്തിയിലേർപ്പെട്ടവർക്ക് ഭൂലഭ്യത ഒരു പ്രശ്നമായിരുന്നില്ല. ഇവിടെ ഉല്പാ ദിപ്പിക്കപ്പെട്ട വൂൾ ഇംഗ്ലണ്ടിൽ സ്ഥാപിതമായ പുതിയ ഫാക്ടറികളിലേക്ക് പ്രയാണമാരംഭിച്ചു. മാംസഭക്ഷണത്തിനായി കന്നുകാലികളും നഗരത്തി ലെത്തി. ഗോതമ്പും ധാന്യപ്പൊടികളും കപ്പൽ കയറി.

സ്ട്രിപ്പർ തുടങ്ങിയ യന്ത്രങ്ങൾ ഇത്തരം കയറ്റുമതികളെ സഹാ യിച്ചു. ഇത്തരമൊരു പരിത:സ്ഥിതിയിൽ തൊഴിലാളികൾക്കുപോലും നല്ല സാമ്പത്തികസ്ഥിതിയുണ്ടായി. തൊഴിലാളികളുടെ ദൗർല്ലഭ്യംകാരണം ഉള്ളവർക്ക് നല്ല വേതനം ലഭിച്ചു. അങ്ങനെ തൊഴിലാളികൾക്കുപോലും സ്വാതന്ത്ര്യബോധവും ആത്മവിശ്വാസവും അനുഭവപ്പെട്ടു. തൊഴിലാളി കൾക്കുമേൽ മേധാവിത്വം അടിച്ചേല്പിക്കാൻ ആളില്ലാതായി. 1850 കളിൽ തന്നെ പുരുഷതൊഴിലാളികൾക്ക് പ്രക്ഷോഭസമരങ്ങളിലേർപ്പെടാതെ തന്നെ വോട്ടവകാശം ലഭിച്ചു. ലോകത്തിലാദ്യമായി ആസ്ത്രേലിയയിലെ തൊഴിലാളികൾക്ക് എട്ടുമണിക്കൂർ ജോലി എന്ന സ്ഥിതി കൈവന്നു. സിഡ്നി, മെൽബൺ എന്നിവിടങ്ങളിലെ നിർമ്മാണതൊഴിലാളികളായി രുന്നു ഈ ഭാഗ്യവാന്മാർ.

തുല്യത (Equality):- ആസ്ത്രേലിയയിൽ സമൂഹത്തെ സൂക്ഷ്മ വിശകലനത്തിന് വിധേയമാക്കുമ്പോൾ വെളിവാകുന്ന ഒരു കാര്യം തുല്യ തയാണ്. വിദ്യാഭ്യാസനയത്തിലും ഈ ആശയം നിഴലിച്ചുകാണാം. ആദ്യം സർക്കാർമേഖലയിൽ മാത്രമാണ് സ്കൂളുകൾ ഉണ്ടായിരുന്നത്. പിന്നീട് ചർച്ച് സ്കൂളുകൾ നിലവിൽവന്നു. വേറെ സ്വകാര്യസ്കൂളുകളും സ്ഥാപി തമായി. 1979 മുതലാണ് കത്തോലിക്ക സ്കൂളുകൾക്കും ഫണ്ടുനല്കുന്ന സമ്പ്രദായം ആരംഭിച്ചത്. ഇപ്പോൾ രണ്ട് മേഖലകളും പ്രവർത്തിക്കുന്ന തായി കാണാം. സ്വകാര്യസ്കൂളുകൾ വലിയ മത്സരവും കാഴ്ചവെക്കു ന്നുണ്ട്. കൂടുതൽ കുട്ടികളെ ആകർഷിക്കുന്നതിനായുള്ള നടപടികളും ചിലർ നടത്തുന്നുണ്ട്.

നമ്മുടെ രാജ്യവുമായി തട്ടിച്ചുനോക്കുമ്പോൾ കാണുന്ന വലിയ വ്യത്യാസം ഇവിടെ ഹയർസെക്കന്ററി കഴിഞ്ഞാൽ പ്രവേശനപരീക്ഷ ഇല്ല എന്നുള്ളതാണ്. എൻട്രൻസ് ജ്വരം നമ്മെ ബാധിച്ച് കുറെ വർഷങ്ങ ളായല്ലോ. കുറെയധികം വിയർപ്പും ധനവും ഇതിനായി ഒഴുകിപ്പോകുന്നു. കേരളീയരായ ചില രക്ഷിതാക്കളുമായി ഇക്കാര്യത്തിലൊരു ആശയവിനി

മയം നടത്തിയപ്പോൾ മനസ്സിലായത് എൻട്രൻസ് എന്ന കടമ്പയില്ലെ
ങ്കിലും ഹയർസെക്കന്ററിതലത്തിൽ നൂറുശതമാനത്തിന് തൊട്ടടുത്ത്
നില്ക്കുന്നവർക്ക് മാത്രമേ മെഡിക്കൽ, എഞ്ചിനീയറിങ് പഠനത്തിന്
പ്രവേശനം ലഭിക്കുകയയുള്ളൂ. നല്ല മാർക്കുള്ളവർക്ക് ഫീസിനത്തിലും
കിഴിവുണ്ട്. ചുരുക്കത്തിൽ എൻട്രൻസ് കടമ്പ കടന്നുകയറാൻ നാം
നമ്മുടെ കുട്ടികളെ പിഴിഞ്ഞെടുക്കുമ്പോൾ ആസ്ത്രേലിയയിൽ ഉയർന്ന
ശതമാനം മാർക്കിനായി പിഴിയുന്നു. ചെറിയ സമാധാനം കൂടുതൽ
ഉയർന്ന ഗ്രേഡ് ലഭിക്കാൻ വിദ്യാർത്ഥികൾക്ക് പല ബദൽസംവിധാന
ങ്ങളുമുണ്ട് എന്നുള്ളതാണ്.

തുല്യത എന്ന സവിശേഷത ഏറ്റവും പ്രകടമാകുന്നത് ആസ്ത്രേ
ലിയക്കാർ എല്ലാവരേയും തുല്യരാക്കി പെരുമാറുന്നു എന്ന് ചില ഗ്രന്ഥ
കാരന്മാർ പ്രസ്താവിച്ചിട്ടുണ്ട്. ശീലങ്ങളുടെ ജനാധിപത്യമാണിവിടെ പുല
രുന്നത്, പ്രത്യേകിച്ചും പെരുമാറ്റശീലങ്ങളുടെ. ഇതിൽ ഒന്നാമതായി,
വൃത്തിഹീനരും ദീവാളികുളിച്ചവരുമായ ഒരു വിഭാഗം ഇവിടെയില്ല. ഒട്ടു
മുക്കാൽ ജനങ്ങളും മാന്യരും അതുകൊണ്ടുതന്നെ മറ്റുള്ളവരുടെ മാന്യത
ലഭിക്കുന്നവരുമാണ്. രണ്ടാമത്, തൊഴിലാളിവിഭാഗം സാമ്പത്തികഭദ്ര
തയുള്ളവരും ആത്മവിശ്വാസത്തിനുടമകളുമായതിനാൽ തൊഴിൽ ലഭി
ക്കുന്നതിന് അമിതമായി കെഞ്ചേണ്ടുന്ന കാര്യമില്ല. മൂന്നാമത്, അഭിരു
ചികളിലും താല്പര്യങ്ങളിലും തൊഴിലാളികളും സമൂഹത്തിലെ മറ്റിതര
വിഭാഗങ്ങളും തമ്മിൽ വലിയ അന്തരമില്ല. നാലാമത്, ധനികർ സ്വയാർജ്ജി
തമായ സമ്പത്തിനുടമകളായതിനാൽ തൊഴിലാളികളെ ഒന്നിനും
കൊള്ളാത്തവരായി പുച്ഛഭാവത്തോടെ നോക്കില്ല. അതായത് അദ്ധ്വാന
ത്തിന്റെ മഹത്വം എല്ലാവരും അംഗീകരിക്കുന്നു. അഞ്ചാമത് സ്പോർട്സ്
മത്സരങ്ങൾ, വിശിഷ്യ ക്രിക്കറ്റ്, ഫുഡ്ബോൾ എന്നിവ ജനങ്ങളെ പര
സ്പരം സംയോജിപ്പിച്ച് നിർത്തുന്ന സുപ്രധാനഘടകമാണ്. ഇംഗ്ലീഷ്കളി
യായ ക്രിക്കറ്റിൽ ആസ്ത്രേലിയക്കാർ ഇംഗ്ലീഷ്കളിക്കാരേക്കാൾ
പ്രാവീണ്യം നേടിയ കാര്യം സുവിദിതമാണ്. ആദിമനിവാസികളുടെ ഇട
യിൽനിന്നുപോലും പ്രശസ്ത ക്രിക്കറ്റ് താരങ്ങളുണ്ടായി. ലോകകപ്പ് മത്സ
രങ്ങളിലും മറ്റും ലോകമുറ്റുനോക്കുന്ന മത്സരം ആസ്ത്രേലിയൻ ക്രിക്കറ്റ്
താരങ്ങൾ കാഴ്ചവെക്കാറുണ്ട്. സ്പോർട്സിലും മത്സരങ്ങളിലും
ആസ്ത്രേലിയക്കാർ പ്രകടിപ്പിക്കുന്ന അച്ചടക്കബോധവും ശുഷ്കാന്തിയും
അസൂയാവഹമാണ്. നേരിട്ട് അനുഭവമുള്ള ഒരു കാര്യം പറയാം. ഞാനും
ബന്ധുക്കളുംകൂടി മെൽബണിലെ ക്രിക്കറ്റ്സ്റ്റേഡിയം കാണാൻ
പോയപ്പോൾ മനസ്സിലാക്കിയത് ക്രിക്കറ്റ് സ്റ്റേഡിയത്തിൽ പുകവലി കർശ
നമായി നിരോധിച്ചതായും കഠിനപുകവലിക്കാർപോലും അത് കർശന
മായി പാലിക്കുന്ന കാര്യവുമാണ്.

തുല്യത ദൃശ്യമാകുന്ന ആറാമത്തെ ഘടകം മദ്യപാനസദസ്സുകളാണ്.
മദ്യപാനം തുല്യത പ്രകടിപ്പിക്കുന്ന ഒരു ചടങ്ങായി മാറിയതായി
കാണാം. ഒരു ഗ്രൂപ്പിലെ ചടങ്ങുകളിൽ പുറം തിരിഞ്ഞുനില്ക്കുന്നത് അപ

മാനശ്രമമായി കരുതുന്നു. ആസ്ത്രേലിയയിലെ മദ്യപാനസദസ്സുകളിൽ ഉയർന്നുകേൾക്കുന്ന ഒരു വാചകം "ഉത്തരവാദിത്വബോധത്തോടെയുള്ള മദ്യപാനം" എന്നതാണ്. നമ്മുടെ നാട്ടിൽ ചിലർ ചെയ്യുന്നതുപോലെ മുന്നിൽകണ്ടതെല്ലാം വലിച്ചുകയറ്റി ബോധംകെട്ടുവീഴുന്നതിനെതിർദിശ യിലെ പെരുമാറ്റം സ്വീകരിക്കാനുള്ള ആഹ്വാനമായി ഇതിനെ കാണാം. എന്തായാലും മദ്യപാനസദസ്സുകൾ വിവിധവിഭാഗം ജനങ്ങൾക്കിടയിൽ ജനങ്ങൾക്കിടയിൽ പരസ്പരസഹവർത്തിത്വബോധം സൃഷ്ടിക്കുന്നു.

ആസ്ത്രേലിയൻ സമൂഹത്തിൽ ജനാധിപത്യബോധമുള്ള രീതി കളും വികാസംപ്രാപിച്ചത് ക്രമാനുഗതമായിട്ടായിരുന്നു. ബ്രിട്ടീഷുകാ രിൽനിന്നും കോളനിക്കാർക്ക് പല വ്യത്യസ്തതകളും പ്രകടമായിരുന്നു. തൊഴിലിടങ്ങളിൽ ഒരുമിച്ച് ജോലിചെയ്ത് വേതനംപറ്റി ജീവിക്കുന്ന സമ്പ്ര ദായം കോളനികളിൽ ആദ്യമേ ഉണ്ടായി. ധനികവിഭാഗം മേധാവിത്വം കാണിക്കുന്ന ഏർപ്പാട് ഉണ്ടായിരുന്നില്ല. ധനികരെ ബോസ് ആയി കാണുന്ന രീതി അവർക്ക് അന്യമായി. ഇംഗ്ലണ്ടിലെപോലെ പ്രഭുവർഗ്ഗവും ഇല്ല. ഇവിടെനിന്നും പിരിക്കുന്ന നികുതികൾ ഇവിടെതന്നെ ചെലവഴിച്ചു. ഭരണവിഭാഗം എന്ന രീതിയിൽ ആരും ഉണ്ടായിരുന്നില്ല.

ലേബർപാർട്ടി ആദ്യം മുതൽതന്നെ രാജകീയബഹുമതികൾ നല്കു ന്നതിനെ എതിർത്തിരുന്നു. (Imperial Honours) 1975 ൽ "സർ പദവി" നിർത്തലാക്കി. ദേശീയഗാനമായ "രാജ്ഞിയെ ദൈവം രക്ഷിക്കട്ടെ" (God save the Queen) എന്ന ദേശീയഗാനത്തിനുപകരം "അഡ്വാൻസ് ആസ്ത്രേലിയ ഫെയർ" (Advance Australia Fair)എന്ന ഗാനം നടപ്പി ലാക്കി. രാജ്ഞി, ഗവർണ്ണർ ജനറൽ, ബ്രിട്ടീഷ് പ്രതിനിധികൾ എന്നിവർ സന്നിഹിതരായ ചടങ്ങുകളിൽ മാത്രം "ഗോഡ് സേവ് ദ ക്വീൻ" ആല പിക്കും.

പക്ഷേ, പിന്നീട് ലേബർപാർട്ടിയെ പരാജയപ്പെടുത്തി ലിബ റൽപാർട്ടി അധികാരത്തിൽവന്നപ്പോൾ മുൻപ് നിർത്തലായ രാജകീയ ബഹുമതികൾ പുനഃസ്ഥാപിക്കുകയുണ്ടായി. പ്രഭുപദവികൾ (Order of Knight hoods)നല്കുന്ന സമ്പ്രദായം ആരംഭിച്ചു. തുടർന്ന് അധികാര ത്തിൽവന്ന ലേബർ വീണ്ടും രാജകീയബഹുമതികളും ആസ്ത്രേലിയൻ പ്രഭുപദവികളും ഉപേക്ഷിച്ചു. ലിബറൽകക്ഷി പിന്നീട് അധികാരത്തിൽ ദേശീയഗാനം ഏതായിരിക്കണമെന്ന കാര്യത്തിൽ റഫറണ്ടം നടത്തി. ഇതുപ്രകാരം "ആസ്ത്രേലിയൻ ഫെയർ" തിരഞ്ഞെടുത്തു.

ആസ്ത്രേലിയൻ ചരിത്രത്തിൽ ശ്രദ്ധേയമായ ഒരു വസ്തുത, ബ്രിട്ട നുമായുള്ള ബന്ധം ഉപേക്ഷിക്കാൻ അവർ ഒരിക്കലും മുതിർന്നില്ല എന്ന താണ്. മറിച്ച് യൂറോപ്യൻ യൂണിയനിൽ ചേരാൻ ബ്രിട്ടൻ തീരുമാനിച്ച പ്പോൾ, അത് ഫലത്തിൽ ലോകത്തിന്റെ വിവിധ ഭാഗങ്ങളിലുള്ള ബ്രിട്ടീ ഷുകാരെ ഉപേക്ഷിക്കലായി. 1973 ലായിരുന്നു ഇത് സംഭവിച്ചത്. ഒരി ക്കൽ ബ്രിട്ടന്റെ ഭാഗമായ ഡൊമിനീയനുകളുമായി വ്യാപാരബന്ധത്തിനോ, അവരെ ലോകകാര്യങ്ങളിൽ നയിക്കാനോ, ഉള്ള വിശേഷാധികാരങ്ങൾ

അങ്ങനെ ബ്രിട്ടനു നഷ്ടമായി. ആസ്ത്രേലിയ-ബ്രിട്ടൻ എന്ന ഇരട്ട ജീവിതം ഇതോടെ അവസാനിച്ചു. മാത്രമല്ല, മാതൃരാജ്യമായ ബ്രിട്ടനി ലെത്തിയാൽ വിമാനത്താവളങ്ങളിലും മറ്റും വിദേശികൾക്കുള്ള "ക്യൂ" വിൽ അവർ നില്ക്കേണ്ടിയും വന്നു.

കാര്യങ്ങൾ ഇങ്ങനെയൊക്കെയാണെങ്കിലും ബ്രിട്ടനുമായി ഒരു കണ്ണി ഇപ്പോഴും നിലനില്ക്കുന്നുണ്ട്. ഗവർണർജനറലിനെ പ്രധാനമന്ത്രിയുടെ ഉപദേശപ്രകാരം ഇപ്പോഴും നിയമിക്കുന്നത് ബ്രിട്ടീഷ്രാജ്ഞിയാണ്. ആസ്ത്രേലിയയിൽ റിപ്പബ്ലിക് സ്ഥാപിക്കാനുള്ള നീക്കം 1999 ലെ റഫ റണ്ടം വഴി പരാജയപ്പെടുകയുണ്ടായി. ബ്രിട്ടീഷ്രാജ്ഞിയോട് ആദരവും വിധേയത്വവും നിലനില്ക്കുന്നുണ്ടെങ്കിലും ആസ്സി (ആസ്ത്രേലിയക്കാ രുടെ) മനോഭാവം ഇപ്രകാരം ഉദാഹരിക്കാം. ആസ്ത്രേലിയൻ ക്രിക്കറ്റ്ടീ മിനെ രാജ്ഞി തിരഞ്ഞെടുക്കണമെന്ന് വന്നാൽ അതിനെതിരെ വിപ്ലവം തന്നെ ഉണ്ടാവും. ആസ്ത്രേലിയൻസമൂഹത്തിൽ ഘടനാപരമായി തുല്യത നിലനില്ക്കാനുള്ള പ്രധാനഘടകം തൊഴിലാളികൾ "പഴയ ലോകക്ലാസ് ശത്രുത"യ്ക്ക് എതിരായിരുന്നു എന്നുള്ളതാണ്.

തൊഴിലിടങ്ങളിലെ തർക്കങ്ങൾക്ക് ആസ്ത്രേലിയ കണ്ട ഏറ്റവും നല്ല പരിഹാരം ആർബിട്രേഷൻ നടത്തി പരിഹാരം കാണുക എന്നുള്ള താണ്. പണിമുടക്കുകൾ അവരെ ഞെട്ടിച്ചു. പ്രത്യേകകോടതിയിൽ മുത ലാളി-തൊഴിലാളി വിഭാഗം തർക്കമുന്നയിക്കുകയും ഒത്തുതീർപ്പ് കല്പി ക്കുകയും ചെയ്തു. 1904 ൽ ഈ ആവശ്യത്തിനായി ആർബിട്രേഷൻ ആക്റ്റ് പാസാക്കുകയുണ്ടായി. അടിസ്ഥാനവേതനം നിശ്ചയിക്കുന്ന സമ്പ്രദായം 1967 വരെ നിലനിന്നിരുന്നു. 1980 കളിൽ തൊഴിലുടമകളും തൊഴിലാളികളും തമ്മിൽ നേരിട്ട് ചർച്ച ചെയ്യുന്ന രീതി പ്രചാരത്തിൽ വന്നത് തൊഴിൽശാലകളിലെ അന്തരീക്ഷം മെച്ചപ്പെടുത്തി.

ആധുനിക ജനാധിപത്യസംവിധാനത്തിന്റെ ഒഴിച്ചുകൂടാൻ പറ്റാത്ത ഭാഗം പൗരന്മാരുടെ ക്ഷേമമാണല്ലോ. ഈ ദിശയിലുള്ള പ്രവർത്തനത്തിൽ രാജ്യം വളരെ മുന്നോട്ടുപോയിരിക്കുന്നു. ആരംഭകാലത്തുതന്നെ ഉണ്ടാ യിരുന്ന തീരുമാനം ദരിദ്രർ എന്ന ഒരു വിഭാഗം ഉണ്ടാവരുതെന്ന്. ആവ ശ്യമുള്ളവർക്ക്, വരുമാനം നോക്കി ഗവൺമെന്റ് സഹായം നല്കുന്നുണ്ട്. തൊഴിലില്ലാത്തവർക്ക് തൊഴിലില്ലായ്മവേതനവും നല്കിവരുന്നു. വിദ്യാർത്ഥികൾക്ക് നിശ്ചിതതുക സർക്കാർവക നല്കും. നമ്മുടെ രാജ്യ ത്തുള്ളതുപോലെ ഭിക്ഷാടനംവഴി ഉപജീവനം നടത്തുന്ന വൻപടയെ നമുക്ക് എവിടെയും കാണാൻ കഴിയില്ല. എന്തെങ്കിലും ചാരിറ്റിഫണ്ടിന്റെ പേരിൽ ചുരുക്കം ചിലർ പിരിവെടുക്കുന്നത് കണ്ടിരുന്നു. പക്ഷേ, ബസ്, ട്രെയിൻ എന്നിവിടങ്ങളിൽ ഭിക്ഷ യാചിക്കുന്നവർ ഇല്ല. രാജ്യത്ത് സാമ്പ ത്തികമാന്ദ്യം അനുഭവപ്പെടുന്നതിന് മുൻപ് തൊഴിലില്ലായ്മ വേതനവും മറ്റും ഉദാരമായി നല്കിയിരുന്നത്രേ. ഇപ്പോൾ അതിന്റെ തോത് കുറ ഞ്ഞിട്ടുണ്ട്. ഇങ്ങനെ വേതനം പറ്റുന്നവരെ, വിദേശങ്ങളിൽ നിന്നെത്തിയ സ്ഥിരവാസികളെ (Permanent residents) വളണ്ടിയർ വർക്കിന് നിയമി

ക്കുന്ന പതിവുണ്ട്. ശമ്പളം നല്കാതെ വളണ്ടിയർമാരായി ലൈബ്രറിക
ളിലും ഓഫീസുകളിലും നിശ്ചിതകാലം നിയമിക്കുകയാണ് പതിവ്.

ക്ഷേമപ്രവർത്തനങ്ങൾ നടത്തുന്നതിൽ മുഖ്യ പങ്കുവഹിക്കുന്നത്
മെഡികെയർ വിഭാഗമാണ്. പൗരന്മാരുടെ ആരോഗ്യരക്ഷാസംവിധാനം
ഒരുക്കുന്ന മെഡികെയർ 1984 മുതൽ രാജ്യത്ത് നടപ്പിൽ വന്നു. മെഡി
കെയർ സംവിധാനംവഴി അല്ലാതെ ആശുപത്രി ചെലവുകൾ വഹിക്കാൻ
കഴിയില്ല. ജനങ്ങളിൽനിന്നും ലെവി പിരിച്ചാണ് ഇതിന്റെ കവറേജ് നല്കു
ന്നത്. സീനിയർ സിറ്റിസൺസിൽനിന്നും ഒറ്റയ്ക്ക് താമസിക്കുന്നവർക്കും
വൈദ്യസഹായം നല്കുന്നതിന് പ്രാദേശികകൗൺസിലുകളും മുൻനിര
യിലുണ്ട്.

ആസ്ത്രേലിയൻ ഉപഭൂഖണ്ഡത്തിൽ ഉരുത്തിരിഞ്ഞ് വന്ന ജനാധി
പത്യം സവിശേഷതയാർന്നതാണെന്ന് പറഞ്ഞുവല്ലോ. നിർബ്ബന്ധിത
സൈനികസേവനം ശക്തമായി ചെറുക്കുമെങ്കിലും നിർബ്ബന്ധിതവോട്ടിങ്
എതിർക്കാതെ പോകുന്നു. സർവ്വ തുല്യത എന്ന ആശയം സാർവ്വത്രിക
മായ ജനക്ഷേമത്തിലേക്ക് രാജ്യത്തെ നയിക്കുകയോ സ്വകാര്യവിദ്യാ
ഭ്യാസസ്ഥാപനങ്ങളുടെ വളർച്ച തടയുകയോ ചെയ്തില്ല. രാഷ്ട്രീയ
ക്കാരെ പുച്ഛത്തോടെ വീക്ഷിച്ചുവെങ്കിലും ഗവൺമെന്റുകൾ സർവ്വപ്രതാപ
സ്വഭാവമുള്ളതും കാര്യക്ഷമതയുടെ ഗൂഢരൂപം പൂണ്ടതുമായി ഗണിച്ചു.
ബ്രിട്ടീഷുകാരുടെ മേനിപറച്ചിൽ പരിഹാസപൂർവ്വം വീക്ഷിച്ച ആസ്ത്രേ
ലിയക്കാർ ബ്രിട്ടീഷ്‌രാജവാഴ്ചയെ ആദരപൂർവ്വം സ്വീകരിച്ചു. വൈരു
ദ്ധ്യാത്മകമായ ഇത്തരം സവിശേഷതകൾ കൗതുകകരമാണ്. മാത്രമല്ല,
ജനാധിപത്യം എന്ന വാക്ക് ഉച്ചരിക്കാൻ കഴിയുന്നതിന് മുൻപ് തന്നെ
പുരുഷന്മാർക്ക് 19-ാം നൂറ്റാണ്ടിൽ പ്രായപൂർത്തി വോട്ടവകാശം ലഭിച്ചു.
ജനാധിപത്യം എന്ന ഐഡിയോളജി ശക്തിപ്രാപിക്കുന്നതിനുമുൻപ്
തന്നെ ആസ്സികൾ പ്രാക്റ്റീസ് ചെയ്തു. ആസ്ത്രേലിയൻ കോമൺവെൽ
ത്തിന്റെ രൂപീകരണം (1901) ജനങ്ങളുടെ നേരിട്ടുള്ള വോട്ടിന്റെ അടിസ്ഥാ
നത്തിൽ ഉണ്ടാക്കിയത് ഒരു നിത്യസ്മാരകമാണ്. രാജ്യത്തെ സാമൂഹ്യ
-രാഷ്ട്രീയരൂപീകരണത്തിന് കോമൺ വെൽത്ത് രൂപീകരണം പ്രത്യേക
ദിശാബോധം നല്കി. ആസ്സികളുടെ നേട്ടങ്ങൾ ബ്രിട്ടനുമായി താരതമ്യ
പ്പെടുത്തുന്നതിന് താഴെ നല്കുന്ന പട്ടിക സഹായകരമാകും.

നേട്ടങ്ങൾ	സംസ്ഥാനം, വർഷം	ഇംഗ്ലണ്ടിൽ അനുവദിച്ച വർഷം
1. പ്രായപൂർത്തി പുരുഷവോട്ടവകാശം, ലോവർഹൗസ്	ന്യൂസൗത്ത് വെയിൽസ്, 1858	1918 AD
2. സാമാജികർക്ക് വേതനം	ന്യൂസൗത്ത് വെയിൽസ്, 1889	1911
3. സ്ത്രീകൾക്ക് വോട്ടവകാശം	ന്യൂസൗത്ത് വെയിൽസ്,	

		ആസ്ത്രേലിയ 1902	1918
4.	വിവരാവകാശനിയമം	ന്യൂസൗത്ത് വെയിൽസ്-1989	
		വിക്ടോറിയ -1982	2000
5.	സെപ്പറേഷൻ ഓഫ്		
	ചർച്ച് ആന്റ് സ്റ്റേറ്റ്	ന്യൂസൗത്ത് വെയിൽസ്-1862	
	ആസ്ത്രേലിയ	-1901	

ഇംഗ്ലണ്ടിനെ പലകാര്യങ്ങളിലും അനുകരിക്കുന്നുവെങ്കിലും ചില രാഷ്ട്രീയനേട്ടങ്ങൾ ഇംഗ്ലണ്ടിൽ അനുവദിക്കുന്നതിനും വളരെമുൻപ് തന്നെ ആസ്ത്രേലിയൻ കോളനികളിലും സ്റ്റേറ്റുകളിലും അനുവദിച്ചത് ആസ്ലികളുടെ രാഷ്ട്രീയപ്രബുദ്ധതയ്ക്ക് നല്ല ഉദാഹരണമാണ്. 1952 ഫെബ്രവരി 7-ാം തീയതിമുതൽ ഇംഗ്ലണ്ടിലെ ക്വീൻ എലിസബത്ത് II ആസ്ത്രേലിയയുടെ പരമാധികാരിയായി (Sovereign) കണക്കാക്കപ്പെ ടുന്നു. ഫെഡറൽസമ്പ്രദായത്തിലുള്ള ആസ്ത്രേലിയൻ ഗവൺമെന്റിന് നാല് വിഭാഗങ്ങളുണ്ട്. കോമൺവെൽത്ത്, സംസ്ഥാനങ്ങൾ, ടെറിറ്ററിയും പ്രാദേശികസർക്കാറും.

ആസ്ത്രേലിയ എന്ന രാജ്യം ഭരിക്കപ്പെടുന്നത് പ്രധാനമന്ത്രി തല വനായ ഫെഡറൽ പാർലമെന്റാണ്. പ്രധാനമന്ത്രിയാണ് ഭരണത്തലവൻ. പാർലമെന്റ് അംഗങ്ങൾ നാല്കൊല്ലം കൂടുമ്പോൾ പൊതുതിരഞ്ഞെടു പ്പിൽ തിരഞ്ഞെടുക്കപ്പെടുന്നു. ഭൂരിപക്ഷം ലഭിച്ച രാഷ്ട്രീയപാർട്ടി പ്രധാനമന്ത്രിയെ തിരഞ്ഞെടുക്കുന്നു. ദേശീയ നിയമങ്ങൾ, അന്തർദ്ദേ ശീയനിയമങ്ങൾ, ദേശീയവും സാമൂഹ്യവുമായ സുരക്ഷിതത്വം, സാമ്പ ത്തികനയങ്ങൾ എന്നിവ ഉണ്ടാക്കുന്നത് ഫെഡറൽ ഗവൺമെന്റാണ്. വരു

ആദിവാസി കല ഒരു ചിത്രീകരണം

മാനസ്രോതസ്സുകൾ കണ്ടെത്തുന്നതും നികുതി നിശ്ചയിക്കുന്നതും ഓരോ സംസ്ഥാനത്തിനും റവന്യൂവരുമാനം അനുവദിച്ച് നല്കുന്നതും ഫെഡറൽ ഗവൺമെന്റാണ്.

രണ്ടാമതായി സംസ്ഥാനങ്ങളിലും ഒരു തിരഞ്ഞെടുക്കപ്പെടുന്ന പാർലമെന്റും ഭൂരിപക്ഷം ലഭിച്ച പാർട്ടി നിയമിക്കുന്ന മുഖ്യനും ഉണ്ട്. രാജ്ഞിയുടെ പ്രതിനിധിയായി ഒരു ഗവർണ്ണർ എല്ലാ സംസ്ഥാനങ്ങളിലും ഭരണമേൽനോട്ടം വഹിക്കുന്നു. പൊതുജനാരോഗ്യം, ട്രാൻസ്പോർട്ട്, വിദ്യാഭ്യാസം എന്നിവ സംസ്ഥാനഭരണത്തിലാണ്.

മൂന്നാമതായി തിരഞ്ഞെടുക്കപ്പെടുന്ന ലോക്കൽ കൗൺസിലുകൾ പ്രാദേശികഭരണച്ചുമതല നിറവേറ്റുന്നു. മാലിന്യശേഖരണം, ജലവിത രണം, അഴുക്കുചാൽ എന്നിവയുടെ മേൽനോട്ടം ലോക്കൽകൗൺസിലു കൾക്കാണ്. പൊതുവേ സേവനമേഖലയിൽപ്പെടുന്ന ലൈബ്രറികൾ, കമ്യൂണിറ്റി സെന്ററുകൾ എന്നിവയുടെ ചുമതലയും കൗൺസിലുകൾ നിർവ്വഹിക്കുന്നു. നമ്മുടെ നാട്ടിലെ പഞ്ചായത്ത്, മുനിസിപ്പാലിറ്റി, കോർപ്പ റേഷനുകൾ എന്നിവ നിർവ്വഹിക്കുന്ന എല്ലാ ചുമതലകളും കൗൺസി ലുകൾക്കാണ്. ത്രിതലഭരണസമ്പ്രദായത്തിന്റെ ഒരു ഫലം ചില ഭരണ കാര്യങ്ങൾ കോമൺവെൽത്തും സ്റ്റേറ്റ് ഡിപ്പാർട്ടുമെന്റുകളും സംയുക്ത മായി നിർവ്വഹിക്കുന്നു എന്നതാണ്. ഉദാഹരണമായി അവിടെ ഒരു കോമൺവെൽത്ത് ഡിപ്പാർട്ട്മെന്റ് ഓഫ് എഡ്യൂക്കേഷൻ, എംപ്ലോ യ്മെന്റ്, തൊഴിൽശാലാബന്ധങ്ങൾ തുടങ്ങിയവയുടെ ഭരണവും എല്ലാ യൂണിവേഴ്സിറ്റികൾക്കാവശ്യമായ ഫണ്ടുകൾ നല്കുകയും ചെയ്യുന്നു. ഓരോ സംസ്ഥാനത്തുമുള്ള സ്റ്റേറ്റ് വിദ്യാഭ്യാസവകുപ്പ് ഫെഡറൽനിബ ധനകൾക്കനുസരിച്ച് യൂണിവേഴ്സിറ്റി ഭരണവും സാമ്പത്തികകാര്യ ങ്ങളും നിയന്ത്രിക്കുന്നു.

12

സ്വതന്ത്രവും നീതിയുക്തവുമായ തിരഞ്ഞെടുപ്പ്

ജനാധിപത്യരാജ്യമായ ആസ്ത്രേലിയയിൽ തിരഞ്ഞെടുപ്പുകൾ സ്വതന്ത്രവും നീതിയുക്തവുമാണെന്ന് മാത്രമല്ല പല സവിശേഷതകളു ള്ളതുമാണ്. ഇതിൽ എടുത്തുപറയേണ്ട വസ്തുത രാഷ്ട്രീയപ്പാർട്ടി കൾക്ക് ഗവൺമെന്റ് ഫണ്ട് ലഭിക്കുന്നതാണ്. വോട്ടവകാശത്തിനുള്ള ചുരുങ്ങിയ പ്രായം 18 വയസ്സാണ്. രജിസ്റ്റർ ചെയ്ത പാർട്ടികൾക്കാണ് ഫണ്ട് ലഭിക്കുന്നത്. ഇപ്പോൾ ഏകദേശം ഇരുപത്തഞ്ചോളം പാർട്ടികൾ രജിസ്റ്റർ ചെയ്തിട്ടുണ്ട്. വോട്ടുചെയ്യാതിരിക്കുന്നത് കുറ്റകരമാണ്. ഇതി നുള്ള പിഴ ഇരുപത് ഡോളർ.

രജിസ്റ്റർ ചെയ്യാൻ പാർട്ടികൾക്ക് അർഹത ഉണ്ടാവണം. ഈ അർഹത ലഭിക്കുന്നതിന് മിനിമം മെമ്പർഷിപ്പും വേണം. ന്യൂസൗത്ത് വെയിൽസിൽ ചുരുങ്ങിയത് 750 അംഗങ്ങൾ ഉള്ള രാഷ്ട്രീയ പാർട്ടിക്ക് രജിസ്ട്രേഷൻ ലഭിക്കും. കൂടാതെ എഴുപത്തഞ്ച് ശതമാനം മെമ്പർമാർ റാൻഡം സർവ്വേയിൽ പ്രതികരിക്കുകയും വേണം. രജിസ്റ്റർ ചെയ്യുന്ന തിന് സർക്കാർ നിശ്ചയിച്ച ചെലവുകളും നല്കണം.

തിരഞ്ഞെടുപ്പുകളിൽ നാലുശതമാനം വോട്ട് നേടിയവർക്ക് മുൻകൂർ ഡിപ്പോസിറ്റ് തിരിച്ചു നല്കും.

1902 ലെ കോമൺവെൽത്ത് പാർലമെന്റിലേക്കുള്ള തിരഞ്ഞെടുപ്പ് മുതൽ സ്ത്രീകൾക്ക് വോട്ടവകാശം ലഭിച്ചുവെങ്കിലും ഇപ്പോൾ പാർല മെന്റിൽ സ്ത്രീകളുടെ പ്രാതിനിദ്ധ്യം കുറവാണ്. 2008 ലെ കണക്ക് പ്രകാരം മറ്റ് രാജ്യങ്ങളുമായി താരതമ്യപ്പെടുത്തുമ്പോൾ ആസ്ത്രേലി യയ്ക്ക് ഇക്കാര്യത്തിൽ 32-ാം സ്ഥാനമേയുള്ളൂ.

ആദ്യകാലത്ത് രാജ്യത്തെ വലിയ രണ്ടുപാർട്ടികൾ ലേബറും ലിബ റൽ പാർട്ടിയുമായിരുന്നു. മറ്റ് പാർട്ടികൾ, ആസ്ത്രേലിയൻ ഡെമോക്രാ

റ്റസ്, ദി ഗ്രീൻസ്, വൺനേഷൻ, ഫാമിലി ഫസ്റ്റ് തുടങ്ങിയവയാണ്. വലിയ പാർട്ടികൾക്കിടയിൽ നല്ല അച്ചടക്കം പാലിച്ചിരുന്നു. അംഗത്വം ലഭിക്കു ന്നവർ പ്രതിജ്ഞ എടുക്കേണ്ടതുണ്ട്. ലേബർ പാർട്ടിയിൽ പ്രതിജ്ഞ എടുക്കേണ്ട ബാദ്ധ്യത ഇല്ലെങ്കിലും അച്ചടക്കത്തിൽ വിട്ടുവീഴ്ച കാണി ക്കാറില്ല. ഗ്രീൻ പാർട്ടിയിലും മറ്റും മനഃസാക്ഷി വോട്ട് രേഖപ്പെടുത്താൻ അനുവാദം നല്കാറുണ്ട്.

കാലുമാറ്റം ഇവിടെ വളരെ കുറവാണ്. പ്രത്യേകിച്ചും പാർലമെന്റിൽ. ആസ്ത്രേലിയൻ ബ്യൂറോ നടത്തിയ പഠനപ്രകാരം 1950 നും 2004 നും ഇടയിൽ കാലുമാറ്റം നടത്തിയവർ മൂന്നുശതമാനം മാത്രമായിരുന്നു. ഈ മൂന്നുശതമാനം പാർട്ടിതീരുമാനത്തിനെതിരെ വോട്ടു ചെയ്തു. അഭിപ്രായ വ്യത്യാസമുള്ളവർ പാർട്ടിയിൽനിന്നും രാജിവെക്കുകയാണ് പതിവ്. ന്യൂസിലാൻഡിൽ ഇങ്ങനെ രാജിവെക്കുന്നവർക്ക് അംഗത്വം നഷ്ടപ്പെടും.

ഇപ്പോൾ രാജ്യത്ത് രാഷ്ട്രീയ പാർട്ടികളുടെ അംഗസംഖ്യ കുറഞ്ഞു വരുന്നതായാണ് പഠനങ്ങൾ സൂചിപ്പിക്കുന്നത്. (Australian Bureau of Statistics, പേജ് 134) പാർട്ടിയിലെ കൃത്യമായ അംഗസംഖ്യ പറയാൻ പാർട്ടികൾ ബാദ്ധ്യസ്ഥരല്ല. അതിനാൽ കൊഴിഞ്ഞുപോക്ക് രഹസ്യമായി വെക്കുന്നു.

തെരഞ്ഞെടുപ്പ് പ്രചാരണം, നോട്ടീസ് വിതരണം, പരസ്യം എന്നിവ പ്രൊഫഷണൽ ഏജൻസികളാണ് നടത്തുക. നമ്മുടെ നാട്ടിലെപ്പോലെ അംഗങ്ങൾ ചുമരെഴുത്തിനും പ്രചാരവേലയ്ക്കും മുന്നിട്ടിറങ്ങുന്നില്ല. ലോക്കൽ പാർട്ടിപ്രവർത്തകർക്ക് നമ്മുടെ നാട്ടിലെപ്പോലെ ഇലക്ഷൻ സമയത്ത് ഒരു ധൃതിയോ വേവലാതിയോ കാണില്ല. പ്രിഫറൻഷ്യൽ വോട്ടി ങ്ങിന് മാത്രം പ്രവർത്തകർ എങ്ങനെ വോട്ടു ചെയ്യണമെന്ന് കാർഡ് കാണിച്ച് ബൂത്തിൽ വിവരിക്കും.

പാർട്ടികൾക്ക് ലഭിക്കുന്ന സംഭാവനകൾ ആസ്ത്രേലിയയിൽ ഇല ക്ഷൻ കമ്മീഷനെ അറിയിക്കണം. സംഭാവന നല്കുന്നവരുടെ യഥാർത്ഥവിവരങ്ങൾ രേഖപ്പെടുത്തണം. ആസ്ത്രേലിയയിൽ കാലാകാ ലങ്ങളിൽ നടത്തുന്ന ഒരു അഭിപ്രായസർവ്വേ അറിയപ്പെടുന്നത് "സോഷ്യൽ ആറ്റിട്യൂഡ്സ് സർവ്വേ" (Social Attitude Survey) എന്ന പേരി ലാണ്. 2007 ൽ നടത്തിയ പ്രസ്തുത സർവ്വേയുടെ ഫലം ഇപ്രകാരമായി രുന്നു.

വലിയ ശതമാനം ജനങ്ങൾ ഡെമോക്രസിയിൽ വിശ്വാസവും അഭി മാനവും രേഖപ്പെടുത്തി. 38% വിശ്വസിച്ചത് ഗവൺമെന്റ് വൻകിട ബിസി നസുകാർക്ക് മാത്രം വേണ്ടിയുള്ളതാണ്. 20% ആളുകൾ വിശ്വസിച്ചത് ഗവൺമെന്റ് എല്ലാവരുടെയും നന്മയ്ക്കുവേണ്ടി പ്രവർത്തിക്കുന്നു. 30%ത്തിന്റെ വിശ്വാസം രാഷ്ട്രീയക്കാരിൽ അഴിമതിക്കാരുണ്ടെന്നും അതി നാൽ അവരിൽ അവിശ്വാസം ഉണ്ടെന്നുമാണ്. 60%ത്തിന് ഫെഡറൽ പാർലമെന്റിൽ വിശ്വാസമില്ല. നിയമസംവിധാനങ്ങളിലും പബ്ലിക് സർവ്വീ സുകളിലും അവർ സംശയാലുക്കളാണ്.

രാഷ്ട്രീയ സ്ഥാപനങ്ങളിൽ വിശ്വാസമില്ലായ്മ ലോകോത്തരമായ ഒരു ട്രെൻഡിന്റെ ഭാഗമാണെന്ന് ഇവിടെ ചിലർ വിലയിരുത്തുന്നു. അഴിമതിയും കൈക്കൂലിയുമെല്ലാം ഇവിടെയും നിലവിലുണ്ട്. കൈക്കൂലി മറ്റൊരു പേരിലും അറിയപ്പെടുന്നു. ഫെസിലിറ്റേഷൻ പെയ്മെന്റ് (Facilitation Payment,) എന്നതുകൊണ്ട് അർത്ഥമാക്കുന്നത് കാര്യസാദ്ധ്യത്തിനുവേണ്ടി നല്കുന്ന പണമിടപാട് എന്നതാണല്ലോ. ചെറിയ ശതമാനം കമ്പനികൾ മാത്രമേ ഇത് വിലക്കിയിട്ടുള്ളൂ.

നേരത്തെ സൂചിപ്പിച്ച സർവ്വേ പ്രകാരം അന്തർദ്ദേശീയതലത്തിൽ നോക്കുമ്പോൾ അഴിമതിയുടെ തോത് ഇവിടെ കുറവാണ്. മൂന്ന് സംസ്ഥാനങ്ങളിൽ അഴിമതി വിരുദ്ധ കമ്മീഷനുകൾ നിലവിലുണ്ട്

കാൻബറ പാർലമെന്റ് കെട്ടിടം

താനും. എങ്കിലും ഫെഡറൽ സംവിധാനത്തിൽ അഴിമതിവിരുദ്ധ കമ്മീഷൻ ഇല്ല എന്നുള്ളത് ഒരു വലിയ ന്യൂനതയാണ്. മാത്രമല്ല ഇലക്ഷൻ സമയത്ത് ഗവൺമെന്റ് മാദ്ധ്യമങ്ങളിൽ വ്യാപകമായി പരസ്യം നല്കുന്ന ഏർപ്പാടും നിലവിലുണ്ട്. ഓരോ കാര്യപരിഹാരത്തിനുമായി "ലോബിയിങ്" നടത്തുന്നതിനെ നിയന്ത്രിക്കുന്നതിന് പൊതുവായ നിയന്ത്രണങ്ങളും ഇല്ല എന്നതും വലിയ വീഴ്ചയാണ്.

ചില പണ്ഡിതന്മാരുടെ വീക്ഷണത്തിൽ, ജനാധിപത്യസമ്പ്രദായം നിലവിലുള്ള ഇടങ്ങളിലെല്ലാം കൃത്യമായ ആരോഗ്യപരിശോധനകൾ ആവശ്യമാണ്. ജനാധിപത്യത്തിന്റെ ആരോഗ്യസ്ഥിതി അറിയുന്നതിന് ഇത് അത്യാവശ്യമാണ്. ഇത്തരം ഒരു വിലയിരുത്തൽ നടത്തുന്നതിന് ഒരു അന്തർദ്ദേശീയ മെത്തഡോളജി വേണ്ടതുണ്ട്. 1991 ൽ യു കെ യിൽ ഇത്തരമൊരു പഠന ചട്ടക്കൂട് ആരംഭിക്കുകയുണ്ടായി. അന്തർദ്ദേശീയ

മായ പഠനാവശ്യങ്ങൾക്കായി 1995 ൽ സ്റ്റോക്ക്ഹോമിൽ "ഇന്റർനാഷ
ണൽ ഇൻസ്റ്റിറ്റ്യൂട്ട് ഫോർ ഡെമോക്രസി ആന്റ് ഇലക്ടൊറൽ അസി
സ്റ്റൻസ്" (International Institute for Democracy and Electoral Assis-
tance) എന്ന പേരിൽ ലോകത്തിലെ പ്രമുഖ ജനാധിപത്യരാജ്യങ്ങൾ
മുൻകൈയെടുത്ത് ഒരു ഇൻസ്റ്റിറ്റ്യൂട്ട് സ്ഥാപിക്കുകയുണ്ടായി. ആസ്ത്രേ
ലിയ അടക്കമുള്ള രാജ്യങ്ങൾ ഇത്തരമൊരു സ്ഥാപനത്തിന്റെ രൂപവല്ക
രണത്തിൽ പങ്ക് വഹിച്ചത് ലോകരാഷ്ട്രങ്ങളിൽ നിലവിൽ വന്ന പുതിയ
ജനാധിപത്യരാഷ്ട്രങ്ങൾക്ക് ആവശ്യമായ സഹായം നല്കുന്നതിനാണ്.
ഓരോ രാജ്യത്തെ നിയമങ്ങളും പൗരാവകാശങ്ങളും പരിശോധിക്കുക,
പ്രാതിനിധ്യസ്വഭാവത്തോടുകൂടിയ ഗവൺമെന്റിന്റെ ഉത്തരവാദബോധം
സിവിൽ സമൂഹങ്ങളിലെ ജനകീയ പങ്കാളിത്തം ദേശീയ- അന്തർദ്ദേശീയ
മാനങ്ങൾക്കപ്പുറത്തുള്ള ജനാധിപത്യം എന്നിവ പഠനത്തിനും വിലയി
രുത്തലിനും വിധേയമാക്കുകയാണ് പ്രസ്തുത ഇൻസ്റ്റിറ്റ്യൂട്ടിന്റെ ലക്ഷ്യ
പ്രമാണങ്ങൾ.

ഒരു ജനാധിപത്യ രാഷ്ട്രമെന്ന നിലയിൽ ആസ്ത്രേലിയയ്ക്ക് ജനാ
ധിപത്യസംവിധാനങ്ങൾ നിലനിന്നു കാണുന്നതിനുള്ള താല്പര്യം പ്രക
ടമാണ്.

ഇന്ത്യാ- ആസ്ത്രേലിയ ബന്ധങ്ങൾ

ഇന്ത്യയുമായുള്ള ആസ്ത്രേലിയൻ ബന്ധങ്ങൾ ദൃഢവും ഊഷ്മള
വുമാണ്. രാജ്യത്തിന്റെ ഇയർബുക്കുകളിൽ ഈ വസ്തുത വ്യക്തമായി
നല്കിയതായി കാണാം. അന്താരാഷ്ട്ര തലത്തിൽ സുഹൃദ്ബന്ധങ്ങ
ളിൽ ഇന്ത്യക്ക് ഉയർന്ന സ്ഥാനമാണ് നല്കിയിട്ടുള്ളത്. ഇന്ത്യയുമായി
ബന്ധപ്പെട്ടുള്ള പ്രവർത്തനങ്ങൾ ദീർഘകാലാടിസ്ഥാനത്തിലുള്ളതും
തന്ത്രപ്രധാനവുമാണ്. 2009 നവംബർ മാസം രണ്ടു രാജ്യത്തെയും
പ്രധാനമന്ത്രിമാർ തമ്മിൽ ഉണ്ടാക്കിയ ഉടമ്പടി പ്രകാരമാണ് ഉഭയകക്ഷി
ബന്ധങ്ങൾ മുന്നോട്ടു പോകുന്നത്. വർഷംതോറും ഉന്നതർ പരസ്പരം
കൂടിക്കാഴ്ച നടത്തുകയും പതിവാണ്. കൂടാതെ വിദേശവ്യാപാരച്ചുമത
ലയുള്ള മന്ത്രിമാർ വാർഷിക കൂടിക്കാഴ്ചയും പതിവായി നടത്തിവരുന്നു.

ഇന്ത്യയുമായുള്ള ബന്ധം മെച്ചപ്പെടുത്തുന്നതിന് ഇന്ത്യയിലേക്ക്
അയയ്ക്കുന്ന ഉദ്യോഗസ്ഥന്മാരുടെ എണ്ണവും ഗണ്യമായി വർദ്ധിപ്പിച്ചി
ട്ടുണ്ട്. 2008 നുശേഷം ആസ്ത്രേലിയൻ ഉദ്യോഗസ്ഥന്മാരുടെ എണ്ണത്തിൽ
85% ത്തോളം വർദ്ധനവുണ്ടായിട്ടുണ്ട്. കൂടാതെ മുംബൈ, ചെന്നൈ എന്നീ
വിടങ്ങളിലെ കോൺസൽജനറലിന്റെ ഓഫീസുകളിൽ പുതിയ സ്ഥാന
ങ്ങളും ഏർപ്പെടുത്തിയിട്ടുണ്ട്.

ആസ്ത്രേലിയയുമായുള്ള ഇന്ത്യാബന്ധങ്ങളിൽ സാമ്പത്തിക
ബന്ധങ്ങളാണ് കൂടുതൽ ശക്തിമത്തായി വളർന്ന് വന്നിട്ടുള്ളത്.
ആസ്ത്രേലിയയുമായുള്ള വ്യാപാര ബന്ധങ്ങളിൽ ഇന്ത്യക്ക് എട്ടാം
സ്ഥാനമുണ്ട്. വിപുലമായ വ്യാപാരപങ്കാളിത്തം ഇരുരാഷ്ട്രങ്ങൾ തമ്മിൽ

പുരോഗമിച്ച് 2010-11 വർഷത്തിൽ ഇരുപത്തൊന്ന് ബില്ല്യൻ ഡോളറായി ഉയർന്നിരുന്നു.

ആസ്ട്രേലിയയുടെ ഭൂമിശാസ്ത്രത്തിൽ ഇന്ത്യാസമുദ്രത്തിന് മർമ്മ പ്രധാനസ്ഥാനമാണുള്ളത്. ഇന്ത്യാസമുദ്രസംബന്ധിയായ പ്രാദേശിക കാര്യങ്ങളിൽ രണ്ടുരാജ്യങ്ങളും തമ്മിൽ സഹകരിച്ച് പ്രവർത്തിക്കുന്നു. ഇന്ത്യാസമുദ്ര പ്രദേശ അംഗങ്ങളുടെ കൗൺസിലിൽ ചെയർമാൻ, വൈസ്ചെയർമാൻ സ്ഥാനങ്ങൾ രണ്ടു രാജ്യങ്ങളും മാറി മാറി കൈയാ ളുകയും പ്രാദേശിക സഹകരണം ഉറപ്പുവരുത്തുകയും ചെയ്തു വരുന്നു. (Indian Ocean RIM Association for regional Co-operation)

ഇന്ത്യാ-ആസ്ട്രേലിയൻ കൗൺസിലിന്റെ ഇരുപതാം വാർഷികം ആഘോഷപൂർവ്വം 2012 ൽ കൊണ്ടാടിയത് ഇയർബുക്കിൽ രേഖപ്പെടു ത്തിയിട്ടുണ്ട്. ഇപ്പോൾ 23-ാം വർഷത്തിലെത്തി നില്ക്കുന്ന ഈ കൗൺസിൽ ബന്ധം മുഖ്യമായും വിദ്യാഭ്യാസം, സയൻസ് ടെക്നോ ളജി, പരിസ്ഥിതി, സാമൂഹ്യബന്ധങ്ങൾ, കലാരംഗം എന്നീ മേഖലക ളിൽ സഹകരിച്ച് പ്രവർത്തിക്കുന്നതിന് പാതയൊരുക്കിയിട്ടുണ്ട്.

2015 ആരംഭത്തിൽ തന്നെ ഇന്ത്യാപ്രധാനമന്ത്രി നരേന്ദ്രമോഡി ആസ്ട്രേലിയ സന്ദർശിച്ച് ഉഭയകക്ഷി കരാറുകളിലേർപ്പെടുകയുണ്ടായി.

13

അബോറിജിൻസ് – ഇന്നത്തെ നില

ആർക്കിയോളജിവിദഗ്ദ്ധരുടെ നിഗമനങ്ങൾ പ്രകാരം ചുരുങ്ങിയത് അമ്പതിനായിരം വർഷങ്ങൾക്ക് മുമ്പെങ്കിലും ആസ്ത്രേലിയൻ ഭൂഖ ണ്ഡത്തിൽ വാസമുറപ്പിച്ചവരാണ് ആദിമനിവാസികൾ. ക്യാപ്റ്റൻ ജെയിംസ് കുക്ക് 1770 ൽ ഈ ഭൂഖണ്ഡത്തിൽ കാല് കുത്തുകയും വൻകര യുടെ കിഴക്കൻ തീരം മുഴുവനായും ബ്രിട്ടീഷ് രാജ്ഞിക്ക് അവകാശ പ്പെട്ടതായി പ്രഖ്യാപിക്കുകയുമുണ്ടായി. തുടർന്ന് 1778 ൽ ഇംഗ്ലീഷ് ജയി ലുകളിൽ സ്ഥലമില്ലാത്തതിനാൽ കുറ്റവാളികളെ ഒരു കപ്പലിൽ കയറ്റി ആസ്ത്രേലിയയിലിറക്കുകയുമുണ്ടായി. വൻകരയിലെ ആദിമനിവാസി കളും വിധിയുമായയുള്ള ഏറ്റമുട്ടലുകൾക്ക് ആരംഭമായി.

വിജനമായ വൻകരയിലേക്ക് ഇരമ്പിയെത്തിയ കുടിയേറ്റക്കാർ രചിച്ച ചരിത്രം മുൻ അദ്ധ്യായങ്ങളിൽ നാം കണ്ടുകഴിഞ്ഞു. ആദിമനിവാസിക ളോട് അന്താരാഷ്ട്ര നിയമം പാലിക്കണമെന്ന് ആദ്യകാലത്ത് ചില ബ്രിട്ടീഷ് അധികാരികൾ ആഗ്രഹിച്ചിരുന്നു. ആഫ്രിക്കയിലേക്ക് കുറ്റവാ ളികളെ അയയ്ക്കുമ്പോൾ ഇത്തരം നയം സ്വീകരിച്ചിരുന്നു. ഇവിടെ ആദിമ നിവാസികളെ കൃഷിക്കാരായി കണക്കാക്കാത്തതുകൊണ്ട് അവരുമായി കരാറുണ്ടാക്കുന്ന കാര്യം പരിഗണിച്ചില്ല. ഏറ്റവും ദുസ്സഹമായ കാര്യം കോടതികളിൽ തെളിവ് നല്കാൻ ആദിമനിവാസികളെ അനുവദിക്കാ ത്തതായിരുന്നു.

വിധിയുടെ വിചാരണകളും ബലതന്ത്രപരീക്ഷണങ്ങളും നേരിട്ട് ഒടു വിൽ വംശനാശം സംഭവിക്കാതെ കുറെ ആളുകൾ ഇന്നത്തെ ആസ്ത്രേ ലിയയിൽ ഉണ്ട്. 2006 ൽ നടന്ന ജനസംഖ്യാകണക്കെടുപ്പ് പ്രകാരം 4,55,031 അബോറിജിൻസ് രാജ്യത്തുള്ളതായി രേഖപ്പെടുത്തിയിട്ടുണ്ട്. ഇതിൽ ഭൂരിപക്ഷവും അർബൻ പ്രദേശങ്ങളിൽ വസിക്കുന്നു. ടോറസ്

സ്ത്രെയിറ്റ് ദ്വീപിൽ മൊത്തം 8000 ജനങ്ങളുള്ളതിൽ 6000വും ആദിമ നിവാസികളത്രെ. പ്രസ്തുത സെൻസസ് പ്രകാരം ആസ്ത്രേലിയയിലെ മൊത്തം ജനസംഖ്യ 19,855,288 ആളുകളാണ്. 1967 മുതൽ കാനേഷു മാരി കണക്കെടുപ്പിൽ ഇവരുടെ തലകളും എണ്ണത്തിൽപ്പെടുത്തുന്നുണ്ടെ ങ്കിലും പാർലമെന്റിൽ ആദിമ നിവാസിവിഭാഗങ്ങൾക്ക് പ്രാതിനിദ്ധ്യമില്ല. ഗവൺമെന്റ് പകരം "പ്രാക്ടിക്കൽ റീകൺസിലിയേഷൻ" (Practical Reconciliation) എന്ന പരിപാടി നടപ്പിലാക്കി ആദിമനിവാസികൾക്ക് ഇട യിൽ ക്ഷേമപ്രവർത്തനങ്ങൾ നടത്താമെന്നാണ് പ്രഖ്യാപിച്ചത്. അംബോ റിജിൻസിന് ഇപ്പോൾ അവരുടെയിടയിൽ നിന്ന് ഉയർന്നുവന്ന രണ്ട് നേതാ ക്കളാണ് ലോവിറ്റ്ജാ ഒഡോണഹ്യൂവും നോയൽ പിയേഴ്സനും (Lowitija 'O Donohue and Noel pearson) ആദിവാസികുട്ടികൾക്കിടയിൽ ആരോഗ്യശീലങ്ങൾ പരിചയപ്പെടുത്തുക എന്ന നയം മേൽ പ്രസ്താ വിച്ച പ്രായോഗിക അനുരഞ്ജനത്തിന്റെ ഭാഗമായിരുന്നു. ഇതു പ്രകാരം ദിവസവും കുട്ടികളുടെ മുഖം കഴുകി വൃത്തിയാക്കുക, വെൽഫേർ ഫണ്ട് വഴിയുള്ള സഹായത്തിൽ പകുതിയെങ്കിലും ഭക്ഷണത്തിനും മറ്റ് അത്യാ വശ്യങ്ങൾക്കും ചെലവഴിക്കണമെന്ന് നിഷ്കർഷിച്ചിരുന്നു. വെൽഫേർ ക്വാറൻടൈൻ (Welfare Quarantine) എന്ന പേരിലാണിത് അറിയപ്പെടു ന്നത്. ഇതിനെ മേൽപ്രസ്താവിച്ച നേതാക്കളിലൊരാളായ ലൊവിറ്റ്ജാ എതിർക്കുകയും നോയൽ പിയേഴ്സൻ എന്ന നേതാവ് അനുകൂലിക്കു കയും ഉണ്ടായി. ഇതിൽനിന്നും വ്യക്തിശുചിത്വകാര്യങ്ങളിലും ആരോഗ്യ കാര്യങ്ങളിലുമുള്ള അവരുടെ പ്രതികരണങ്ങൾ മനസ്സിലാക്കാം.

കുറ്റകൃത്യങ്ങളിലേർപ്പെട്ട് ജയിലിൽ കഴിയുന്നവരിൽ കൂടുതലും ആദിമനിവാസിവിഭാഗത്തിൽപ്പെട്ടവരാണ്. ജയിലിലെ തടവുകാരിൽ ഇരു പത്തിനാല് ശതമാനവും ഈ വിഭാഗത്തിൽപെട്ടവരാണെന്ന് ക്രിമിനോ ളജിസ്റ്റുകളും പറയുന്നുണ്ട്. മയക്കുമരുന്നുപയോഗം, അമിത മദ്യപാനം എന്നിവ ഇവരുടെ ആരോഗ്യം ക്ഷയിപ്പിക്കുകയും അവരെ ഒന്നിനും കൊള്ളാത്തവരാക്കി തീർക്കുകയും ചെയ്യുന്നു.

ഗവൺമെന്റ് നയത്തിൽ ഇവർക്കനുകൂലമായ നല്ല മാറ്റം ഉണ്ടായി ട്ടുണ്ടെങ്കിലും ഈ വിഭാഗത്തിൽ എല്ലാവർക്കും അതിന്റെ ഗുണഭോക്താ ക്കളാകാൻ കഴിഞ്ഞിട്ടില്ല. ഇവരുടെ കുട്ടികളിൽ 12-ാം ക്ലാസ് വരെ പഠനം തുടരുന്നവരും കുറവാണത്രെ. ഇവർക്കിടയിലെ തൊഴിലില്ലായ്മയും പ്രശ്നം ഗുരുതരമാക്കുന്നതായി യു എൻ കമ്മിറ്റി നിശിതമായി വിമർശി ക്കുകയുണ്ടായി. (U N committee on Elimination of Racial Discrimi- nation)

1967 വരെ അബോറിജിൻസ് സമൂഹത്തിലെ ഏറ്റവും കൂടുതൽ പരാ ധീനതകൾ അനുഭവിക്കുന്ന വിഭാഗമായിരുന്നു. ദേശീയ കാനേഷുമാരി കണക്കെടുപ്പിൽ ഉൾപ്പെടുത്തിയതോടെ വലിയ മാറ്റങ്ങളുണ്ടായി. 1992 ൽ അവരുടെ ഭൂഅവകാശങ്ങൾ പുന:സ്ഥാപിച്ചതും അവകാശസംരക്ഷണ കാര്യത്തിൽ ഒരു നാഴികക്കല്ലായി. യൂറോപ്യൻ കുടിയേറ്റ കാലത്ത്

ആർക്കും ഭൂമിയിൽ അധികാരമില്ലെന്ന (Terra Nullius) വാദം പൊളിച്ചെ ഴുതേണ്ടി വന്നു. 1992 ൽ സർക്കാർ അബോറിജിൻസിന്റെ നീതിന്യായ സമ്പ്രദായം പരിഷ്കരിക്കുന്നതിനായി 113 മില്ല്യൻ ഡോളർ അനുവദിച്ച് പഞ്ചവത്സര പദ്ധതി ആവിഷ്കരിക്കുകയുണ്ടായി. ഇതുപ്രകാരം കുറ്റ കൃത്യങ്ങളിലേർപ്പെടുന്ന അബോറിജിൻസിനെ വെള്ളക്കാരുടെ ജയിലിന് പകരം "ബെയിൽഹോസ്റ്റലിൽ" താമസിപ്പിക്കേണ്ടതാണ്. ഈ ഹോസ്റ്റ ലിന്റെ നടത്തിപ്പ് ചുമതല അബോറിജിൻസിന് തന്നെയാണ്. കൂടാതെ മേൽ പ്രസ്താവിച്ച പദ്ധതി പ്രകാരം ആദിമനിവാസികളുടെ പ്രാക്തന സംസ്കാരത്തെക്കുറിച്ചും ഇവർക്കിടയിലെ മയക്കുമരുന്നുപയോഗവും അമിതമദ്യപാനവും ചികിത്സിക്കുന്നതിനും വെള്ളക്കാരായ പൊലീസ് ഉദ്യോഗസ്ഥർക്ക് ക്ലാസുകൾ നല്കി ബോധവാന്മാരാക്കും.

ഗവൺമെന്റ് തലത്തിൽ ആദിമനിവാസികളോടുള്ള സമീപനത്തിൽ വന്ന മാറ്റം പരാമർശിച്ചുവല്ലോ. ഇവരിൽ നിന്നുതന്നെ കുറെ ആളുകൾ വിദ്യാഭ്യാസം നേടി ഉദ്യോഗസ്ഥരായിട്ടുണ്ട്. സ്പോർട്സിൽ താല്പര്യം എടുക്കുന്നവരുമുണ്ട്. ധാരാളം പ്രത്യേകതകളുള്ള ഇവരുടെ ഗോത്ര സംസ്കാരം നിലനിർത്താൻ അനുകൂലമായ ഒരു സാഹചര്യം ഇന്ന് നിലവിലുണ്ടെന്ന് പറയാവുന്നതാണ്. "കൊറൊബൊറീസ് (Corroborees) എന്നറിയപ്പെടുന്ന ഇവരുടെ കൂട്ടായ്മ പ്രാചീനകാലം മുതലുള്ള ഇവ രുടെ വിശേഷദിവസങ്ങളിലെ നൃത്തങ്ങൾ, വംശോല്പത്തിക്കഥകൾ, പാട്ടുകൾ, സംഗീതം പരമ്പരാഗത ആചാരങ്ങൾ എന്നിവ തലമുറകളായി കൈമാറ്റം ചെയ്ത് സ്വരൂപിച്ചത് അടുത്ത തലമുറകൾക്കായി നല്കി വരുന്നു. ആദിമകാലത്ത് ഇവർക്കുണ്ടായ വാസസ്ഥലത്തെ "വിശുദ്ധ ഇട" മായി കണക്കാക്കുന്ന വിശ്വാസപ്രമാണം അംഗീകരിച്ച് സർക്കാർ പുന:സ്ഥാപിച്ചിട്ടുണ്ട്. ഇതുപ്രകാരം അത്തരം "വിശുദ്ധ ഇട"ങ്ങളുടെ പഴയ ഉടമസ്ഥർക്ക് അത് തിരിച്ച് നല്കുന്നതിനും നടപടികളെടുത്തി ട്ടുണ്ട്. അബോറിജിൻസ് ഉപയോഗിച്ചുവരുന്ന പഴയ സ്ഥലനാമങ്ങൾ ഇപ്പോൾ പുന:സ്ഥാപിച്ചു കഴിഞ്ഞു.

അബോറിജിൻസിന്റെ വിദ്യാഭ്യാസ കാര്യങ്ങളിലും അവർക്കനുകൂ ലമായ ചില നടപടികൾ എടുത്തതായിക്കാണാം. 1992 ൽ ഗവൺമെന്റ് ദ്വിഭാഷാ (Bilingual) വിദ്യാഭ്യാസസമ്പ്രദായം നടപ്പിലാക്കി. ഇതു പ്രകാരം ഈ വിഭാഗത്തിലെ കുട്ടികൾക്ക് ഇംഗ്ലീഷ് ഭാഷ പഠിക്കുന്നതിന് മുമ്പ് അവരുടെ ഗോത്രഭാഷ പഠിക്കേണ്ടതുണ്ട്. അബോറിജിൻസിന്റെ വ്യത്യ സ്തങ്ങളായ ഭാഷകൾ പരിചയപ്പെടുത്തിക്കൊണ്ടുള്ള റേഡിയോ, ടി വി തുടങ്ങിയ മാധ്യമപ്രക്ഷേപണങ്ങൾ ഇന്ന് സർവ്വസാധാരണവുമാണ്.

അബോറിജിൻസിന്റെ അവകാശ പുന:സ്ഥാപനത്തിൽ പുതിയൊരു അദ്ധ്യായം എഴുതി ചേർക്കപ്പെട്ടത് 1993ലാണ്. ആസ്ത്രേലിയൻ വിദേശ കാര്യമന്ത്രിയായ ഗെയ്ത്ത് ഇവാൻസ് (Gaeeth Evans) പാർലമെന്റിൽ "നേറ്റീവ് ടൈറ്റിൽ ബിൽ" (Native Title) എന്ന പേരിൽ ആദിമനിവാസി കളുടെ ഭൂ സംരക്ഷണത്തിനായി ഒരു നിയമനിർമ്മാണം കൊണ്ടുവരിക

യുണ്ടായി. ബിൽ താഴെപറയുന്ന അവകാശങ്ങൾ അബോറിജിൻസിന് നല്കുന്നതിന് ഉദ്ദേശിച്ചുകൊണ്ടായിരുന്നു.

1. ഖനന പ്രവർത്തന(Mining)ങ്ങൾക്കായി ഉപയോഗിക്കുന്ന ആദി വാസികളുടെ ഭൂമി ലീസ് കാലാവധിക്കുശേഷം അവർക്ക് തിരികെ ആവ ശ്യപ്പെടാം.

2. മിനറൽ ഖനനത്തിനായി ലീസ് നേടിയവരുമായി ആദിമനിവാ സികൾക്ക് അവരുടെ ഭൂമിയുടെ വികസന കാര്യങ്ങൾ ചർച്ചചെയ്യാം. ഖനന കാലാവധി കഴിഞ്ഞാൽ ഈ നിയമപ്രകാരം ആദിവാസികൾക്ക് നഷ്ടപരിഹാരം ലഭിക്കുന്നതിനും വ്യവസ്ഥയുണ്ട്.

മിനറൽ ഖനന പ്രവർത്തനങ്ങൾ വ്യാപകമായി നടന്നു കൊണ്ടിരി ക്കുന്ന രാജ്യത്തിന്റെ തെക്ക് പടിഞ്ഞാറൻ പ്രദേശങ്ങളിൻ മേൽ ഉദ്ധരിച്ച നേറ്റീവ് ടൈറ്റിൽബിൽ ഒരു കോളിളക്കം തന്നെയാണ് സൃഷ്ടിച്ചത്. ഇവി ടെയുള്ള സർക്കാർ മിച്ചഭൂമിയിൽ അവകാശമുന്നയിക്കാൻ അബോറി ജിൻസ് മുന്നോട്ട് വരുമെന്ന ഭയം ശക്തമാണ്. ഖനന വ്യവസായികൾ ഈ നിയമത്തിൽ അസന്തുഷ്ടരാണ്. നോർത്തേൺ ടെറിറ്ററിയിൽ അബോറിജിൻസിന് ഭൂഅവകാശം പ്രഖ്യാപിച്ചതിനാൽ ഏകദേശം 31% ത്തിലധികം ഭൂമിയും അവരുടെ കൈവശം വന്നു ചേർന്നിട്ടുണ്ട്. ആസ്ത്രേ ലിയയിലെ രണ്ടു വിസ്തൃതമായ ദേശീയ ഉദ്യാനങ്ങളായ ഉളുറു (അയേഴ്സ് റോക്ക്) വും കാക്കഡുവും അബോറിജിൻസിന്റെ ഉടമസ്ഥ തയിൽ വന്നു ചേർന്നു. ഇന്ത്യയിൽ ഛത്തീസ്ഗഡ്, ഉത്തരാഞ്ചൽ തുട ങ്ങിയ പ്രദേശങ്ങളിൽ ഖനിമാഫിയകൾ ആദിവാസികളുടെ ഭൂമി തട്ടി യെടുത്ത് അവരെ ആട്ടിയോടിക്കുന്നതിന് സമാനമായ സാഹചര്യമാണ് ആസ്ത്രേലിയയിൽ ചില പ്രദേശങ്ങളിൽ നിലനില്ക്കുന്നതെന്ന് തോന്നു ന്നു. സ്ഥിതിഗതികൾ ഇവിടെ കുറെ മെച്ചപ്പെട്ടുവെങ്കിലും നൂറ്റാണ്ടുകളായി ആദിമനിവാസികൾക്ക് നിഷേധിച്ച ഭൂവുടമാവകാശം ഇപ്പോഴും പരി പൂർണ്ണമായി അവർക്ക് തിരികെ ലഭിച്ചുവെന്ന് പറയാനാവില്ല.

സർക്കാറിന്റെ പ്രത്യേക പരിരക്ഷണം ലഭിക്കുന്ന വിഭാഗമായിട്ടും അവരുടെയിടയിൽ കാണപ്പെടുന്ന വർദ്ധിച്ച തോതിലുള്ള ശിശുമരണ നിരക്ക്, ജീവിതകാലയളവിലുള്ള കുറവ് (Low life expectancy) തൊഴി ലില്ലായ്മ എന്നിവ അബോറിജിൻസിനെ ഇന്നും സമൂഹത്തിൽ ഒരു പരി മിതവിഭാഗം (Disadvantaged) ആയി നിലനിർത്തുന്നു എന്നത് ഒരു വാസ്തവമാണ്.

റഫറൻസ്

1. *Australian Democracy -A Short History* John Hirst, Allen & unwin 2003
2. *Australian Year Books,* 2012, 13,14
3. *Australian identity and Values* Ed; Justin Healey
4. *The International Students Hand book* -Danny ong (Sydney, 2009)
5. *Australian - The State of Democracy,* Prof. Marian Sawer, Dr. Norman Abjorenjen, Dr. Philip Larkiu, NSW 2009.
6. *Black Responses and White Dominance*, Richard Broome, *Unwin* Publishers, 1982.